भटक्याचं भालड

(विधानपरिषदेतील निवडक भाषणे)

लक्ष्मण माने

मेहता पब्लिशिंग हाऊस

Please contact us at **Mehta Publishing House Pvt. Ltd.**
✆ +91 020-24476924 / 24460313 / Mob. No. 9545000513
Email : production@mehtapublishinghouse.com
Website : www.mehtapublishinghouse.com

◆ *या पुस्तकातील लेखकाची मते, घटना, वर्णने ही त्या लेखकाची असून त्याच्याशी प्रकाशक सहमत असतीलच असे नाही.*

BHATKYACHA BHARUD by **LAXMAN MANE**

भटक्याचं भारूड : लक्ष्मण माने / संकीर्ण
author@mehtapublishinghouse.com

संस्थापक : सुनील अनिल मेहता

प्रकाशक : मेहता पब्लिशिंग हाऊस प्रा. लि.
१९४१, सदाशिव पेठ, माडीवाले कॉलनी, पुणे ४११०३०

मुद्रक : ट्रिनिटी अ‍ॅकॅडमी फॉर कॉर्पोरेट ट्रेनिंग लिमिटेड

मुखपृष्ठ : सतीश भावसार

प्रकाशनकाल : पहिली आवृत्ती : २५ डिसेंबर, २००३ / मेहता पब्लिशिंग हाऊस प्रा. लि. यांची दुसरी आवृत्ती : फेब्रुवारी, २०२३

किंमत : ₹ २७०

P Book ISBN 9789395477260
E Book ISBN 9789395477277
E Books available on : amazonkindle Apple Books Google Play Books

---

ज्यांनी विधानपरिषदेच्या विद्वानांच्या चावडीवर
वंचितांच्या वेदना मांडण्याची संधी दिली
आणि भटक्या-विमुक्तांच्या चळवळीवर
उदंड प्रेम केले, त्या
शरद पवार यांना...

मनोगत

‘भटक्याचं भारूड’ हा माझ्या विधानपरिषदेतील निवडक भाषणांचा संग्रह यावा अशी अनेक सहकाऱ्यांची, चळवळीतल्या कार्यकर्त्यांची इच्छा होती. यासंबंधी मी थोडा उदासीन होतो; परंतु भटक्या-विमुक्त जमाती संघटनेचे सरचिटणीस आणि माझे सहकारी मित्र नारायण जावलीकर यांनी मनावर घेतले आणि सतत पाठपुरावा केला. मुंबईला अनेक चकरा मारल्या आणि या सर्व भाषणांचे संकलन केले. नारायण जावलीकरांना या संकलनाच्या कामामध्ये लालासाहेब जाधव यांनीही त्यांच्याकडे असलेली काही भाषणे देऊन सहकार्य केले. हा ग्रंथ निघावा व तो कार्यकर्त्यांना व चळवळीला उपयुक्त व्हावा या तळमळीपोटी जावलीकरांनी धावाधाव केली नसती तर भाषणांचा हा संग्रह आपल्या हाती देता आला असता की नाही हे माझ्याच्याने सांगवत नाही. मच्छिंद्र जाधव, तुळजाराम मंगोडेकर, बाबूराव धोत्रे या सर्वांनी जावलीकरांच्या मागे लकडा लावला. त्या सर्वांचे मी मनापासून आभार मानतो. ग्रंथसंपादनाचे सारे श्रेय ‘ग्रंथाली’च्या दिनकर गांगल व त्यांचे सहकारी यांना आहे. त्यांनी हात फिरवल्याशिवाय व मांडणी केल्याशिवाय हा ग्रंथ आपल्या हाती मला देता आला नसता. ‘ग्रंथाली’च्या सर्व सहकारी मित्रांचा मी आभारी आहे.

– लक्ष्मण माने

अनुक्रमणिका

भटक्या-विमुक्तांना सवलती

अध्यक्ष महाराज, महात्मा जोतिराव फुले, डॉ. बाबासाहेब आंबेडकर, राजर्षी छत्रपती शाहू महाराज, कर्मवीर भाऊराव पाटील या पूर्वश्रींना वंदन करून मी विधानपरिषदेतील माझं पहिलं भाषण आपणापुढे करणार आहे. राज्यपालांच्या अभिभाषणासंबंधी सदस्य वसंत चव्हाण यांनी जो अभिनंदनाचा प्रस्ताव सभागृहापुढे मांडला आहे त्याला पाठिंबा देण्यासाठी मी उभा आहे.

आतापर्यंत झालेल्या सर्व सदस्यांच्या भाषणासंबंधी प्रतिक्रिया व्यक्त करणं कठीण आहे. म्हणून मी माझ्यापुरत्या एक-दोन गोष्टींचा उल्लेख या ठिकाणी करणार आहे. राज्यपालांच्या अभिभाषणातील सतराव्या क्रमांकावरील मुद्दयासंबंधी विरोधी पक्षनेत्यांची प्रतिक्रिया मी ऐकली आहे. त्यांनी त्या बाबीसंबंधी आपल्या भाषणात टीकाटिप्पणी केली, त्याच्या खोलात मी जात नाही. हे वाक्य असं आहे, 'माझ्या शासनाने, ज्यांचं संपूर्ण कुटुंब वर्षातील सहा महिन्यांपेक्षा अधिक काळ आपल्या शेळ्या व मेंढ्या यांच्या चराईसाठी गावोगाव फिरत असतं, अशा धनगर व त्यांच्या अहिर, डांगे, गटरी, हंडे, तेलकर, हटकर, हाटकर, खुटेकर, कानडे, कुरमार, लाडसे, सनगर, धनवर, शेगर, तेलंगी, तेल्लारी, कोकणी-धनगर, वऱ्हाडे-धनगर, झाडे, झेंडे आणि माहुरे या पोटजाती; शासनाकडून भटक्या जमातींना मिळणाऱ्या सवलती मिळण्यास पात्र ठराव्यात म्हणून त्यांचा समावेश भटक्या जमातींमध्ये करण्याचा निर्णय घेतला आहे.'

महाराष्ट्र सरकारने एवढ्या पोटजातींना, भटक्या व विमुक्तांना मिळणाऱ्या सवलती जाहीर केल्या आहेत. त्याबद्दल त्यांचा आक्षेप असा आहे, की त्यामध्ये सहा महिन्यांची मुदत का घातली? या भटक्या-विमुक्तांच्या बेचाळीस जाती आहेत, त्यांची नावे किती जणांना सांगता येतील याबद्दल माझ्या मनामध्ये शंका आहे. या बेचाळिसांच्या आणखी पोटजाती तीनशे-साडेतीनशेच्या दरम्यान जातात. तेव्हा प्रत्येक जातीचं नाव लक्षात ठेवणं कठीण आहे. कानडी नावाची एक उपजमात आहे. तो एक अपभ्रंश आहे. कानडीची कानडी, कानडा, कानडे अशा वेगवेगळ्या पद्धतीनं नावं घेतली जातात. त्यामुळे कानडी ही त्यामधील पोटशाखा आहे... हटकर, खडकर, खुटिक यांना अनुसूचित जातीमध्ये समाविष्ट

करण्यात आलं आहे. त्यावेळच्या शासनाने ही यादी तयार करत असताना या संदर्भात कोणते निकष लावले असतील याची माहिती मला नाही; पण आजच्या परिस्थितीमध्ये ही यादी पुन्हा एकदा तपासून पाहिली पाहिजे; कारण त्यामध्ये अतिशय गोंधळ आहे. एकच जमात, परंतु प्रत्येक प्रांतामध्ये ती वेगवेगळ्या सूचीमध्ये घालण्यात आली आहे. एका ठिकाणी ती अनुसूचित जातींमध्ये असेल तर दुसऱ्या ठिकाणी ती अनुसूचित जमातीमध्ये असेल. तिसऱ्या ठिकाणी ती ओबीसींमध्ये असेल, तेव्हा यामध्ये कुठेतरी एकसूत्रता असण्याची आवश्यकता आहे. मी हे कोणत्याही एका राज्याबद्दल असं बोलत नाही. शेवटी, हा सामाजिक प्रश्न आहे, आणि गेली चाळीस वर्षे हा घोळ चालला आहे. राज्य कोणत्या पक्षाचं आहे, त्या ठिकाणी मुख्यमंत्री कोण होते याच्यापेक्षा या विविध जाती-जमातींच्या लोकांना माणुसकीची वागणूक मिळाली पाहिजे, ही गोष्ट माझ्या दृष्टीनं महत्त्वाची आहे. आज, या लोकांना पाय ठेवायला कुठे जागा नाही. ते एका जागी राहू शकत नाहीत, त्यांना उदरनिर्वाहाचं दुसरं कोणतं साधन नाही. आज आपण पाहतो, की उपेक्षित जमातींच्या यादीमध्ये दहा-पंधरा वर्षांनी दरवेळी नवीन जमात समाविष्ट होत असते. आमचे काही मित्र या ठिकाणी असं म्हणाले, की निवडणुका डोळ्यांसमोर ठेवून हे सर्व चाललं आहे; पण मला त्यांना सांगायचं आहे, की ही प्रक्रिया केवळ निवडणुकीच्या संदर्भात चालू नाही. धनगर समाजाचा या संदर्भात विचार व्हावा म्हणून १९८४पासून मागणी करण्यात येत आहे. या समाजाला फायदा मिळाला पाहिजे.

आज अशा अनेक जाती-जमाती आहेत की त्यांच्या नावानं इतर लोक त्याचा फायदा घेत आहेत. आडनावातील साधर्म्यामुळे अनेक लोक याचा गैरफायदा घेत आहेत. ज्याप्रमाणे जोशीचा कुडमुड्या जोशी होतो त्याप्रमाणे भाटाचा भट झाला, राजपूतचा राजपूत-भामटा झाला. मुळात हे जे खुद्द त्या त्या जमातीतले लोक आहेत, त्यांना या सवलती मिळाल्या पाहिजेत. त्याशिवाय काही मुस्लीम जमाती आहेत, त्यांचाही भटक्या व विमुक्त जमातींमध्ये समावेश केला पाहिजे. आमचे मित्र ना.स.फरांदे कॉलेजमध्ये शिकवतात. महानोर यांच्या कविता शिकवतात. ते आता या ठिकाणी उपस्थित नाहीत; पण मघाशी बोलण्याच्या ओघात त्यांनी एक शब्द वापरला. त्यांनी 'गारुडी' हा शब्द वापरला; पण मला त्यांना सांगायचं आहे, की तो जातिवाचक शब्द आहे. मी त्याचा निषेध करतो. माननीय सदस्यांनी या ठिकाणी जातिवाचक उल्लेख केला आहे. मांगगारुडी, गारुडी अशा वेगवेगळ्या जाती आहेत. तेव्हा, मागासवर्गीयांची जी यादी आहे ती शासनाने परिपूर्ण करण्याचा प्रयत्न केला पाहिजे आणि तो प्रयत्न आज होत असताना दिसत आहे.

शरद पवार महाराष्ट्राचे मुख्यमंत्री झाल्यापासून या राज्यातल्या मागासवर्गीय

समाजाला आपलं राज्य आहे असं वाटू लागलं आहे. यापूर्वी या भटक्या व विमुक्त जातीच्या समाजाकडे कोणत्याही मुख्यमंत्र्यांनी लक्ष दिलेलं नव्हतं. सोलापूरला या भटक्या व विमुक्त जातीचा एक मेळावा घेतला होता. सोलापूरच्या अधिवेशनामध्ये मांडले गेलेले सवलतींसंबंधी आमचे जे काही प्रश्न आहेत ते केंद्र शासनाशी संबंधित आहेत. शेड्युल्ड कास्ट आणि शेड्युल्ड ट्राइबमध्ये आमचा समावेश करावा, अशी मागणी आम्ही सोलापूरच्या अधिवेशनात केली होती. यासाठी गेली पंधरा वर्षं आम्ही प्रयत्न करत असून, आमची शक्ती वाढवण्याचा प्रयत्न करत आहोत. गेल्या पंधरा वर्षांच्या प्रयत्नांनी आम्ही सोलापूर येथे चार-पाच लाख लोकांचा जमाव त्या अधिवेशनासाठी जमवला होता. आमचे नेते राजीव गांधी आणि मुख्यमंत्री शरद पवार यांना त्या मेळाव्यास निमंत्रित केलं होतं. आमचा मेमोरॅन्डम आम्ही सादर केला होता. त्याचा परिणाम म्हणून आणि गेले वर्षभर आमच्या प्रश्नाकडे मुख्यमंत्र्यांनी लक्ष घातलं व म्हणूनच आमचा प्रश्न थोडा मार्गी लागला आहे, त्याबद्दल मी मुख्यमंत्र्यांचा आभारी आहे. या प्रश्नामध्ये अनेक अडचणी आहेत. धनगर समाजाला मुख्यमंत्र्यांनी ज्या सवलती दिलेल्या आहेत त्या देत असताना त्याबाबतचे निकष नीट ठरवले गेले पाहिजेत. नाहीतर जे सवर्ण आहेत ते धनगरच या सवलती लाटतील. तेव्हा, या सवलती देत असताना काही निकष निश्चित करून घ्यावे लागतील. हे निकष ठरवले गेले नाहीत तर डांगेसाहेब म्हणाले त्याप्रमाणे कोणीही चार मेंढरं विकत घेईल आणि धनगर जाती-जमातीचं सर्टिफिकेट मिळवील व नंतर ती मेंढरं विकून टाकील. तेव्हा, ज्या सवलती मिळतील त्या लुबाडण्याची भूमिका कोणी घेऊ नये यासाठी काही निकष निश्चित करावे लागतील. तरच गरजू लोकांना या सवलतींचा लाभ मिळेल.

तसंच, मंडल आयोगाच्या धर्तीवर भटक्या-विमुक्त जातींसाठी एक आयोग निर्माण करावा अशी माझी सूचना आहे; कारण दर चार वर्षांनी नवी जमात निर्माण होत असते, तेव्हा अशा प्रकारे नवीन जमाती निर्माण होऊ नयेत, म्हणून या भटक्या जाती व जमाती एकदा निश्चित करण्यासाठी मंडल आयोगाच्या धर्तीवर एका आयोगाची निर्मिती करणं गरजेचं आहे असं मला वाटतं. दुसरी गोष्ट अशी, या भटक्या जाती-जमातींसाठी गेल्या चाळीस वर्षांपासून चार टक्के रिझर्व्हेशन आपण ठेवलं आहे. त्यावेळी या समाजाची लोकसंख्या साठ-एकसष्ट लाख होती; परंतु आता या भटक्या जाती-जमातींमध्ये नवीन तेरा-चौदा जातींचा समावेश केला असल्यामुळे त्यांची लोकसंख्या आज वाढली आहे. आज ही लोकसंख्या माझ्या कल्पनेप्रमाणे एक ते दीड कोटीपर्यंत गेली आहे. तेव्हा, वाढत्या लोकसंख्येच्या प्रमाणात या रिझर्व्हेशनचं चार टक्क्यांचं प्रमाण वाढवलं पाहिजे, असं माझं मत आहे. तेव्हा, या सर्व गोष्टींचा विचार करत असताना आपण जर सर्वांना एकाच

मापानं मोजायचं ठरवलं तर मग धनगरांना ज्या सवलती आपण जाहीर केल्या आहेत त्या मिळूच शकणार नाहीत. म्हणून पर्सेन्टेजचं हे प्रमाण वाढवावं. किंबहुना, त्यांच्यासाठी वेगळा कोटा ठेवावा. त्याशिवाय या समाजाला न्याय मिळणार नाही. तेव्हा, सध्या असलेलं चार टक्क्यांचं प्रमाण आपण आठ-दहा टक्क्यांपर्यंत वाढवून द्याल याची मला खात्री आहे.

दुसरी गोष्ट, या भटक्या जाती-जमातींच्या समाजाकरता महाराष्ट्राच्या बजेटमध्ये काही स्वतंत्र तरतूद केलेली कधी दिसत नाही. तेव्हा, माझी अशी मागणी आहे, की भटक्या-विमुक्त जाती-जमातींसाठी एक स्वतंत्र खातं निर्माण करावं. सध्या वसंतराव नाईक महामंडळ या भटक्या-विमुक्त जाती-जमातींसाठी काही काम करत आहे. हे महामंडळदेखील आम्ही मागे लागून मिळवून घेतलं; पण आज या मंडळाची अवस्था काय आहे याची माहिती समाजकल्याण मंत्र्यांनी आणि वित्तमंत्र्यांनी सांगावी. मला आणखी काही सूचना करायच्या आहेत, त्या करू द्याव्यात. विशेषतः, जागेचं जे पर्सेन्टेज आहे ते वाढवलं पाहिजे. अध्यक्ष महाराज, लोकसंख्येच्या आधारावर पर्सेन्टेज देऊन प्रश्न सुटणार नाहीत. अतिशय दुबळ्या असलेल्या समाजावर अन्याय होण्याची शक्यता आहे. मंत्र्यांनी विविध स्वरूपाचे चांगले निर्णय घेतले आहेत, त्याबद्दल मी पुन्हा त्यांचे आभार मानून माझं भाषण संपवतो.

२२.१.१९९०

साडेतीन टक्क्यांना राखीव जागा!

अध्यक्ष महोदय, संसदेच्या दोन्ही सभागृहांनी संमत केलेल्या बिनविरोधी घटनादुरुस्ती विधेयकाला पाठिंबा देण्यासाठी मी या ठिकाणी उभा आहे. या विधेयकावर आतापर्यंत सभागृहातल्या बऱ्याच सदस्यांनी आपले विचार व्यक्त केले आहेत. या सभागृहाचा सदस्य म्हणून राज्यपालांनी मला प्रथमच नामनियुक्त केलेलं आहे, हे मी माझं सुदैव समजतो. या घटना दुरुस्ती विधेयकाच्या निमित्तानं या सभागृहामध्ये राखीव जागांसंबंधी बोलण्याची संधी मला मिळाली आहे. मी या ठिकाणी आपणास आवर्जून सांगू इच्छितो, की आमच्या समाजातला एकही माणूस लोकशाही प्रक्रियेतून या सभागृहामध्ये आलेला नाही. यापूर्वी भटक्या जमातीच्या दौलतराव भोसले व पी. एम. चव्हाण या दोन्ही सदस्यांना राज्यपालांनी नामनियुक्त केलं होतं. आम्ही निवडून येऊ शकू अशी कोणतीही परिस्थिती या देशामध्ये नाही. गेली चाळीस वर्षं या देशामध्ये लोकशाहीचा प्रयोग चालला आहे आणि लक्षावधी माणसं या प्रयोगाच्या बाहेर आहेत. लक्षावधी माणसांना आजही मतदान करता येत नाही; कारण त्यांची नावं मतदारांच्या यादीत नाहीत. अनेक जमाती एका ठरावीक जागी राहत नाहीत. काही माणसं तर शिजवलेलं अन्नसुद्धा खात नाहीत. मी एकदा माझ्या पत्रकार मित्राला पारध्यांच्या तांड्यावर घेऊन गेलो होतो. ते पारधी लोक जे अन्न खात होते ते माझ्या पत्रकार मित्रानं स्वतः चाखून पाहिलं आहे. विमुक्त व भटक्या जमातींमधील लोकांचा एकही प्रतिनिधी ग्रामपंचायतीपासून पार्लमेन्टपर्यंत निवडून जाण्याची शक्यता नाही. त्यामुळे राखीव जागांची मुदत दहा वर्षांनी वाढवण्यात येणार आहे. ही मुदत वाढवण्यात येऊ नये असंही काही लोक म्हणतात. या देशामध्ये तळागाळातल्या, शेवटच्या माणसाच्या ताटात काहीही पडत नाही.

मी आपल्याला या ठिकाणी आवर्जून सांगू इच्छितो, की या ठिकाणी जो प्रस्ताव मांडण्यात आलेला आहे त्याला पाठिंबा देण्याची संधी मला मिळाली आहे, हे माझं सुदैव आहे. राखीव जागांची सवलत नसती तर मी या ठिकाणी आपल्यासमोर उपस्थित राहिलो नसतो, तर गावोगावी गाढवांच्या पाठीमागे फिरत राहिलो असतो. डॉ. बाबासाहेब आंबेडकर यांच्यामुळे या सवलती आम्हाला मिळाल्या, त्याचबरोबर

समाजातली मुलं शाळेमध्ये शिक्षण घेऊ शकली; कारण मागासलेल्या समाजातील व्यक्तीची अशी परिस्थिती नसते, की ती आपल्या मुलांना शाळेमध्ये घालू शकेल आणि शिक्षणावर पैसे खर्च करू शकेल. आजदेखील, या समाजातल्या अनेक व्यक्ती आपल्या मुलांना पोट भरण्यासाठी शाळेत पाठवू शकत नाहीत. अशा प्रकारची अनेक उदाहरणं या ठिकाणी सांगता येतील. केवळ राखीव जागांची सवलत असल्यामुळे त्यांचा फायदा या समाजातील लोकांना मिळतो, असं असलं तरी त्यामध्ये अजून पुष्कळ सुधारणा करण्याची आवश्यकता आहे, असं मला या ठिकाणी सांगायचं आहे. दर दहा वर्षांनी ही मुदतवाढ करावी लागते ही बाब या देशाला कमीपणा आणणारी आहे. अण्णा डांगे यांनी खुलासा केला की, चाळीस वर्षांचं पाप आहे. मला त्यांना असं सांगायचं आहे की हे चाळीस वर्षांचं पाप नसून चार हजार वर्षांचं पाप आहे .... त्यांच्या डोक्यात मनूची स्मृती आणि संस्कृती बसली आहे.

अध्यक्ष महाराज, मनुस्मृतीमध्ये जे सांगितलेलं आहे त्याबद्दल लोक विनोदानं असं सांगतात, की डॉ. बाबासाहेब आंबेडकर यांनी केलेल्या घटनेप्रमाणे हे सभागृह आणि कारभार अस्तित्वात आला आहे; परंतु त्यांना त्यांच्या डोक्यातल्या शंकराचार्य आणि मनू यांच्यावर कबजा कधी करता आला नाही. त्यांनी गांधीजींचं नाव घेतलं तर आम्ही त्यावर विश्वास ठेवणार नाही. ज्यांनी गांधीजींचं नाव घेतलं नाही, त्यांचं प्रातःस्मरण केलं नाही त्यांना उपरती व्हावी आणि त्यांनी गांधीजींचं नाव घ्यावं हा त्यांच्या तत्त्वांवर उगवलेला सूड आहे. त्यांनी गांधीजींचं प्रातःस्मरण केलं तर मला आनंदच होईल. आम्ही त्यांचं स्वागत करू. राष्ट्रपिता म्हणून गांधीजींचा नामोल्लेख करण्यात येत असेल तर त्यामुळे आम्हाला वाईट वाटणार नाही. या ठिकाणी बोलत असताना मला असं सांगायचं आहे की काही मंडळी राखीव जागेच्या विरुद्ध देशामध्ये आंदोलन करत आहेत. त्यामुळे आम्हाला त्यांची भीती वाटते. विरोधी पक्षनेत्यांनी सांगितलं, की हा समाज ७४ ते ७५ टक्के आहे; परंतु त्या बाबतीत मला असं सांगायचं आहे, की हा समाज असंघटित, दुबळा आणि उपेक्षित आहे, हा समाज जर एकत्र आला तर या सभागृहातलं चित्र संपूर्णपणे बदलून जाईल. जो समाज साडेतीन टक्के आहे त्या समाजाला साडेतीन टक्के लोकसंख्येप्रमाणे राखीव जागा द्या. त्यांना त्याप्रमाणे राखीव जागा मिळाल्या पाहिजेत, असा आमचा आग्रह आहे.

आम्हाला या ज्या सवलती मिळत आहेत त्या जन्मजात मिळाव्यात असं आम्ही कधीच म्हणणार नाही. त्याचबरोबर, या सवलती आम्हाला पिढ्यान्‌पिढ्या द्या असंही आम्ही म्हणणार नाही. अन्न, वस्त्र, शिक्षण, आरोग्य या सुविधा सर्व लोकांपर्यंत पोचल्या पाहिजेत. त्याचबरोबर प्रत्येकाला लोकशाहीच्या प्रक्रियेमध्ये

भाग घेता आला पाहिजे. प्रत्येक माणसाचं मतदारयादीमध्ये नाव असलं पाहिजे, त्याला गाव आणि घर असलं पाहिजे. अशा प्रकारची व्यवस्था झाल्यानंतर राखीव जागांची गरज आपोआप संपेल; परंतु जोपर्यंत निरामय जीवन जगता येणार नाही तोपर्यंत राखीव जागा ठेवाव्या लागतील, मग त्या ठिकाणी कोणत्याही पक्षाचं सरकार असो. ७४ टक्के समाजावर अन्याय करून कोणताही पक्ष सत्तेवर येऊ शकत नाही. आमच्या मतांची त्यांना गरज भासते. मत द्यायचं नाही, असा निर्णय जर आम्ही घेतला तर त्या पक्षाला सत्तेवर येता येणार नाही. म्हणूनच मागासवर्गीयांचा अनुनय करण्यात येतो.

परंतु, आतून मात्र चित्र वेगळं आहे असं आपल्याला दिसून येईल. आपण जर मंत्रालयामध्ये गेलो आणि तिथल्या नावांच्या पाट्या पाहिल्या तर आपल्याला दिसून येईल, की एका विशिष्ट जातीचे लोक तिथे भरलेले आहेत. कोर्टामध्ये गेलो तर आपल्याला दिसून येईल, की साठ-सत्तर टक्के लोक एका विशिष्ट समाजातले आहेत. एका बाजूला, अंमलबजावणीची सगळी यंत्रणा आपल्या हाती ठेवायची आणि राखीव जागा भरल्या नाहीत म्हणून व्यासपीठावर सांगायचं. मी तर म्हणीन, की राखीव जागा भरल्या नाहीत तर तो गुन्हा मानला गेला पाहिजे. जो कोण राखीव जागा भरत नाही तो गुन्हेगार ठरला गेला पाहिजे. त्यासाठी पाहिजे तर राज्य शासनाने आपल्या कायद्यात बदल केला पाहिजे.

शेवटी, मी आपल्याला एकच सांगू इच्छितो, विनंती करू इच्छितो, की संसदेने मंजूर केलेल्या या विधेयकाला समर्थन देताना आज ज्या बेचाळीस भटक्या व विमुक्त जाती-जमाती आहेत त्यांना शासनाने संरक्षण दिलं नाही. त्यासाठी राज्य सरकारने आमच्या मागे ठामपणे उभं राहिलं पाहिजे. त्याशिवाय आमचा पारधी,गारुडी आपल्या पायांवर उभा राहू शकणार नाही.

२३.१.१९९०

शेड्यूलमधील विसंगती

सर्वप्रथम मी या विधेयकाचं स्वागत करतो. भारतामध्ये स्थानिक स्वराज्य संस्थांच्या निवडणुकांमध्ये तीस टक्के जागा स्त्रियांसाठी राखून ठेवण्याचा निर्णय महाराष्ट्र शासनाने प्रथमच घेतला आहे. त्यामुळे शासन अभिनंदनास पात्र आहे. फुले-आंबेडकरांच्या जन्मशताब्दीच्या निमित्ताने हा चांगला पायंडा आपल्याकडे घातला गेला आहे. या विधेयकाचं वाचन केल्यानंतर माझ्या असं लक्षात आलं, की तीस टक्के जागा स्त्रियांसाठी राखून ठेवल्या आहेत; परंतु या स्त्रिया नेमक्या कोण आहेत? कारण ग्रामीण भागामध्ये अशी परिस्थिती आहे, की खेड्यातला एक चतुर्थांश भाग हा खेड्याचा भाग मानला जात नाही. ग्रामीण भागामध्ये शिक्षक मंडळी मतदारांची जेव्हा नोंद करतात त्यावेळी त्यामध्ये गावकुसाबाहेरच्या माणसांची नोंद घेतलीच जात नाही. गावकुसाच्या बाहेरचा भाग ग्रामपंचायतीमध्ये गृहीत धरला जात नाही. गावाच्या बाहेरदेखील मोठं गाव आहे. तिथली लोकसंख्या मोठी आहे. ती या लोकशाहीच्या प्रक्रियेमध्ये अद्याप अंतर्भूत झालेली नाही. त्यांची मतदार म्हणून नोंद होत नाही. याचं कारण त्यांना एका जागी कुठेही घर नाही. गावाच्या बाहेर जी जागा असते आणि ज्या जागेला हागणदारी म्हणतात, त्या हागणदारीमध्ये राहणारी लक्षावधी माणसं महाराष्ट्रामध्ये आहेत. या लोकांना आपण राजकारणामध्ये घेतलं नाही.

विदर्भ, मराठवाडा किंवा पश्चिम महाराष्ट्र असं विभागवार मी काही बोलत नाही; कारण मला कोणतंही गाव नाही. सर्व ग्रामपंचायतींमध्ये एस.सी.-एस.टी.साठी जागा दिल्या आहेत त्याप्रमाणे विमुक्त जाती व भटक्या जमातींना जागा देण्याचं आश्वासन मुख्यमंत्र्यांनी या सभागृहाच्या बाहेर अनेकदा दिलं होतं. विमुक्त जाती व भटक्या जमातींच्या लोकसंख्येच्या प्रमाणात जागा राखून ठेवण्याबाबत मुख्यमंत्र्यांनी अनेकदा जाहीरपणानं मान्यता दिलेली आहे. भारतीय राज्यघटनेनं आमच्यासाठी जागा राखून ठेवल्या पाहिजेत; कारण ज्या काळामध्ये भारतीय राज्यघटनेला शेड्यूल जोडण्यात आलं, ते जोडत असताना मोठ्या प्रमाणात गोंधळ झाला आहे. विदर्भामध्ये भटक्या जमातींतील काही शेड्युल्ड कास्टमध्ये घालण्यात आल्या आहेत. विदर्भातल्या आठ जिल्ह्यांमध्ये एक जात जर शेड्युल्ड कास्टमध्ये असेल

तर उरलेल्या महाराष्ट्रामध्ये ती जात क्रिमिनल ट्राइब्जमध्ये असते, हे का केलं आहे हे मला समजत नाही. एकच जमात वेगवेगळ्या प्रांतांमध्ये घटनेच्या शेड्यूलअन्वये वेगवेगळ्या वर्गामध्ये घातली आहे. असं का करण्यात आलं आहे हे मला समजलं नाही. विदर्भामध्ये माझे जे नातेवाईक आहेत ते शेड्युल्ड कास्टमध्ये आहेत.

विदर्भ सोडून महाराष्ट्राच्या उरलेल्या भागांत माझे जे नातेवाईक आहेत ते क्रिमिनल टाइब्जमध्ये आहेत. विदर्भामध्ये माझे जे नातेवाईक आहेत त्यांना राखीव जागेची सवलत मिळते; पण आम्हाला मात्र मिळत नाही. एकंदर बेचाळीस जमातींची ही शोकांतिका आहे. या बेचाळीस जमातींना काही ठिकाणी शेड्युल्ड कास्टमध्ये घातलं आहे. भारतीय राज्यघटनेनं आमच्यावर हा अन्याय केलेला आहे; परंतु आता, ज्या कायद्यात या विधेयकान्वये दुरुस्ती करण्यात येत आहे तो कायदा महाराष्ट्र सरकारचा आहे. त्यामुळे आमची लोकसंख्या लक्षात घेऊन आम्हाला चार टक्क्यांऐवजी अधिक जागा राखून ठेवल्या पाहिजेत. जातवार जनगणना १९३२ साली पहिल्यांदा झाली होती. त्यावेळी क्रिमिनल ट्राइब्ज नऊ होत्या आणि त्यांची लोकसंख्या पस्तीस लाख होती. ही लोकसंख्या आता ऐंशी लाखाच्या आसपास गेली आहे. असे असताना या ऐंशी लाख लोकसंख्येला आपण ग्रामपंचायती, नगरपालिका वगैरे सर्व ठिकाणी वजा करत आला आहात. चार टक्के जागाही या जमातीला देण्यात आलेल्या नाहीत. यासाठी घटनेची अडचण असण्याचं कोणतंही कारण नाही. पंचायत संस्था आणि जिल्हा परिषदा यांचा कारभार ही बाब राज्य सरकारच्या अखत्यारीतली आहे. त्यामुळे आपण या संदर्भात विधेयक आणावं आणि त्या विधेयकान्वये, नाकारलेल्या या लोकांना न्याय मिळावा.

४.४.१९९०

पाण्यासाठी दाही दिशा

गेले दोन तास पाण्याच्या प्रश्नावर या सभागृहात चर्चा चालू आहे. पाणी आणि जीवन यांचा फार जवळचा संबंध आहे. खेडे-विभागातही पाणी पाणवठ्यावरून आणावं लागतं. लोकांचं आणि पाणी-पुरवठा प्रकल्प अधिकारी यांच्यात असलेलं अंतर आजही कमी झालेलं नाही. महिलांना डोक्यावरून तीन-चार मैलांवरून पाणी आणावं लागतं.

मध्यंतरी मी लातूरहून मुंबईला येत असताना मला जो अनुभव आला तो मी आपल्याला कथन करतो. दिनांक २६ जानेवारी रोजी मी लातूरहून चालायला प्रारंभ केला. लातूरपासून सोलापूरपर्यंत जानेवारी महिन्यातही पानं आणि फुलं लोकांना मिळू शकली नाहीत. लोकांनी सुताचे आणि कागदांचे हार आणले होते. अशी अवस्था का, असं विचारता लोकांनी सांगितलं, की जानेवारी महिना सुरू झाला की निम्मा मराठवाडा रिकामा होतो. याचं कारण असं, की लोकांना पिण्याचं पाणीही मिळत नाही. नद्या, नाले आटून जातात. लोकांना पाच-पाच किलोमीटरवरून पाणी आणावं लागतं. पन्नास टक्के लोक मुंबईकडे घरादारांसह धाव घेऊ लागतात. डिसेंबर महिन्यानंतर मुंबईकडे लोकांची रीघ लागू लागते. त्याचं कारण ग्रामीण विभागात असलेली पिण्याच्या पाण्याची गैरसोय हे आहे. या ठरावातसुद्धा फक्त पाणी पुरवण्याबाबत उल्लेख केला आहे. आज आपण अनेक ठिकाणी पाणी पुरवण्याचा प्रयत्न करतो; पण शुद्ध पाणी कुठं मिळतं? पाणी मिळतं, पण ते शुद्ध नसतं. आमची गाढवंसुद्धा स्वच्छ, शुद्ध पाणी असेल तरच पाण्याला तोंड लावतात. अशुद्ध पाण्याला ती तोंड लावत नाहीत; पण माणूस हा एक असा प्राणी आहे, की त्याला जरी अशुद्ध पाणी दिलं तरी तो तक्रार करत नाही. आज आपण कुठेही शुद्ध पाणी पुरवण्याची व्यवस्था केलेली नाही. खेडेगावामध्ये आपण कुठेही तुरटी, क्लोरिन किंवा फिल्ट्रेशनची व्यवस्था केलेली नाही. फक्त पंपाच्या साहाय्यानं आपण पाणी पंप करून टँकरमध्ये साठवतो. ते पाणी गावाला देतो आणि सांगतो की, आम्ही गावाला पाणी दिलं. त्यात आपण खूश राहणार; पण आजार सुरू झाले, की सगळ्या गावाला त्या पाण्यापासून आजार सुरू होतात. पूर्वीच्या काळी नदी व विहिरीतून पाणी ओढण्याचं-शेंदण्याचं काम स्त्रियाच करत असत. आजही

ही परिस्थिती फारशी बदलली आहे असं म्हणायचं कारण नाही. कधीतरी एखाददुसरा पुरुष पाण्याची कावड आणतो; पण फुले, आंबेडकर शताब्दी वर्षात सामाजिक सुधारणेच्या दृष्टीनं जी पावलं टाकायला हवीत ती आपण टाकत नाही. आजही ग्रामीण भागातून पन्नास टक्के स्त्रिया पाणी भरतात. पुरुष कधी कावड घेऊन जात नाही. पाणीपुरवठा करणारे जे प्रकल्प अधिकारी असतात ते जेमतेम दोन-तीन महिने पाणीपुरवठा योजना कार्यान्वित राहील असं पाहतात. एरवी ही योजना बंदच राहते. 'एक गाव एक पाणवठा' अशी चळवळ बाबा आढाव यांनी सुरू केली होती. ती चळवळ थांबून आज वीस वर्षं झाली आहेत, आजही 'एक गाव एक पाणवठा' वीस टक्के गावांतून असण्याची शक्यता फार कमी आहे. यावरून आपल्या सामाजिक स्वास्थ्यात काहीतरी बिघाड झाल्यासारखं दिसत आहे. पाणीपुरवठ्याच्या योजना राबवत असताना समाज आहे त्या वस्तीत कसा राहील या दृष्टीनं या योजनांकडे पाहिलं जात नाही. आजही मांगवाड्यात, महारवाड्यात पाण्याच्या विहिरी आहेत.

या वस्त्यांतून पिण्याच्या पाण्याच्या विहिरी असल्या तर त्या कोरड्या पडल्यामुळे त्यांना पाणी मिळत नाही. महाराष्ट्राचे लोकप्रिय मुख्यमंत्री दौऱ्यावर असताना मी त्यांच्याबरोबर डोरलेवाडीला गेलो होतो. त्या गावात पाणीपुरवठा योजनेचं उद्घाटन मुख्यमंत्र्यांच्या हस्ते होतं. उद्घाटनाचा समारंभ झाल्यावर ते व्यासपीठावर जेव्हा येऊन बसले तेव्हा ते अस्वस्थ होते. त्यांनी मला बोलावून विचारलं, की इथं काय झालं असेल? ते म्हणाले, की मी पाणीपुरवठा योजनेचं उद्घाटन केलं खरं, या योजनेचं पाणी गावात गेलं खरं; पण वैदूंची वस्ती टाळून हे पाणी गावात गेलं आहे. व्यासपीठावर बसल्यावर त्यांनी एकेका अधिकाऱ्याला बोलावून विचारलं की, असं का घडलं? तर त्याचं उत्तर त्या त्या अधिकाऱ्याकडे नव्हतं. मग त्यांनी जाहीरपणे गावाला तंबी दिली, की आपण फुले, आंबेडकरांचं नाव घेतो; सामाजिक समतेचं नाव घेतो. आज महारांना पाणी गेलं, ब्राह्मणांना पाणी गेलं; मराठ्यांना गेलं; पण ही जी दुबळी वस्ती आहे त्या वस्तीला पाणी का गेलं नाही? मुख्यमंत्र्यांनी असं सांगितल्यानंतर आठ दिवसांत वैदू वस्तीला पाणीपुरवठा करायचे आदेश दिले गेले तेव्हा कुठे गावाला जाग आली आणि त्या वैदू वस्तीला पाणी मिळालं.

५.४.१९९०

गुन्हेगार जमाती कायदा

अध्यक्ष महाराज, सन १९९०चे वि. प. वि. क्रमांक - ४ (फौजदारी प्रक्रिया संहिता, १९७३ ही महाराष्ट्र राज्यास लागू करताना तिच्यामध्ये आणखी सुधारणा करण्यासाठी विधेयक) मांडण्यासाठी मी सभागृहाची अनुमती मागतो.

सभापती महोदय, माझं बिल मी या सदनापुढे मुद्दाम मांडत आहे. याचं कारण असं, की १८७१चा गुन्हेगार जमातींसंबंधीचा जो कायदा होता त्या कायद्याप्रमाणे या देशातला माणूस हा जन्माने गुन्हेगार म्हणून गणला जाईल अशा तऱ्हेनं ब्रिटिशांनी तो तयार केला. अमानवी कायदा करणाऱ्या या समितीचे सदस्य स्टीफन हे होते. त्यांनी त्या समितीमध्ये एक पत्र मांडलं होतं की या जमातीचे लोक 'बाय बर्थ' – जन्मानंच गुन्हेगार असतात. भारतीय समाजव्यवस्थेमध्ये जी माणसं जन्माला येतात ती जातीनं. त्यात एखादा चर्मकार असेल तर त्याच्या मागच्या व पुढच्या पिढ्या या चर्मकारच राहतात. जो माणूस कुंभार असेल त्याच्या पुढची व मागची पिढी ही कुंभारच राहणार. त्याप्रमाणे जो माणूस गुन्हे करणारा आहे किंवा ज्याच्या पूर्वजांनी काही गुन्हे केले असतील तर त्याची पुढची पिढी ही गुन्हेगारच असणार, या दृष्टीनं ब्रिटिशांनी तो कायदा तयार केला होता. या कायद्याखाली महाराष्ट्रात साठ-सत्तर जमाती यापूर्वी येत होत्या; पण आता केवळ चौदा जमाती शिल्लक राहिल्या आहेत. या जमातींना १९५२ साली स्वातंत्र्य मिळाले. संसदेमध्ये गुन्हेगार जमाती कायदा रद्द करण्यात आला व त्याचं रूपांतर (हॅबिच्युअल ऑफेंडर्स ॲक्ट - सराईत गुन्हेगार कायद्यामध्ये) करण्यात आलं. गुन्हेगार म्हणून घटनेच्या कलम १८ व १९ प्रमाणे मूलभूत अधिकाराचा जो प्रश्न आहे तो यामध्ये महत्त्वाचा आहे. या समाजाला अशा पद्धतीनं नैसर्गिक न्यायापासून वंचित ठेवणं म्हणजे घटनेच्या चौदाव्या कलमाचादेखील भंग होतो. या समाजातली काही माणसं आजतागायत पोलीस रेकॉर्डमध्ये आहेत. हूज हू म्हणून पोलीस खात्याचं जे रजिस्टर आहे त्यामध्ये ही सगळी मंडळी आहेत.

आज पारधी समाजात जन्माला येणं हे पाप झालं आहे. पारध्यांचा जन्म हा बहुधा तुरुंगात होत असतो. पारधी स्त्रिया बाळंत होण्यासाठी गुन्हा करून तुरुंगात राहिल्या आहेत. बाळंत होण्यासाठी त्यांना तीच जागा सुरक्षित वाटू

लागली. जाणाऱ्या-येणाऱ्या माणसांच्या खिशात हात घालून चोरी करण्याचा प्रयत्न केला, म्हणून तुरुंगात गेल्यानंतर तिथे त्यांच्या आरोग्याची काळजी घेतली जाते. या देशात प्रसूत होण्यासाठी या समाजातल्या लोकांना तीच जागा जास्त सुरक्षित वाटते. त्यामुळे पारधी स्त्री किंवा पुरुष हे तुरुंगातच जन्माला येतात. तिथूनच त्यांच्या गुन्हेगारी जीवनाला सुरुवात होते. यासंबंधी मी आणखी दोन विधेयकं मांडणार आहे. या समाजाच्या दृष्टीनं मूळ कायद्याची ही १४१ (१) आणि (२) ही कलमं अतिशय अ-मानवी आहेत. केवळ, खिशात ब्लेड सापडलं तरी या समाजातल्या माणसाला अटक होते. खिशात केवळ एखादी किल्ली सापडली तरी त्याला अटक होते. हा समाज बहुरूप्याचं काम करतो. तेव्हा, बहुरूप्याचं काम करणारा एखादा माणूस पोलिसाला संशयास्पद वाटला किंवा त्याच्याबद्दल मनात नुसता संशय आला तरी त्या माणसाला पोलिसाच्या विरुद्ध न्यायालयामध्ये जाता येत नाही. त्यामध्ये जी तरतूद आहे ती मी आपणास वाचून दाखवतो. चॅप्टर ५, क्लॉज २२ मध्ये असं म्हटलं आहे, की 'राज्य सरकारने अगर जिल्हा दंडाधिकाऱ्याने सराईत गुन्हेगाराच्या बाबतीत जे आदेश दिले आहेत ते आदेश चूक आहेत किंवा बरोबर आहेत हे विचारण्याचा अधिकार कोणत्याही न्यायालयाला नाही.'

एका बाजूला आपण सांगतो, की न्यायालयासमोर सर्व माणसं सारखी आहेत आणि ज्यांना आपण परंपरेनं गुन्हेगार ठरवलं आहे त्यांना मात्र नैसर्गिक न्याय नाकारला आहे. गुन्हेगार जातीमध्ये जन्माला यावं म्हणून मी काही देवाला नवस केला नव्हता. मला कोणत्या जाति-धर्मात जन्माला घालावं हे मी काही परमेश्वराला सांगितलं नव्हतं. पारधी म्हटला म्हणजे चोरी करणारा, असा या समाजावर कायमचा कलंक लावण्यात आलेला आहे. धर्माचा अभिमान बाळगणारे प्रमोद नवलकर नेहमी म्हणतात, 'गर्वसे कहो हम हिंदू है।' त्यांना मी सांगू इच्छितो, की त्याच तुमच्या धर्मानं सांगितलं आहे, की आम्ही जन्मभर गुन्हेगार म्हणून जगावं! जन्मभर चोऱ्याच कराव्यात. या धर्मानं आम्हाला आयुष्यभर चोऱ्या करण्याचीच जणू परवानगी दिली आहे आणि याच धर्माचा नवलकरसाहेब, तुम्हाला अभिमान आहे. ज्या धर्मानं आमच्या कैक पिढ्या नरकामध्ये बुडवल्या, अ-मानवी जीवन जगायला लावलं अशा धर्माचं नाव घेतलं तरी आमचा संताप होतो. याच तुमच्या धर्मानं आमचं मनुष्यत्व नाकारलं. तेव्हा, अशा धर्माचा अभिमान काय कामाचा?

तेव्हा, मी या विधेयकामध्ये एकच दुरुस्ती सुचवली आहे. त्यामध्ये असं सुचवलं आहे, की हे सबंध क्रिमिनल प्रोसीजर कोड आम्हा पारधी आणि तत्सम गुन्हेगार जमातींना लावता कामा नये. आमच्या पुनर्वसनासाठी वेगळं बिल उघड आणलं पाहिजे. ब्रिटिशांनी क्रिमिनल ट्राइब ॲक्टमध्ये तशी व्यवस्था केली होती. हा अ-मानवी कायदा १९५२ साली रिपील केला आणि हॅबिच्युअल ऑफेन्डर्स

ॲक्ट आणला. त्यामध्ये क्रिमिनल ट्राइब ॲक्ट तसाच्या तसा घालण्यात आला. तेव्हा, त्या विधेयकामध्ये दुरुस्ती सुचवण्यासाठी हे विधेयक या ठिकाणी मी सादर केलं आहे. जेव्हा हे बिल सदनापुढे विचारार्थ येईल त्यावेळी माझे विचार मी सविस्तरपणे मांडणार आहे. सदनाने आता हे विधेयक मांडण्यास मला अनुमती द्यावी, अशी मी विनंती करतो.

६.४.१९९०

आश्रमशाळा

अध्यक्ष महाराज, मी आपल्या अनुमतीने पुढील प्रस्ताव मांडतो.

"राज्यात विमुक्त जाती व भटक्या जमाती यांच्यासाठी स्वेच्छा संस्थांमार्फत आश्रमशाळा उघडताना व चालवताना शासनाकडून दिल्या जाणाऱ्या अपुऱ्या अनुदानामुळे येणाऱ्या अडचणींचा; उदाहरणार्थ, अपुऱ्या इमारती, ग्रंथालयासाठी तरतूद नसणे, गाई- बैल यांच्या खरेदीसाठी तरतूद न करणं; खेळ-फर्निचर- आवश्यक भांडी- अंथरूण-पांघरूण-शौचालय- स्वच्छतागृह इत्यादी अत्यावश्यक बाबी नसणं; वसतिगृहासाठी पूर्णवेळ अधीक्षक न देणं इत्यादी अडचणींचा विचार करता या अनुदानात वाढ होण्याची त्यांच्याकडून होत असलेली मागणी, याबाबत शासनाचं होत असलेलं दुर्लक्ष, परिणामी, संस्था-संचालकांत, कर्मचाऱ्यांत, तसंच, विद्यार्थ्यांत पसरलेला असंतोष, याबाबत शासनाने उपाययोजना करावी."

आपला देश १९४७ साली स्वतंत्र झाला. तरीदेखील १९५१ सालापर्यंत विमुक्त जाती व भटक्या जमातींसाठी गुन्हेगारी जमातींचा कायदा लावण्यात आला. त्यानंतर विमुक्त जाती व भटक्या जमातींची यादी तयार करण्यात आली. विमुक्त जाती व भटक्या जमातींच्या शिक्षणाच्या संदर्भात राज्य सरकारने या जमातींकरता वेगळ्या शिक्षणाची व्यवस्था करावी, अशा प्रकारचा निर्णय घेतला. त्यानंतर १९५३ सालानंतर आश्रमशाळा स्थापन करण्यास सुरुवात झाली. महाराष्ट्रातली पहिली आश्रमशाळा १९५३ साली सोलापूर येथे लांबोडी या गावी भीमराव जाधव यांनी सुरू केली. त्यानंतर या सभागृहाचे सदस्य किसनराव राठोड यांनी मुखेड तालुक्यामध्ये दुसरी आश्रमशाळा सुरू केली. अशा प्रकारे महाराष्ट्र राज्यामध्ये विमुक्त जाती व भटक्या जमातींच्या मुलांना शिक्षण देण्यास सुरुवात झाली. या आश्रमशाळांना शासनाकडून मिळणाऱ्या अनुदानाच्या संदर्भात १९५३ साली त्यावेळच्या सरकारने एक जी.आर. काढला होता. त्यावेळी ज्या रकमा या जी.आर.मध्ये सांगितल्या होत्या त्या त्यावेळी मोठ्या वाटत असतील; परंतु महागाई लक्षात घेता या रकमा फार कमी आहेत असं आपल्याला दिसून येईल. १९५३ साली शासनाने ठरवलेला अनुदानाचा पॅटर्न आजदेखील चालू आहे. त्यामध्ये काहीही बदल करण्यात आलेला नाही.

या आश्रमशाळांवर १९७८ साली रात्री १२ वाजता अधिकाऱ्यांकडून धाडी घालण्यात आल्या होत्या. दरोडेखोर ज्याप्रमाणे धाडी घालतो, दरोडे घालतो त्याप्रमाणे अधिकाऱ्यांनी या संस्थांची तपासणी रात्रीच्या वेळी केली. आश्रमशाळा तपासणीच्या संदर्भामध्ये मला एक मुद्दा असा मांडायचा आहे, की शिक्षण खातं ऑडिट करत असतं; परंतु समाजकल्याण खात्याकडून या आश्रमशाळांचं ऑडिट केलं जात नाही. आश्रमशाळा सुरू करण्याच्या संदर्भातली सरकारची ही योजना अतिशय चांगली असतानादेखील या योजनेला अधिकाऱ्यांनी बदनाम केलेलं आहे. संस्था चालवणं आणि आश्रमशाळा मिळवणं हा जणू काही धंदा होऊन बसला आहे! या आश्रमशाळा वाईट पद्धतीनं चालवल्या जातात, इतकंच नव्हे तर त्या ठिकाणी मोठ्या प्रमाणावर भ्रष्टाचार होतो. शासनाने १९७८ साली एक परिपत्रक काढून जवळजवळ चौदा-पंधरा आश्रमशाळा बंद करण्याचा निर्णय घेतला होता. तेव्हा आश्रमशाळेच्या बाबतीत अशा प्रकारे अन्याय केला जातो. या आश्रमशाळांची रात्रीच्या वेळी तपासणी करण्यात आली होती. वास्तविक, आश्रमशाळांमध्ये शिकणारी मुलं लहान असतात. ही मुलं आपल्या आई-वडिलांना भेटण्यासाठी एका दिवसासाठी जाऊ शकतात, ही बाब समजून घ्यायला पाहिजे होती; परंतु त्याचा काहीही विचार न करता तांड्यावर ज्याप्रमाणे पोलीस रात्रीच्या वेळी धाडी घालतात त्याप्रमाणे या आश्रमशाळांची तपासणी रात्रीच्या वेळी करण्यात आली होती. ही बाब चीड आणणारी आहे.

या आश्रमशाळेच्या इमारतीसाठी पूर्वी पाचशे रुपये अनुदान दिलं जात होतं. आता एक हजार रुपये अनुदान दिलं जातं. होस्टेलच्या इमारतीसाठी मात्र काहीही तरतूद केली जात नाही. याकरता लागणारी जमीन खरेदी करण्यासाठी फक्त पाच हजार रुपये दिले जातात. जमिनीच्या किमती वाढलेल्या असल्यामुळे पाच हजार रुपयांमध्ये एक गुंठादेखील जमीन विकत घेता येत नाही अशी परिस्थिती आहे. तेव्हा पाच हजार रुपयांमध्ये या सर्व कामासाठी लागणारी जमीन समाजकल्याण खात्याच्या अधिकाऱ्यांनी व मंत्रिमहोदयांनी घेऊन दाखववी. पाच हजार रुपयांमध्ये जमीन खरेदी करता येत नसल्यामुळे शासनाने ही जमीन खरेदी करून द्यावी, असं मला या ठिकाणी सांगायचं आहे. शेतीची अवजारे घेण्यासाठी पाचशे रुपये दिले जातात; परंतु पाचशे रुपयांमध्ये एक औतसुद्धा येत नाही. बैलजोडी खरेदी करण्यासाठी पाचशे रुपये दिले जातात. त्यामध्ये बैल-खरेदी करता येत नाही. बैलगाडीची किंमत पाचशे रुपये दिली आहे आणि गाय-खरेदीसाठी तीनशे रुपये अनुदान दिलं आहे. खेळाच्या साहित्यासाठी शंभर रुपये अनुदान देत आहेत. परवाच मी एक व्हॉलिबॉल आणि त्याचं नेट खरेदी केलं. त्याच्या बॉलसाठी मला दीडशे रुपये मोजावे लागले आहेत; पण इथे मात्र हे समाजकल्याण खातं या साऱ्या

साहित्यासाठी मिळून केवळ शंभर रुपये अनुदान देत आहे. म्हणजे, आम्ही आता व्हॉलिबॉल घ्यायचा, नंतर पुढच्या वर्षी नेटसाठीचा एक पोल घ्यायचा, त्यानंतर दुसरा पोल घ्यायचा आणि त्यानंतर नेट घ्यायची. अशा प्रकारे खरेदी करायची अशी शासनाची अपेक्षा आहे काय? या आश्रमशाळांमध्ये मुलांची संख्यासुद्धा एकशेवीस इतकी मर्यादित ठेवली आहे. हे १९५३ सालचे आकडे आहेत आणि त्या काळात, मला वाटतं, ते बरोबर होतं; कारण त्या काळी लोकांना तेवढा जाणीव नव्हती, शिक्षणाविषयी जागृती नव्हती; पण आता या लोकांमध्येही शिक्षणाविषयी जागृती झाली आहे, आदिवासींची मुलंही शिक्षण घेऊ इच्छितात. अशा वेळी त्यांच्या संख्येवर बंधनं घालणं बरोबर नाही; परंतु आपण ही संख्या मर्यादित एक रेक्टर, एक शिक्षक असं बंधन घातलं आहे. म्हणजे, सत्तर मुलं असतील तरच त्यांना रेक्टर ठेवायला परवानगी आहे. आता इतकी मुलं एका रेक्टरनं सांभाळायची, त्यांचं जेवणखाण वगैरे सर्व पाहायचं या सगळ्या गोष्टी अशक्य आहेत. कमीत कमी दोन माणसं तरी त्यासाठी द्यायला पाहिजेत. इतकंच काय, पण आश्रमशाळांमध्ये स्वच्छता ही गोष्टसुद्धा तितकीच महत्त्वाची आहे आणि त्यासाठी एका स्वतंत्र माणसाची नियुक्ती करणं आवश्यक आहे, असं माझं स्पष्ट मत आहे.

मी स्वत: एक संस्था चालवत आहे, म्हणून मला याची चांगली माहिती आहे. सरकार जे अनुदान देतं त्यातून काहीच होत नसल्यानं संस्थेच्या निधीतून व्यवस्था करून आम्हाला तिथं रेक्टर ठेवावा लागतो. तरीही आमचे समाजकल्याण अधिकारी आले की म्हणतात, हजेरी बुकं नीट ठेवली नाहीत, रजिस्टरं नीट ठेवली नाहीत. तेव्हा, हा अन्याय आहे. एकशेवीस मुलं हे बंधन कशासाठी? तिथे अडीचशे मुलं राहिली, शिकली तर आपली काय हरकत आहे? मी हे समजू शकतो की त्या संस्थेची कुवत नसेल तर ती गोष्ट वेगळी; पण एखाद्या संस्थेची जास्त मुलं घेण्याची, सांभाळण्याची कुवत असेल तर त्याला आपली हरकत कशासाठी?

तेव्हा, या संदर्भातला १९७०चा जो आपला जी.आर. आहे तो अगदी चुकीचा आहे, अन्यायकारक आहे. तो बदलला पाहिजे. आपण या जी.आर.नुसार ग्रंथालयासाठी दीडशे रुपये अनुदान म्हणून दिलं आहे. आता या पैशामध्ये एक तरी ग्रंथ येऊ शकतो काय? आज लहान लहान पुस्तकांच्याही किमती वाढलेल्या आहेत याची आपणास कल्पना आहे. फर्निचरसाठी पावणेदोनशे रुपये अनुदान दिलं जातं. आता या इतक्या कमी पैशामध्ये खुर्चीचा एक पाय तरी येऊ शकतो काय याचा आपण विचार करावा. त्यापेक्षा मी तर अशी सूचना करीन, की आपण असे पैसे देण्यापेक्षा ते सगळं साहित्यच या संस्थांना घेऊन द्यावं, म्हणजे प्रश्न मिटेल. तीस मुलांच्या युनिटमागे स्वयंपाक आणि त्यासाठीच्या भांड्यांसाठी पाचशे रुपये दिले जातात. ही तर अगदीच थट्टा झाली.

आमच्या मंत्रिमहोदयांनी संसाराला अजून सुरुवात केलेली नाही. त्यामुळे त्यांना याची कल्पना नसेल; पण त्यांनी संसार थाटून पाहावा. म्हणजे त्यांच्या लक्षात येईल, की भांडी घेणंसुद्धा किती अवघड आहे. संडास, मुतारी, बाथरूम बांधण्यासाठी तीनशे रुपये अनुदान दिलं आहे. त्यामध्ये त्याच्या विटासुद्धा येणार नाहीत. आज एकेका विटेची किंमत प्रत्येकी एक रुपयापेक्षाही जास्त आहे. अशा परिस्थितीत तीनशे रुपयांमध्ये संडास, मुतारी-बाथरूमचं बांधकाम होणार कसं, याचा आपण विचार करावा. तसंच, शैक्षणिक साहित्यासाठी दरवर्षी एका मुलामागे दोन रुपये आणि जास्तीत जास्त दोनशेचाळीस रुपये दिले जातात. त्यापेक्षा वर एक पैही दिली जात नाही. तसंच, मुलांना वर्षातून दोन गणवेशांसाठी प्रत्येकी चाळीस रुपये दिले जातात. मला वाटतं, आज त्यांच्या शिलाईसाठीसुद्धा यापेक्षा जास्त पैसे द्यावे लागतात. या चाळीस रुपयांत एक पॅन्टसुद्धा येणार नाही. मला वाटतं, सरकारी अधिकाऱ्यांनी तरी या किमतीमध्ये हे कपडे मिळवून दाखवावेत. त्यांच्या घरात मुलंबाळं असतील की नाही! या कपड्यासाठी त्यांना किती पैसे लागतात याचा तरी त्यांनी विचार करावा. आपल्या मुलाच्या एका चड्डीला किती पैसे लागतील ते विचार करून त्याप्रमाणे त्यांनी पैसे द्यावेत; पण नाही, त्यांनी ही सारी थट्टा चालवली आहे. बेडिंगसाठी तीन वर्षांतून प्रत्येकी साठ रुपये दिले जातात. मला तर यावेळी खरोखर खूप राग आलेला आहे. काय बोलू नि काय नको असं झालं आहे! आता, सरकार आपलंच आहे हे बरोबर आहे; पण आपलं आहे म्हणून जास्तच चिडायला पाहिजे. साठ रुपयांत बेडिंग ही काय चेष्टा आहे! बाबा आदमच्या काळातले हे आकडे आहेत. यामध्ये आपण दुरुस्ती करणार आहात की नाही?

भोजनाबाबत सांगितलं आहे. प्रत्येक विद्यार्थ्यामागे दरमहा सव्वाशे रुपये आणि विद्यार्थिनीमागे एकशेतीस रुपये दिले आहेत. प्रत्यक्षात ही रक्कम दहा महिन्यांसाठीच देण्यात येते. आज आपण खानावळीचे दर पाहिले तर आपल्याला असं दिसून येईल, की राईस प्लेटसाठी एका व्यक्तीमागे दरमहा अडीचशे ते तीनशे रुपये लागतात. विद्यार्थ्यांना दूध, अंडी व फळं द्यायची असल्यास त्यापेक्षाही जास्त रक्कम लागते. विद्यार्थ्याला भाकरी, आमटी आणि एक भाजी जरी द्यायची म्हटलं तरी अडीचशे रुपये दरमहा लागतात. इतक्या कमी रकमेत आम्ही आश्रमशाळा कशा काय चालवायच्या? या सगळ्या आश्रमशाळा आपण चालवायला घ्याव्यात, आमचं काहीच म्हणणं नाही. सरकारी शाळेतल्या एका विद्यार्थ्यामागे पाचशे ते सहाशे रुपये खर्च येतो आणि आपण तो सव्वाशे रुपये देत आहात. या रकमेमध्ये एका वेळचंसुद्धा जेवण देऊ शकत नाही. अशा परिस्थितीतून नंतर या संस्था निरनिराळ्या मार्गांचा अवलंब करतात. सरकारच त्यांना भ्रष्टाचार करायला भाग पाडतं; कारण कोणीही स्वत:च्या घरातून रक्कम आणून या आश्रमशाळा चालवणार

नाही. या आश्रमशाळांकडे कोणीही अजूनपावेतो डोळसपणानं पाहिलेलं नाही.

इमारतींच्या भाड्याबाबतदेखील अशीच तक्रार आहे. आपण शंभर रुपये भाडं देत आहात. फलटण, बारामती, सातारा या ठिकाणी एक खोलीसुद्धा शंभर रुपये भाड्यानं मिळत नाही. आपला या बाबतीत असा जी. आर. आहे, की इमारतीच्या भाड्यापोटी जास्तीत जास्त शंभर रुपये दिले पाहिजेत. इतर संस्थांना आपण जास्त भाडं कसं देता? कॉलेजच्या इमारतींना, तसंच मेडिकल कॉलेजच्या इमारतींना जास्त भाडं कसं देता? हा पैसा अधिकारी आणि मंत्री काही आपल्या खिशातून देत नाहीत. सरकारच्या तिजोरीतला हा पैसा आहे. या संदर्भात आपण सर्व मिळून मुख्यमंत्र्यांकडे जाऊ या. त्यांना आपण आपलं म्हणणं सांगू या. आज आपण इमारतीसाठी शंभर रुपये - पन्नास रुपये हे जे भाडं देत आहात ते बरोबर नाही, ही नुसती थट्टा चालली आहे. औषधोपचारासाठी दरवर्षी दोन रुपये मिळतात. दोन रुपयांत वर्षभर काय काय करायचं! ॲनासिनच्या गोळीचीच किंमत किती आहे! माझं तर म्हणणं असं आहे, की आश्रमशाळा आपण बंद करून टाका... (अडथळा)... मुलं जशी आजारी पडतात तसंच आपणही एक दिवस आजारी पडाल, म्हणजे आपल्याला दोन रुपयांची किंमत समजेल. वर्षाला आपण दोन रुपये देत आहात, यामध्ये साधी मलमपट्टीसुद्धा येत नाही.

काल या सभागृहात एड्सवर चर्चा चालली होती. मी ती लक्षपूर्वक ऐकली आहे. त्यावेळी नुसता थयथयाट चालला होता. विषय जर श्रीमंत माणसांबद्दलचा असेल तर थयथयाट आणि गरिबांना दोन रुपये मिळतात त्याबद्दल काहीच नाही, याचाही विचार केला पाहिजे. गरिबांची ही थट्टा आपण थांबवली पाहिजे. आश्रमशाळेतल्या मुलांना पिण्याचं पाणी लागत नाही, अशी शासनाची समजूत असावी; कारण आश्रमशाळेतल्या मुलांना पिण्याचं पाणी मिळावं यासाठी विहीर खोदण्यासाठी कोणत्याही प्रकारची मदत मिळत नाही. त्यासाठी कोणत्याही प्रकारची तरतूद नाही. अशा परिस्थितीत त्या शाळेतल्या संचालकांनी विद्यार्थ्यांना पाणी कुठून द्यायचं? पिण्याचं पाणी देण्यासाठी विहीर खणण्यासाठी पैसे कुठून आणायचे? माझा, या ठिकाणी पैसा द्या असा मुळीच आग्रह नाही. विहीर खोदून दिली तरी चालेल; परंतु आश्रमशाळेतल्या विद्यार्थ्यांसाठी पिण्याच्या पाण्याची व्यवस्था झाली पाहिजे. तसंच, या आश्रमशाळेत महिन्यातून एकदा तरी सिव्हिल सर्जन गेला पाहिजे आणि त्यानं विद्यार्थ्यांची तपासणी करून औषधोपचार केला पाहिजे. या ठिकाणी सिव्हिल सर्जननं जायचं नाही, मुलांना तपासायचं नाही, आणि एखादा विद्यार्थी मरण पावला तर आपण या ठिकाणी कावकाव करायचं हे बरोबर नाही. याला काहीच अर्थ राहत नाही. आता, या आश्रमशाळेला खडूची आवश्यकता असेल तर हा खडू शिक्षकांनी आपल्या पगारातून आणायचा काय? किरकोळ वस्तूंसाठी आपण पैसे देत नाही,

अनेक प्रकारच्या लहानसहान सोई व सवलती आपण या आश्रमशाळांना देत नाही.

आपण इमारतींच्या भाड्याकरता शंभर रुपये दिले आहेत. आठवले साहेब, आपण त्या ठिकाणी येऊन पाहा. या इमारतीचं भाडं पाच हजार रुपयांपर्यंत असतं. तेव्हा, माझी मागणी एवढीच आहे, की आपण हा संपूर्ण जी.आर. बदला. आजच्या महागाईच्या काळातली आकडेवारी गृहीत धरून महागाईचा निर्देशांक काढला जावा. नाहीतर सर्व संस्थाचालकांच्या वतीनं मी या ठिकाणी सांगतो, की या आश्रमशाळा तुम्ही चालवायला घ्या, आमची त्याबाबत काही तक्रार नाही. नाहीतर अनुदानामध्ये वाढ करा आणि त्यांची होत असलेली उपेक्षा थांबवा. आमच्या समाजावर हा अन्याय चालला आहे. त्याबाबत काही आकडे दिले तरी ते आपल्या लक्षात येईल.

या सर्व गोष्टी पाहता या लोकांना शिक्षण देण्याची जबाबदारी समाजकल्याण खात्याची आहे. त्याकरता वेगळा शिक्षण विभाग नाही. त्याकरता वेगळा ऑडिटचा स्टाफ नाही. या शाळा बंद करण्यात आल्या आहेत, याचं प्रमुख कारण म्हणजे मुलं गैरहजर असतात. मुलं गैरहजर असतील तर आपण जरूर शाळा बंद करा. त्याबद्दल तक्रार नाही; परंतु शाळा-तपासणीचे काही निकष ठरवणार आहात की नाही? आपण अचानक त्या शाळांना भेटी देता. त्याबद्दलही आमची हरकत नाही; परंतु अचानक रात्री १२ वाजता शाळेला भेट देता. आपण अशी विचित्र वेळ निवडून काढली आहे. जसे काही, गुन्हेगारांचे तांडे पडले आहेत असं आपण समजता. हे बरोबर नाही. ही गरीब माणसांची चेष्टा चालली आहे. महाराष्ट्राच्या समाजकल्याण मंत्र्यांना मी सांगतो, की तुमच्या काळात मोठ्या प्रमाणात निर्णय घेतले गेले पाहिजेत. तुम्ही चळवळीतून आलेले आहात. आतापर्यंतच्या मंत्र्यांना त्यांच्याबद्दल फार आच नसेल; परंतु तुमची परिस्थिती तशी नाही. तुम्ही आणि मी काल-परवापर्यंत रस्त्यावर घोषणा देणारी माणसं! कदाचित उद्याही घोषणा देऊ. नाहीतर मला इथं उभं राहून तुमच्याविरुद्ध घोषणा देण्याची पाळी येईल, असं करू नका. संस्थाचालक गुन्हेगार आहेत; सरकारचे कायदे त्यांना गुन्हेगार समजतात, समाज त्यांना गुन्हेगार समजतो. निदान, समाजकल्याण खात्यानं तरी त्यांना गुन्हेगार म्हणू नये. तिथं जाणाऱ्या अधिकाऱ्यानं नीटपणे जावं. अधिकारी त्या ठिकाणी अशा पद्धतीनं वागतात. त्यामुळे शासनाची शान राहत नाही. सरकारला त्यांच्यातला भ्रष्टाचार खरोखर निपटून काढायचा असेल तर त्यासाठी आपली स्वतंत्र यंत्रणा निर्माण करा आणि त्यांचे हिशोब खुशाल तपासा. ते जर बोगस हिशोब ठेवत असतील तर त्यांच्यावर कारवाई करा. तुम्ही त्या सर्वांना गुन्हेगार समजत असाल तर ते तुमच्या डोक्यातून काढून टाका.

दुसरी गोष्ट अशी, की त्यांच्या मुलींच्या शिक्षणाचं काय करणार? या संपूर्ण

समाजातल्या मुलींच्या शिक्षणाची अतिशय उपेक्षा झाली आहे. मुलांना जितके पैसे देता, त्याच्या दुप्पट पैसे मुलींच्या शिक्षणासाठी दिले पाहिजेत. तिसरी गोष्ट अशी, की मुलांचे जे पालक असतात त्यांची अशी अवस्था असते की, ते आज या गावात तर उद्या दुसऱ्या गावात असे भटकत राहतात. आपल्या मुलांना शाळेत सोडून ते निघून जातात. त्यांच्या पालनपोषणाची, शिक्षणाची जबाबदारी शासनावर आहे. तेव्हा, त्यांच्या पालकांनाही आपण काहीतरी इन्सेन्टिव्ह दिलं पाहिजे. आता तर अशी परिस्थिती आहे, की मुलांच्या ॲडमिशन बंद झाल्या असं प्रत्येक वेळी सांगितलं जातं. मग त्या केव्हा सुरू होतील! मुख्यमंत्री हे आमच्या संस्थेचे अध्यक्ष आहेत. त्यांनी सांगितले की, एकाही मुलीला शाळेमध्ये ॲडमिशनपासून वंचित ठेवणार नाही. गेल्या वर्षी आमच्याकडे पन्नास मुलांची क्षमता असताना सत्तर मुलं घेतली होती. आम्ही कुणालाही नाही म्हणू शकत नाही. आम्ही संस्थाचालकांना सांगितलं आहे, की कोणत्याही समाजाचा मुलगा आपल्याकडे शिकायला आला तर त्याला घरी जा असं सांगण्याची पाळी येऊ देऊ नका; परंतु या सरकारने जी.आर.आणि कायदे असे करून ठेवले आहेत, की सरकारी अधिकारी त्या कागदावर बोट ठेवतात आणि सांगतात, की तुम्हाला इतक्या क्षमतेपर्यंत परवानगी आहे, त्यापुढे नाही. मी म्हणालो, की त्या क्षमतेच्या आत मुलं असतील तर आपण माफ करता काय? तसं असेल तर तुम्ही सांगता, की तुम्हाला चाळीस मुलांची ग्रॅन्ट आहे, तुमच्याकडे वीसच मुलं आहेत. आमच्याकडे पन्नास मुलांची क्षमता असताना आम्ही सत्तर मुलं सांभाळतो. तुम्ही वरच्या वीस मुलांची ग्रॅन्ट देणार काय? त्यावेळी अधिकारी कानावर हात ठेवतात व सांगतात, की ते आमच्या अधिकारात नाही.

मंत्रिमहोदय, आपल्या तर हातात आहे! आपण फक्त आकडे बदला. मी पुन्हा एकदा मुलींच्या शिक्षणाबाबत विनंती करतो, की आपण सव्वाशे रुपये देता ती रक्कम अडीचशे रुपये करावी. शक्य असल्यास तीनशे रुपयेही जाहीर करा. तीनशे रुपयांच्या पुढे गेलात तरी चालेल, परंतु एवढं पुरे. मुलींसाठी महिन्याला पन्नास रुपये भत्ता द्या. त्यांच्या फार कटकटी असतात. त्यांच्या डोक्यात उवा झाल्या तर घरच्या लोकांच्या फार कटकटी असतात. आम्ही सर्व मुलींची डोकी शनिवारपर्यंत स्वच्छ करतो.

शनिवारी मुलीची आई येते आणि मुलीला घेऊन जाते. दोन दिवस ठेवून घेतल्यानंतर तिसऱ्या दिवशी पुन्हा येताना उवा देऊन जाते. त्यामुळे सोमवारी पुन्हा मुलीच्या डोक्यात औषध टाकावं लागतं. उवा मारण्याच्या या बाटलीची किंमत सतरा रुपये आहे. प्रत्येक आठवड्याला बाटली घ्यावी लागते.

महाराष्ट्र सरकार आमच्यासारखंच भिकारी आहे की काय हे समजत नाही.

सरकारच्या तिजोरीत पैसे नाहीत काय? मुलांना सुकट खाण्यास मंजुरी मिळत नाही. मुलांना तर सुकट, बोंबील खाण्यास पाहिजे असतात. म्हणून, आश्रमशाळांचं संपूर्णपणे आधुनिकीकरण करण्याची गरज आहे. मंत्रिमहोदयांकडून मला ही अपेक्षा आहे. ते मला निराश करणार नाहीत आणि मी सांगितलेले मुद्दे मान्य करतील अशी अपेक्षा करून मी माझं भाषण पूर्ण करतो.

११.८.१९९०

पारध्यांना आर्थिक सवलती

माननीय विरोधी पक्षनेते हांडे यांनी मांडलेल्या ठरावाला पाठिंबा देण्यासाठी मी उभा आहे. खरं म्हणजे, या ठरावावर पाच मिनिटांत काय बोलायचं हा प्रश्नच आहे. एवढ्या थोड्या वेळात बोलणं म्हणजे पंचाईतच आहे; पण इलाज नाही. या ठिकाणी मी जेव्हा माझ्या अगोदरच्या सदस्यांची भाषणं ऐकत होतो त्यावेळी माझ्या मनात असं येत होतं, की मंडल आयोग आता चर्चेला आला आहे; पण याची सुरुवात १९६० साली यशवंतराव चव्हाण यांनी केली नसती तर आज या ठिकाणी बोलण्यासाठी मी उभा राहू शकलो नसतो. भटक्या आणि विमुक्त जमातींच्या समाजासाठी त्यावेळी चार टक्के आरक्षण ठेवण्यात आले. त्यामुळे कमीत कमी या समाजाचं शिक्षण आज चालू आहे. मुख्यमंत्र्यांच्या नेतृत्वाखाली केंद्राप्रमाणे आम्हाला सवलती मिळाव्यात या मागणीसाठी आम्ही कमीत कमी दहा वेळा जाऊन आलो. तरीसुद्धा भटक्या आणि विमुक्त जमातींच्या समाजाला केंद्राप्रमाणे सवलती आजही मिळालेल्या नाहीत. हा दहा टक्क्यांचा किंवा चौदा टक्क्यांचा कायदा झाला नसता तर आम्हाला काहीही मिळण्याची शक्यता नव्हती. त्याचप्रमाणे, आता जर आपण मंडल आयोग स्वीकारला नाही तर या बावन्न टक्के लोकांना पुढेही काही मिळेल यावर माझा विश्वास नाही; कारण इथल्या मनूची प्रवृत्तीच अशी आहे की वरच्याला माथा आणि खालच्याला लाथा.

रामायणामध्ये मातंग समाजाचा एक मुलगा तप करायला गेला होता. तो तपश्चर्या करत होता, ज्ञानार्जन करत होता. इकडे एका ब्राह्मणाचा मुलगा मेला, त्याला घेऊन तो ब्राह्मण रामाकडे आला आणि म्हणाला, की राजा, तुझ्या राज्यात पाप वाढलं आहे, मातंगाचा मुलगा तपश्चर्या करत आहे. राम बहाद्दर, तेव्हापासून आमच्या मागे लागलेला. तो त्या मुलाकडे गेला आणि त्यानं त्याला विचारलं की तू कोण आहेस? त्या मुलानं सांगितलं, की मी मातंग समाजातला एक मुलगा आहे. पुढे, तू काय करतोस असं त्याला विचारलं असता तो म्हणाला तपश्चर्या करतोय. त्यानंतर रामाने पुढचं काहीच विचारलं नाही आणि त्याचा शिरच्छेद केला.

केंद्रामध्ये मंडल आयोग आला आणि इकडं राम उभा राहिला! तिकडे रस्त्यावर ब्राह्मणांची मुलं मरू लागली आणि राम उठून बाबरी मशिदीचं निमित्त काढून तिकडे गेला. त्यासाठी इथूनच आदेश गेला होता हेही मला माहीत होतं. तेव्हा, राम

आमची हत्या करण्यासाठी पुन्हा एकदा बाबरी मशिदीवर गेला. पुन्हा आमची हत्या होत होती, याचं कारण असं की आम्हाला काही मिळूच द्यायचं नाही! या देशात जे मूठभर लोक आहेत ते ब्रिटिशांच्या वसाहतवादासारखा वसाहतवाद निर्माण करीत होते. आज या देशात उच्चवर्णीयांचा एक प्रकारे वसाहतवादच चालला आहे आणि आमचे मित्र डांगे आणि फरांदे बिचारे चुकीच्या रस्त्यानं जाऊन आमच्या बाजूनं भाषण करत आहेत! ही मोठी गंमत आहे.

ते दोघं सदस्य बोलत होते तेव्हा मला असं वाटत होतं, की ते आमचंच भाषण बोलत होते; पण चुकीच्या रस्त्यानं जाऊन उपयोग नाही. ते मशिदीकडे गेले. माझ्या माहितीप्रमाणे महाराष्ट्रात जी शांतता राहिलेली दिसली त्याचं कारण आपले मुख्यमंत्री हे आहेत. दुसरे कोणी मुख्यमंत्री असते तर ही शांतता राहिली असती की नाही कोणास ठाऊक! पण याही ठिकाणी वीस-पंचवीस मशिदींमध्ये जातीय दंगे पेटवण्याच्या दृष्टीनं डुकरं कापून टाकली होती; परंतु महाराष्ट्रात शहाणपणामुळे जातीय दंगली या झाल्या नाहीत. महाराष्ट्रातसुद्धा जातीय दंगलींचा डोंब उसळावा आणि या निमित्तानं हिंदूंना एकत्र आणावं असे प्रयत्न होते; परंतु मी आपल्याला सांगू इच्छितो की इथल्या दलित, कष्टकरी आणि शोषित माणसाला हे राजकारण परवडणारं नाही. कोणत्याही सवलती देण्याचा प्रश्न निर्माण झाला की अशा प्रकारचा विरोध होतो. दहा टक्के, पाच टक्के माणसांना सवलती मिळत होत्या तेव्हा पण कुरकुर होतीच. मंडल आयोग हा मुळात आम्हाला मान्यच नाही आणि मंडल आयोग हा काही शेवटचा शब्द नाही. त्यामुळे आम्ही फार लावून धरतोय असंही नाही. मंडल आयोगानं आम्हाला फार काही दिलेलं नाही. मंडल आयोग म्हणजे राजा उदार झाला आणि या राखीव जागा दिल्या; परंतु मागासवर्गीयांमध्ये शिक्षणाचं प्रमाण जर आपण पाहिलं तर ते शून्य आहे. तेव्हा, त्या समाजाला राखीव जागा देऊन उपयोग काय? पण सत्ता, संपत्ती आणि प्रतिष्ठा यांच्या फेरवाटपाच्या दृष्टीनं मंडल आयोग हा अगदी कुचकामी आहे. एन. आर. नाईक यांनी या आयोगाला डिसेंट नोट जोडली आहे. माळी, साळी, कुणबी, कोष्टी, पारधी आणि माकडवाला यांना एकाच यादीत घालावे हा आमच्यावर अन्याय आहे.

मी आपल्याला सांगू इच्छितो, की अन्याय करायचं सूत्र मनामध्ये बाळगून कामाला प्रारंभ केला तर शेवटी काय होईल? तर जो राजा उदार झाला आणि काही देऊ लागला, त्याची अंमलबजावणी करण्याच्या दृष्टीनं घोषणा झाल्याबरोबर पोरं मरायला लागली. आमचं तर असं म्हणणं आहे, की आम्ही पिढ्यान्‌पिढ्या मरतोय; पण कोणाच्या डोळ्यांना पाणी आलं होतं का? कोणी पारधी तांड्यावर जाऊन रडला आहे का? एका बाजूला लक्षावधी माणसांना दोन वेळेला जेवायला मिळत नाही, डोक्यावर छप्पर नाही किंवा ज्यांना शिक्षणाची संधी नाही त्यांच्या बाबतीत

पुन्हा सांगणार, की आर्थिक निकष लावा. माझं तर म्हणणं असं आहे, की आपण आर्थिक निकष लावा. आम्ही सगळेच्या सगळे बसू; पण तुम्ही आम्हाला पंक्तीला बसू देणार नाही. पुन्हा आमच्या वाट्याला उकिरड्याच्या कडेला बसणं येईल याची आम्हाला भीती वाटते. याचं कारण असं, की तलाठी आम्हाला सर्टिफिकेट देणार नाही. आपण बाराशे रुपयांची सवलत ठेवली होती, ती वाढवून चोवीसशे रुपये केली आणि त्याच्यानंतर अठ्ठेचाळीसशे रुपयांच्या वर नेली; पण या सवलतीचा फायदा दोनशे एकर बागायतदार घेतो; कारण तो तलाठ्याकडे जाऊन उत्पन्नाचा दाखला आणू शकतो; पण आमचा पारधी दाखला मिळवू शकत नाही.

तेव्हा, पारध्यांना आर्थिक सवलती कशा मिळणार आहेत? आर्थिक सवलती ठेवा असं म्हणणं हा ढोंगीपणा आहे. याबाबत भीती वाटते, की तो शंबूक जर पुन्हा जागा झाला आणि मेरिटमध्ये आपल्याबरोबर उभा राहिला तर मग आपली धडगत नाही. मी आपल्याला सांगू इच्छितो, की तुम्ही गुणवत्तेवर उभं राहिलं पाहिजे असं या ठिकाणी सारखं सांगितलं जातं; पण जे असं सांगत आहेत त्यांनी आपली मुलं माझ्याबरोबर तांड्यावर धाडून द्यावीत आणि मग कुठल्या पिढीत त्यांचा उद्धार होतो ते मी पाहतो. जिथं नरकयातना भोगाव्या लागतात तिथं कसली गुणवत्ता मिळणार? जिथं जगणं हीच गुणवत्ता आहे आणि ती आमच्या बापानं आम्हाला शिकवली आहे; कारण जिथं दोन वेळा जेवणं शक्य नाही तिथं कसली गुणवत्ता येणार? तुम्हाला गुणवत्तेबाबत म्हणायला काय जातं? आयत्या पिठावर रेघा ओढणारी दोन टक्के, पाच टक्के माणसं हा देश लुटून खात आहेत. शेरडं जसा पाला ओरबाडतात आणि झाडं निष्पर्ण करून टाकतात त्या पद्धतीनं भारतीय आर्थिक व्यवस्था उच्चवर्णीयांकडून ओरबाडली जात आहे, आणि खालच्या माणसाला खराटे आणि काटे यांशिवाय काही मिळत नाही.

या मंडल आयोगानं काय दिलं आहे? तुमच्या जमिनीतली जमीन किंवा संपत्तीमधली संपत्ती तोडून दिली आहे काय? तुम्ही काहीही द्यायला तयार नाही. तरीसुद्धा मंडल आयोगाविरुद्ध जे कोणी बोलत आहेत त्यांना मला असं सांगायचं आहे, की आम्ही मंडल आयोगामध्ये लालचीनं राहणार नाही. अशा प्रकारचे मंडल आयोग छप्पन्न येतील आणि जातील; पण आमची लढाई ही समग्र परिवर्तनासाठी आहे. मला माहीत आहे की महाराष्ट्रात कुठंच काही घडलं नाही. याचं कारण असं की महाराष्ट्रानं या तत्त्वाची अंमलबजावणी केली आहे. तेव्हा, ज्या जागा वाढवायच्या आहेत त्याबाबत आमची नेते मंडळी एकत्र बसतील आणि कोणाला-किती जागा द्यायच्या याचा निर्णय घेतील; पण पुन्हा एकदा आपल्याला सांगतो, की मंडल आयोगाला विरोध करणं हा वेडेपणा आहे. उच्चवर्णीयांनी स्वत:चं मन मोठं करून या खालच्या समाजाला वर काढायचा प्रयत्न केला तर त्यांच्या राष्ट्रनिष्ठेबद्दल मला काही म्हणायचं नाही; पण एरवी त्यांना राष्ट्रद्रोही म्हणून मी माझे दोन शब्द संपवतो.

१०.१२.१९९०

वसंतराव नाईक महामंडळ

अध्यक्ष महाराज, मी आपल्या अनुमतीनं नियम ९२ अन्वये पुढील विषयावर अर्धा तास चर्चा उपस्थित करतो.

"कै. वसंतराव नाईक विमुक्त जाती व भटक्या जमाती विकास महामंडळ स्थापन करताना विमुक्त व भटक्या जमातींच्या लोकांचं राहणीमान सुधारणं व त्यांना स्थैर्य देणं हा प्रधान उद्देश होता; परंतु महामंडळाच्या कर्मचाऱ्यांना पगार देण्यासाठी महामंडळाकडे आज पैसे नसणं, विमुक्त जाती व भटक्या जमातींच्या लोकांना कर्ज वाटपासाठी पैसे नसणं; मात्र दुसऱ्या बाजूला या महामंडळाचं मुख्य कार्यालय जुहू (मुंबई) सारख्या आलिशान ठिकाणी असणं, या गैरप्रकारांकडे शासनाचं जाणीवपूर्वक होत असलेलं दुर्लक्ष व बेपर्वाई, या प्रकरणी शासनानं करायची तातडीची उपाययोजना."

या विमुक्त जाती व भटक्या जमातींच्या लोकांना व्यवसायासाठी कर्ज मिळण्यासाठी शासनानं कै. वसंतराव नाईक महामंडळाची स्थापना केली. या लोकांचं राहणीमान सुधारावं असा या मंडळामागचा उद्देश होता. या लोकांची हजारो कर्ज -प्रकरणं आजदेखील पडून आहेत; कारण या महामंडळाकडे पैसा नाही. महामंडळाच्या कर्मचाऱ्यांनादेखील पगार देण्यासाठी त्यांच्याकडे पैसा नाही. या विमुक्त जाती आणि भटक्या जमातींच्या लोकांची भटकंती कधी थांबणार आहे हेच समजत नाही. या महामंडळाची स्थापना १९८४ साली झाली. महाराष्ट्र शासनाने या मंडळाला दोन कोटी सत्तेचाळीस लाख रुपये दिलेले आहेत. महाराष्ट्र सरकारनं या लोकांची जी आकडेवारी, लोकसंख्या सांगितली आहे ती अतिशय बोगस आहे. लहान मुलं देखील विश्वास ठेवणार नाहीत, अशी याबाबतची आकडेवारी शासनानं सादर केलेली आहे. धनगर समाजाला या जातींमध्ये घेतल्यामुळे विमुक्त जाती आणि भटक्या जमातींची संख्या आता त्रेचाळीस झालेली आहे. पूर्वी ही संख्या बेचाळीस होती. आता धनगर समाज यामध्ये समाविष्ट केला आहे. १९३१ च्या जातवार सेन्ससप्रमाणे पूर्वीच्या या बेचाळीस जमातींची लोकसंख्या ऐंशी लाख होती. ही आकडेवारी सरकारचीच असताना सरकार ती का गृहीत धरत नाही हेच आम्हाला समजत नाही. आता धनगर समाजाला यांच्यामध्ये घेतल्यानंतर ही आकडेवारी

आणखी ऐंशी लाखांनी वाढून दीड कोटी झाली आहे. या दीड कोटी लोकांचा हा प्रश्न आहे. सरकारने या महामंडळाला १९८४ ते ९० या कालावधीमध्ये फक्त दोन कोटी सत्तेचाळीस लाख रुपये दिले आहेत. कर्जासाठी दरडोई उत्पन्नाचे लक्ष्य पंधरा पैसे येतं, म्हणजे, नवे पंधरा पैसे देऊन शासन या लोकांना धंदा उभा करायला सांगतं, याच्याइतकी दुसरी भयंकर थट्टा कोणतीही नाही. तुकाराम महाराजांनी म्हटल्याप्रमाणे 'मोले घातले रडाया, नाही आसू नाही माया' अशी या लोकांची अवस्था झालेली आहे. या विभागाचे मंत्रिमहोदय आणि आम्ही एकाच चळवळीतली माणसं आहोत. महाराष्ट्राचे मुख्यमंत्री रोज भटक्या जाती आणि विमुक्त जमातींबाबत बोलतात. या ठिकाणी अर्थमंत्रीदेखील बसलेले आहेत. बजेटमध्ये दीड कोटी लोकांना विकासासाठी .०५ टक्के एवढे पैसे राखून ठेवलेले आहेत. यामुळे कोणाचा विकास होणार आहे?

या ठिकाणी एका सदस्यांनी शेरडीच्या शेपटाचं उदाहरण दिलं आहे; परंतु शेरडीच्या शेपटामध्ये आणि गाढवाच्या शेपटामध्ये काही फरक पडत नाही. काय चाललेलं आहे? एका बाजूला शासनानं उपेक्षित समाजासाठी महामंडळ स्थापन करण्यात पुढाकार घेतला. महामंडळ स्थापन झालं. त्याला कै. नाईक साहेबांचं नाव दिलं. आम्हाला आनंद झाला; परंतु किती लोकांना या ठिकाणाहून कर्ज मिळालं? किती लोकांना याचा फायदा मिळाला? सहा वर्षांमध्ये अकरा हजार एकशेत्रेपन्न लोकांना कर्ज देण्यात आलं. कर्जाची ही रक्कम एक कोटी सत्तेचाळीस लाख रुपयांची आहे. या महामंडळाची व्यवस्था पाहणारी जी नोकरशहा मंडळी आहेत त्यांचा खर्च मात्र एक कोटी तेवीस लाख रुपये झाला आहे. म्हणजे पन्नास टक्क्यांहूनही जास्त पैसा या महामंडळाच्या कर्मचाऱ्यांनी खाऊन टाकला आहे!

या महामंडळातल्या कर्मचाऱ्यांना नऊ महिने काम नाही. गेल्या ३० मार्चला बजेट मंजूर झालं; पण आतापर्यंत या महामंडळाला पैसे मिळाले नाहीत. त्यामुळे गेल्या मार्चपासून आतापर्यंत तिथल्या कर्मचाऱ्यांना काम नाही. केवळ, कर्जासाठी आलेले अर्ज स्वीकारायचे आणि त्या अर्जाचे गठ्ठे बांधायचे, एवढंच काम ते करत आहेत. हे महामंडळ एकाही माणसाला कर्ज देऊ शकत नाही. कर्मचाऱ्यांच्या पगारासाठीही त्यांच्याकडे पैसे नाहीत. ज्या समाजाच्या हितासाठी या महामंडळाची निर्मिती करण्यात आली त्या समाजाला या महामंडळाचा काहीही फायदा नाही. तरी शासनानं हे महामंडळ बंद करावं, अशी मागणी मी करतो. हे महामंडळ बंद केलं तर निदान त्याबाबत या ठिकाणी चर्चा तरी करण्याची वेळ येणार नाही. या महामंडळाच्या संदर्भात या ठिकाणी प्रश्न उपस्थित केल्यानंतर दरवेळी मान हलवली जाते आणि 'हो जायेगा' असं सांगितलं जातं; पण 'कितने दिनोमें हो जाएगा?' हे मात्र सांगितलं जात नाही.

या महामंडळाचे अध्यक्ष म्हणून खालच्या सभागृहाचे सदस्य आडे यांची नेमणूक शासनानं केली आहे; पण त्यांना गाडी देण्यात आली नाही. महामंडळाच्या मॅनेजिंग डायरेक्टरला गाडी आहे; पण चेअरमनला मात्र गाडी नाही. या महामंडळाचं मुख्य कार्यालय मुंबई शहरातल्या जुहूसारख्या आलिशान ठिकाणी आहे. समाजकल्याण खात्याची सगळी कार्यालयं पुण्याला आहेत; मात्र अधिकाऱ्यांच्या चैनीसाठी या महामंडळाचं कार्यालय जुहू इथं आहे. आदिवासी विकास महामंडळाचं कार्यालय नाशिकला आहे. समाजकल्याण संचालकाचं कार्यालय पुणे इथं आहे. मग या महामंडळाचं कार्यालय पुणे इथं का नेलं नाही? जुहूसारख्या भागामध्ये विमुक्त जाती व भटक्या जमातीचा कोणीही माणूस जाऊ शकत नाही. या महामंडळाच्या कार्यालयामध्ये काय काय चालतं ते मी या ठिकाणी सांगत नाही; पण त्या ठिकाणी गाढव घेऊन गेल्यानंतर गाढवाचा इंगा त्यांना कळेल. हे कार्यालय एका इमारतीच्या तीन मजल्यांवर आहे. तळमजल्यावर १०×१० ची एक खोली, दुसऱ्या मजल्यावर १०×१० ची एक खोली आणि तिसऱ्या मजल्यावर १०×१० ची एक खोली. आमच्या भटक्या समाजासारखी या कार्यालयाची स्थिती आहे. या महामंडळाचा आम्हाला काहीही उपयोग नाही.

या महामंडळाच्या चेअरमनला टेलिफोन नाही. राहायला क्वार्टर नाही. त्यांना गाडी नसल्यामुळे स्वखर्चानं टॅक्सीनं किंवा रिक्षानं जावं लागतं. ही लोकप्रतिनिधींची थट्टा आहे. तरी हे महामंडळ आपण बरखास्त करा. शासनानं आम्हाला काही दिलं नाही म्हणून शासनाच्या नावानं ओरड करण्यास आम्ही मोकळे तरी होऊ. वसंतराव नाईक यांनी अकरा वर्षं मुख्यमंत्री म्हणून या राज्याचा कारभार केला. त्यांचं नाव या महामंडळाला दिलं गेलं आहे; पण या महामंडळाचा विमुक्त व भटक्या जमातींना काहीही फायदा झालेला नाही. जवळजवळ दीड कोटी एवढे लोक विमुक्त व भटक्या जमातीचे आहेत. तरीसुद्धा विमुक्त व भटक्या जमातींसाठी शासनानं वेगळं मंत्रालय निर्माण केलं नाही. या जमातींचे प्रश्न आभाळाएवढे आहेत. आमच्या सर्वांगीण विकासासाठी हे महामंडळ काढलं आहे असं या महामंडळाच्या प्रिॲम्बलमध्ये आहे; पण महात्मा फुले मागासवर्गीय विकास महामंडळाचे जे फॉर्म्स आहेत तेच या महामंडळामध्ये वापरले जातात.

गाढवांची खरेदी करण्यासाठी या समाजातील व्यक्तीला कर्ज मिळत नाही. बॅन्डवाल्यांच्या बाबतीत सांगायचं म्हणजे, बॅन्ड खरेदी करण्यासाठी कर्ज दिलं जात नाही. सामुदायिक योजना नाही असं सांगितलं जातं. माझं असं म्हणणं आहे की, जर आपल्याकडे तशा प्रकारच्या योजना नसतील तर त्या योजना सुरू करा. या योजनांसाठी मंत्रिमहोदयांनी जास्त तरतूद करावी. साखर कारखान्यांकडे जास्त पैसे जातात, तेव्हा ते पैसे कमी करून या समाजातल्या लोकांसाठी पैसे देण्याची

व्यवस्था झाली पाहिजे. खालच्या समाजाला वर आणण्याच्या संदर्भात वारंवार घोषणा करण्यात येतात. तेव्हा, आपल्याला खालच्या समाजाला जर खरोखरच वर आणायचं असेल तर बजेटमध्ये त्यांच्यासाठी अधिक तरतूद करण्यात आली पाहिजे. माननीय मुख्यमंत्री जर तसं करण्यास तयार नसतील तर माननीय मुख्यमंत्र्यांच्या दारामध्ये धरणं धरण्यास आम्ही तयार आहोत; परंतु या समाजातल्या लोकांची उपेक्षा थांबली पाहिजे. या ठिकाणी रागानं मी कदाचित जास्त बोललो असेन. मंत्रिमहोदय हे चळवळीतून आलेले आहेत. तेव्हा मुख्यमंत्री शरद पवार असताना आणि रामदास आठवले हे मंत्री असताना हे प्रश्न सुटतील अशी आशा आहे. जर हे प्रश्न सुटत नसतील तर लोकशाहीच्या संपूर्ण पॅटर्नच्या संदर्भात आम्हाला विचार करावा लागेल. तेव्हा, माननीय मंत्रिमहोदयांनी या बाबतीत ठोस असं उत्तर द्यावं, असे विचार व्यक्त करून मी माझं भाषण संपवतो.

२०.१२.१९९०

स्त्रियांना राखीव जागा

अध्यक्ष महाराज, आपण केलेली सूचना मला मान्य आहे. असो. आता जे विधेयक माननीय मंत्रिमहोदयांनी या ठिकाणी आणलेलं आहे त्याला मात्र मी मनापासून पाठिंबा देतो. त्यामागे दोन कारणं आहेत. पहिलं कारण असं, की या निवडणुका आणखी पाच-दहा वर्षं जरी पुढे गेल्या तरी माझ्यासारख्याचं त्यानं काहीही नुकसान होणार नाही; कारण नाहीतरी महाराष्ट्रात आम्हा दीड कोटी लोकांना तुम्ही त्यात मोजतच नाही असा माझा मुख्य आक्षेप आहे. आपण सगळ्यांचा विचार करत असतो, असं असलं तरी त्या सगळ्यांतून आम्ही दीड कोटी नेहमीच वजा केलेले आहोत. गेल्या चाळीस वर्षांत आम्ही नेहमीच वजा आहोत, ही वस्तुस्थिती आहे आणि तशीच आपली लोकशाहीची प्रक्रिया आहे. आज सबंध महाराष्ट्रात बारा बलुतेदार – व्यवस्था कोलमडून पडली आहे. गावं शहरांकडे पळत आहेत आणि शहरांच्या आसऱ्यानं झोपडपट्टी वाढत आहे. त्यामुळे ज्यांना पूर्वी देवाधर्माच्या नावानं का होईना, पण भीक मागून पोट भरता येत होतं त्यांना आज ती भीक मागता येत नाही, पोटसुद्धा भरता येत नाही. त्यामुळे माणसे शहराच्या जवळ येऊन राहू लागली आहेत.

शहराच्या जवळ राहणारा हा जो माणूस आहे, त्याचे प्रश्न या खात्याशी संबंधित आहेत. या लोकांना आज राखीव मतदार संघ नाहीत. डोंबारी वगैरे लोक आज निवडणुकीला वेगळ्या पद्धतीनं उभं राहू शकत नाहीत. या सर्व लोकांना सर्वसाधारण वॉर्डातूनच निवडणुकीला उभं राहावं लागतं. या शासनाचं हे धोरण पक्षपातीपणाचं आहे. जो सहकारी कायदा आहे, त्यामध्ये आम्हाला प्रतिनिधित्व दिलेलं आहे. आम्हाला राखीव जागा दिलेल्या आहेत; परंतु या ठिकाणी तसं नाही. जिल्हा परिषद, तसेच स्थानिक स्वराज्य संस्थांमध्ये आम्हाला निवडणुकीला उभं राहता येत नाही. लोकशाहीनं आम्हाला जो अधिकार दिला आहे, तो आम्हाला बजावता येत नाही.

या वर्षीच्या अंदाजपत्रकामध्ये भटक्या आणि विमुक्त जातींसाठी केलेली तरतूद पाहिली तर आपल्याला असं दिसून येईल, की माणशी एक रुपयासुद्धा तरतूद झालेली नाही. हे बरोबर आहे काय? म्हणून आम्हाला या ठिकाणी प्रतिनिधित्व

मिळण्याबाबतची मागणी करत आहे. आमची मागणी पूर्ण करण्यासाठी दहा वर्षं निवडणुका पुढे ढकलल्या तरी आमची त्याला हरकत राहणार नाही. सहकारी संस्थांच्या कायद्यांमध्ये आम्हाला प्रतिनिधित्व दिलेलं आहे. हा महाराष्ट्र सरकारचा कायदा आहे तसाच हादेखील महाराष्ट्र सरकारचा कायदा आहे. त्यामुळे स्थानिक स्वराज्य संस्थांमध्ये आम्हाला प्रतिनिधित्व मिळालं पाहिजे. विधिमंडळात प्रतिनिधित्व देण्याबाबतचा कायदा केंद्र सरकारचा असल्यामुळे त्याबाबतीत माझं तसं म्हणणं नाही. महाराष्ट्र सरकारनं केंद्र सरकारकडे अशी मागणी केली आहे की, 'भटक्या आणि विमुक्त जातीच्या लोकांना राखीव जागा द्या.' केंद्र सरकार याबाबतचा विचार ज्यावेळी करेल त्यावेळी ते होईल; परंतु तोपर्यंत महाराष्ट्र सरकार केंद्र सरकारच्या निर्णयाची वाट का पाहत बसलं आहे? जे सहकारी कायद्यामध्ये केले आहे ते या ठिकाणी करण्यामध्ये कोणती अडचण आहे? जे दीनदुबळे आहेत, गरीब आहेत त्यांना स्थानिक स्वराज्य संस्थांमध्ये प्रतिनिधित्व दिलं पाहिजे, त्यांच्यासाठी राखीव जागा दिल्या पाहिजेत. या ठिकाणी फक्त शाहू महाराजांचं, तसंच डॉ. बाबासाहेब आंबेडकर यांचं नाव घेतलं जातं.

या ठिकाणी या शासनाचा, तसंच मंत्रिमंडळातल्या सर्व सदस्यांचा श्वास आंबेडकर आणि फुल्यांचं नाव घेतल्याशिवाय जात नाही, त्यांनी ही बाब करू नये हे बरोबर नाही. डॉ. बाबासाहेब आंबेडकरांचं नाव घ्यायचं आणि त्यांनी सांगितलेली गोष्ट मात्र विसरायची. म्हणून मला या ठिकाणी मंत्रिमहोदयांना असं सांगायचं आहे, की दहा वर्षं निवडणुका पुढे गेल्या तरी चालतील. आमची सोय होईपर्यंत या निवडणुका होऊ नयेत. आम्ही त्या होऊ देणार नाही, हेच मला या निमित्तानं सांगायचं आहे. आमची सोय न होता या निवडणुका जर जाहीर झाल्या तर आम्ही कोर्टात जाऊन या निवडणुकांवर स्टे आणू. या विधेयकात महिलांसाठी ३० टक्के जागा राखून ठेवल्या आहेत ही चांगली गोष्ट आहे. त्याला आमचा विरोध नाही; कारण जी माणसं गरीब आहेत, दुबळी आहेत, दबलेली आहेत, त्यांना न्याय मिळाला पाहिजे. म्हणून मला या निमित्ताने माननीय मंत्रिमहोदयांना असं सांगावयाचं आहे, की पुढच्या वेळी माननीय मंत्रिमहोदय हे विधेयक आणतील तेव्हा आम्हाला राखीव जागा देण्याचा विचार ते त्या विधेयकात करतील, अशी अपेक्षा व्यक्त करून मी माझं भाषण संपवतो.

२०.३.१९९१

पोलिसांकडून छळ

अध्यक्ष महोदय, झाकिर शेख या अल्पवयीन आणि अल्पसंख्य समाजातल्या मुलाला पोलिसांनी मारलं आणि त्यामध्ये त्याचा मृत्यू झाला. त्याच्या दफनविधीवरून परत येताना लोकांच्या जमावानं दगडफेक केली आणि या प्रकरणाला वाचा फुटली. एरवी असे किती लोक महाराष्ट्रामध्ये रोज मरत असतील हे सांगणं कठीण आहे; कारण पोलिसांचं वागणं कसं असतं, हे मी जवळून पाहिलेलं आहे. माझा पोलिसांशी जो संबंध आहे त्यावेळी मी हे अनेक वेळा पाहिलेलं आहे. रोज दोन-चार लोकांना सोडवण्यास मला पोलीस स्टेशनमध्ये जावं लागतं. पारध्यांना पोलीस मारतात त्याची बातमी येत नाही; कारण रोज पेपरवाले छापणार तरी किती? भिंतीवर त्या मुलाला आपटलं आणि त्यामध्ये त्याचा मृत्यू झाला.

मी अशा शेकडो केसेस सांगेन, की पोलीस डोक्याचे केस पकडतात आणि भिंतीला धाडकन आपटतात. ठेच लागल्यावर आपल्या अंगठ्याला कशा कळा येतात हे आपण स्वत:ला जरी विचारलं तरी पोलीस या पद्धतीनं जे मारतात त्या माराची आपल्याला कल्पना येईल. तो माणूस गुन्हेगार आहे की नाही हे पाहिलं जात नाही. गुन्हा सिद्ध झालेला नसतानासुद्धा अशा माणसाला कस्टडीमध्ये घेऊन पोलीस मारतात. दोन वर्षांपूर्वी मी फ्लोरा फाउंटनला बंजारा समाजातल्या स्त्रियांना घेऊन उपोषणाला बसलो होतो. त्या स्त्रियांना झालेली मारहाण इतकी करुणाजनक होती, की तिथं उभे असलेले पत्रकार आणि जनसमुदाय ते पाहून रडत होते. म्हणजे विवस्त्र करून या स्त्रियांच्या अंगावर विंचू सोडायचे, बेडूक सोडायचे. उलटं टांगून त्यांच्या पायांचे तळवे फोडून काढायचे. ही घटना झाल्यानंतर पंधरा दिवसांनी त्या माझ्याकडे आल्या होत्या आणि ते सर्व पत्रकारांनी पाहिलेलं आहे. स्त्रियांच्या पायांचे तळवे सुजलेले होते. जेलमध्ये घेऊन जाण्याच्या अगोदर, मॅजिस्ट्रेट कस्टडी मिळण्याच्या अगोदर त्यांना पोलीस कस्टडीत ठेवलं जातं, तेव्हा पोलिसांना लोकांना मारण्याचं एक लायसन्सच मिळतं. त्यात, तुमच्या-माझ्यासारखा गुन्हा न केलेला माणूस गेला तर त्यालाही याच प्रकारानं मारलं जातं.

अशा प्रकारे सोळा वर्षाच्या एका मुलाला मारलेलं आहे. सोळा वर्षाचं वय म्हणजे त्यानं गुन्हेगारीच्या जगात फार मोठं पदार्पण केलेलं असतं असं नाही.

त्याच्या थोबाडीत दोन मारल्या असत्या तरी तो पोरगा कबूल झाला असता; परंतु पोलिसांचा माणसांवर आणि मनुष्यत्वावर विश्वासच नाही. त्यामुळे त्यांच्यापुढे त्यांची बायको जरी उभी राहिली तरी ते एका हातानं तिच्याकडून पैसे मागतील आणि दुसऱ्या हातानं कानफटात मारतील. त्यांच्याच घरातला कोणीही माणूस त्यांच्यासमोर उभा राहिला तरीही पोलीस तेच करणार; कारण पोलिसांना जे शिक्षण दिलं जातं ते त्या पद्धतीचं असतं. कोणती माणसं कोणता गुन्हा करतात, कोणाची गुन्हा करण्याची काय पद्धत आहे, गुन्हेगार लोक कोण आहेत याचंच ट्रेनिंग पोलिसांना नाशिकला दिलं जातं. गुन्हा घडल्यानंतर अशा पद्धतीनं त्याचा शोध कसा लावायचा हे ट्रेनिंग पोलिसांना दिलं जातं. तेव्हा, या ट्रेनिंगचा काही फेरविचार करणार आहात की नाही? कोण माणूस कशी चोरी करतो, कोणत्या समाजाची माणसं कशा चोऱ्या करतात?

या अभ्यासक्रमामध्ये पोलिसांना अधिकृतपणे अशा गोष्टी आपण जर शिकवायला लागलो तर ते बाकी कशाचाही विचार करणार नाहीत. या ट्रेनिंगमुळे आम्ही पोलिसांना अधिक गुन्हेगार बनवणार आहोत का? ट्रेनिंगमध्ये पोलिसांना गुन्ह्याच्या तपासाचं काम शिकवलं जात नाही तर त्यांना स्वत:ला गुन्हे करायला प्रवृत्त केलं जातं की काय अशी परिस्थिती आहे. म्हणून माझी अशी मागणी आहे, की एखादी समिती नेमून पोलिसांच्या शिक्षणपद्धतीचा नीट अभ्यास केला पाहिजे. हॅबिच्युअल ऑफेन्डर्स ॲक्टमध्ये सर्व जमातींची माहिती त्यांना दिली जाते. मुस्लीम ट्रायबल, ख्रिश्चन ट्रायबल, हिंदू ट्रायबल लोकांच्या चोरी करण्याच्या पद्धतींची अधिकृत माहिती हे कायदे या लोकांना शिकवतात. त्यांच्यावर शिक्काच मारून ठेवतात, की हे लोक चोर आहेत! हे काय चाललेलं आहे? हे पोलीस असे बेजबाबदारपणे का वागतात? पोलिसांना हे जे प्रशिक्षण दिलं जातं तिथंच सर्व घोटाळे आहेत, असं माझं तरी मत आहे.

विरोधी पक्षनेत्याचं भाषण ऐकताना मला बरं वाटलं. ते म्हणाले, की आज समाजातल्या तरुण मुलांमध्ये हिंसक प्रवृत्ती वाढत आहे. ही मुलं आज आमच्या साताऱ्यामध्ये राजरोसपणे मटक्याच्या अड्ड्यावर जाऊन पैसे आणण्याचं काम करतात. एखाद्यानं पैसे दिले नाही तर भरचौकामध्ये तलवार काढून मारामारी करतात. वास्तविक, साताठ वर्षांपूर्वी अशी परिस्थिती नव्हती. मटक्याचे हप्ते घ्यायचे, गल्लीबोळातल्या दारूच्या अड्ड्यावर काम करायचं अशीच त्यांची वागण्याची तऱ्हा आहे. आपण ओवाळून टाकलेली ही प्रजा जाते कुठे! याचा आपण गंभीरपणे शोध घ्या. एक काळ असा होता, की दारू-मटक्याच्या अड्ड्यावर जाणं ही बाब कमीपणाची समजली जात होती. आज कपाळावर गंध लावून राजरोसपणे प्रतिष्ठित माणसांची तिथे जा-ये सुरू असते. त्याच अड्ड्यावर ही मुलं वावरतात, पैसे घेतात,

कोणी दिले नाही तर त्याला ठोकतात.

आज आपल्या राजकारणामध्ये फार मोठ्या प्रमाणात गुन्हेगारीशी संबंधित असलेली माणसं आलेली आहेत. आज आमदार निवासदेखील सुरक्षित राहिलेलं नाही अशी अवस्था आहे. मग मुलांवर संस्कार ते काय होणार? वास्तविक, त्यांच्यावर चांगले संस्कार करण्याची जबाबदारी ही राजकीय पक्षांमध्ये काम करणाऱ्या लोकांची आहे. तेच जर आपल्याला जाहीरपणे सांगायला लागले, की समाजानं ओवाळून टाकलेली माणसं आम्हाला, आमच्या पक्षाला चालतात तर मग कसं होईल? त्यांनाही वाटलं, की आपण कोणाच्या दोन कानफाटीत मारल्या तरी त्यासंबंधी काही ॲक्शन होत नाही; कारण आपल्या मागे राजकीय बळ आहे, सत्तेचं बळ आहे. त्यामुळेच गुन्हेगारी वाढत जाते. हे मी समाजातल्या सर्व थरांतील लोकांबाबत सांगत आहे. केवळ दलित समाज, अल्पसंख्याकांच्या बाबत सांगत नाही. मुलं कोणत्याही समाजाची असली तरी ती याच पद्धतीनं बिघडतात, गुन्हेगारीच्या जगामध्ये ढकलली जातात. याबाबत राजकीय पक्षांनी, सामाजिक काम करणाऱ्या संस्थांनी जर काही नॉर्म्स पाळले तर चांगलं काही होण्याची शक्यता आहे. नाहीतर मग आहेच आपली चर्चा. पोलिसांनी मारल्यामुळे हकनाक मेलेल्यांबाबतची ही पाचवी की सहावी चर्चा आहे! दरवेळी मी या विषयावर बोललो आहे. यासंबंधी एक समिती नेमण्यात आली. तिचं पुढे काय झालं? का आला नाही तिचा रिपोर्ट?

म्हणूनच मी हे बोलत आहे. समितीला आपला अहवाल देण्यासाठी तीन महिन्यांची मुदत दिली होती. अजूनही तिचं काम चालू नाही. तिचा अध्यक्ष दर तीन महिन्यांनी बदलला जातो. त्या समितीचा अध्यक्षदेखील अद्याप निश्चित होत नाही. ही काय उपेक्षा आहे? वास्तविक पाहता, तिला तीन महिन्यांची मुदत दिलेली असतानाही वर्ष झालं तरीदेखील समितीचा रिपोर्ट येत नाही आणि या प्रकाराकडे शासन गंभीरपणे पाहत नाही. याकडे गंभीरपणे न पाहणं ही गोष्ट या समाजाला गुन्हेगारीला प्रवृत्त करण्यासारखी आहे. एवढं बोलून मी माझं भाषण संपवतो.

५.८.१९९१

पायाखालचे जग

विरोधी पक्षाच्या नेत्यांनी एका महत्त्वाच्या जिव्हाळ्याच्या प्रश्नावर या ठिकाणी चर्चा घडवून आणली आहे. या चर्चेच्या संदर्भात मी या ठिकाणी सविस्तर न बोलता सूत्ररूपाने तीन-चार गोष्टी सांगायचा प्रयत्न करणार आहे.

गेल्या चाळीस वर्षांत या देशानं जी संस्कृती निर्माण केली आहे ती भांडवलदारी राबवायला पोषक आहे. प्रत्येक बाबीकडे पाहण्याचा इथला दृष्टिकोन भांडवली पद्धतीचा आहे. उपभोक्ता ज्यावेळी बाजारात जातो त्यावेळी त्याचा खिसा आणि तो यांच्यात विसंगती निर्माण होत असते. फ्रेंच राज्यक्रांतीपूर्वी रुसोने एका निबंधात असं म्हटलं होतं, की गाडीभर पैसे घेऊन बाजारात गेल्यावर गवताची एक पेंडी मिळते. अशा प्रकारची परिस्थिती फ्रेंच राज्यक्रांतीपूर्वीची होती. मला असं वाटतं, की आज आपल्या देशात एक रुपयाची किंमत सात पैसे इतकी झालेली आहे. आणखी दहा वर्षं अशाच पद्धतीनं कारभार चालू राहिला तर आपल्याकडेसुद्धा मालट्रक भरून पैसे दिल्यावर एक किलो ज्वारी विकत मिळेल, अशा प्रकारची परिस्थिती निर्माण होईल. याचं कारण असं, की आपल्या देशात नियोजनाला पूर्णपणे वगळण्यात आलं आहे. लोकशाहीच्या आणि नियोजनाच्या गप्पा आपण कितीही मारल्या तरी खासगी भांडवलदारी किती प्रमाणात वाढते, खासगी उद्योगधंद्यांना किती प्रोत्साहन दिलं जातं, सार्वजनिक उद्योगांवर आपला किती विश्वास आहे, त्यांच्याकडे किती वळतो हेदेखील पाहिले पाहिजे.

महाराष्ट्रातल्या सहकारी चळवळीच्या बाबतीत आपण मोठ्या कौतुकानं बोलत असलो तरीसुद्धा राष्ट्रीय पातळीवर सहकाराबाबत किती प्रगती झाली आहे? मिश्र अर्थव्यवस्था स्वीकारल्यानंतर त्या अर्थव्यवस्थेचा एक भयानक तोटा असा आहे, की भांडवलदारावर कोणत्याही प्रकारचा अंकुश राहत नाही. त्यांनी कोणत्या प्रकारचं उत्पादन करावं, कोणत्या प्रकारचं वितरण करावं याबाबत त्यांच्यावर काहीही अंकुश राहत नाही. आज टी. व्ही. वरच्या जाहिराती पाहिल्यावर धोबीघाट झाला आहे असं वाटायला लागतं. निरनिराळ्या प्रकारच्या साबणांच्या जाहिराती टी. व्ही.वर दाखवल्या जातात. आज खेड्यापाड्यातल्या गरीब माणसाला दोन वेळचं जेवण मिळत नाही. अन्न, वस्त्र, निवारा या सोयींपासून खेड्यापाड्यातला माणूस वंचित राहतो, अशी

आजची परिस्थिती आहे. अशा वेळी टी. व्ही.वर मात्र निरनिराळ्या साबणांनी अंघोळ करणाऱ्या बायकांच्या जाहिराती दाखवण्यात येतात. आज ग्रामपंचायतींत टी. व्ही. आहेत आणि संपूर्ण गावातले लोक तो टी. व्ही पाहत बसलेले असतात. अशा प्रकारे टी. व्ही.वर जाहिराती पाहिल्यावर आपल्यालासुद्धा अशीच बायको असावी असं जर कुणाला वाटलं तर त्यात काहीही चूक नाही. त्यासाठी मग सगळ्या पातळ्यांवर खाली जाण्याची व्यवस्था आहे. नंबर दोनच्या पैशाचा उगमही इथेच होतो; कारण त्याला जी स्वप्नं पडतात ती स्वप्नं आणि वास्तवता यांच्यात भयावह अंतर आहे.

आमच्या खेडेगावांमध्ये बाया कशा अंघोळी करतात हे आता मी तुम्हाला सांगावं काय? अर्धं लुगडं बाई पाण्याबाहेर ठेवते, अर्ध्या लुगड्यावर ती अंघोळ करून बाहेर येते. ते कोरडं राहिलेले नसतं आणि ओलं झालेलं ती वाळवत बसते; कारण तिला नेसायला वस्त्रच मिळत नाही.

जेवणाबाबतही असंच आहे. जेवायला जेवणच मिळत नाही. श्रीमंत माणसांच्या घरात पंक्ती उठल्यावर, कुत्री त्या पत्रावळ्यांवर जशी तुटून पडतात तसे माणसांचे गटच्या गट, टोळ्यांच्या टोळ्या त्या उष्ट्या जेवणांवर तुटून पडतात. लहानपणी मी स्वत: हे असं अन्न उचललं आहे, म्हणून मी हे सांगतो आहे. म्हणजे, एका बाजूला माणूस त्या अन्नावर कुत्र्यासारखा झडप घालतो आणि दुसऱ्या बाजूला इथल्या पंचतारांकित हॉटेलांमध्ये काय चालतं? तिथे किती अन्न वाया जातं? मुंबई शहरात श्रीमंतांच्या कुत्र्यासाठीसुद्धा ब्रेड आहे. ज्या देशात माणसाला खायला अन्न मिळत नाही त्याच देशात कुत्र्यांसाठी वेगळे ब्रेड तयार होतात, त्यांच्या बिस्किटांचीसुद्धा व्यवस्था होते. परवा मी आमच्या एका डॉक्टर मित्राकडे गेलो होतो. त्याचवेळी त्या डॉक्टरकडे एक बाई आली आणि रडत सांगू लागली, की डॉक्टर, सेव्ह माय बेबी. त्यावेळी तिच्याबरोबर दुसरी कुणीही मुलगी नव्हती; मात्र काखेत एक कुत्रं होतं. मला कळेना, की ही कोणत्या बेबीसंबंधात बोलत आहे? तिच्या त्या कुत्र्याच्या नखाला काहीतरी झालं होतं, म्हणून ती डॉक्टरला सांगत होती, की माझ्या या कुत्र्याला वाचवा. तो डॉक्टर त्या कुत्र्याला घेऊन आत गेला आणि लगेच बाहेर आला व त्या बाईकडून शंभर-दोनशे रुपये घेतले.

ती बाई गेल्यावर मी त्या डॉक्टर मित्राला विचारलं, काय झालं होतं कुत्र्याला? कशासाठी ती बाई रडत होती? तेव्हा त्यानं सांगितलं, की त्या बाईच्या कुत्र्याच्या नखात काहीतरी अडकलं होतं. त्यामुळे ते कुत्रं ओरडत होतं, म्हणून ती बाई रडत होती. फक्त त्या कुत्र्याची नखं काढण्यासाठी त्याने त्या बाईकडून शंभर-दोनशे रुपये फी घेतली. असो.

ज्या देशात आयोडिनचा बोळा मिळत नाही, ज्या देशात डायरियानं माणसं

मरतात त्या आपल्या देशाच्या, राज्याच्या नियोजनातच विसंगती आहे. गरीब आणि श्रीमंत यांच्यात किती अंतर असावं, हे नियोजनानं ठरवायला हवं होतं. आपल्या अर्थव्यवस्थेत हे ठरायला हवं होतं. त्याऐवजी या देशात मक्तेदार, भांडवलदारांसाठी सातत्यानं अर्थव्यवस्था राबवली गेली. त्याचा परिणाम असा झाला आहे, की चैनीच्या वस्तू बाजारात भरपूर पडल्या आहेत आणि गरजेच्या वस्तूंचा मात्र तुटवडा आहे आणि त्यामुळे महागाई होत आहे.

मी एवढंच आपल्याला सांगतो, की आपल्या राज्यात वितरणाच्या व्यवस्थेचं काय आहे? ग्रामीण भागांत रेशनची दुकानं निघालेली नाहीत, असं सांगण्यात आलं. आमचं म्हणणं असं आहे, की ही रेशनिंग दुकानं नसलेली गावं आपल्या राज्यात किती आहेत ते आपण आम्हाला सांगा. मुळात, त्या दुकानांत पुरेसं रेशनिंग नसतं; पण ही आणखी पुढची बाब आहे. वितरणाची कुठलीही व्यवस्था या राज्यात कार्यक्षम नाही. त्यामुळे लोकांना जे स्वस्त धान्य मिळायला हवं ते मिळत नाही. आमच्या काही मित्रांनी ग्रीनकार्डची मागणी इथं केली, त्या मागणीला माझा पाठिंबा आहे. किमान जीवनावश्यक ज्या अशा दहा-पंधरा वस्तू आहेत, निदान तेवढ्याचं रेशनिंग करून त्या आपल्याला सब्सिडाइज्ड करता येतील की नाही? रशियात ब्रेडसाठी पन्नास वर्षं सबसिडी दिली गेली. तिथल्या जनतेला चांगल्या अवस्थेत ब्रेड मिळाला तर मग आपल्याकडे अशाच प्रकारे ज्वारी, बाजरी, गहू द्यायला काय हरकत आहे? आपण मात्र हे करत नाही; कारण आपल्याला इथे जे नियोजन करायचं होतं, स्वातंत्र्यपूर्व पिढीनं ज्या नियोजनाची स्वप्नं पाहिली होती ते नियोजन आपण पूर्णपणे धुळीला मिळवून टाकलं आहे. त्यामुळे भांडवलदारांचा वरचष्मा असलेला, मुक्त बाजारपेठेकडे जाणारा आणि दिवाळखोरी वाजवणारा असा आपला सगळा कारभार चालला आहे. मला असं वाटतं, की दिवसेंदिवस आपण त्याच गतीकडे निघालो आहोत आणि जितक्या गतीनं आपण त्या दिशेनं जाऊ तेवढ्याच गतीनं क्रांती जवळ येईल.

६.८.१९९१

नोकरशाहीवर खर्च

अध्यक्ष महाराज, बाब क्रमांक १३०, पान क्रमांक ९९ या पुरवणी मागणीवर मी बोलणार आहे. सरकारने महिला, बालकं यांच्यासाठी स्वतंत्र विभाग तयार केलेला आहे, याबद्दल सरकारचं अभिनंदन केलं पाहिजे. यासाठीच या पुरवणी मागणीमध्ये पैसे मागितले आहेत; परंतु या ठिकाणी जी भाषा वापरण्यात आली आहे ती थोडी चमत्कारिक आहे. 'सांख्यिकी आधारसामग्रीचं संगणकीकरण' असे शब्दप्रयोग या ठिकाणी करण्यात आलेले आहेत. म्हणजे, आपण काय करणार आहोत? या ठिकाणी शासन शंभर कल्याणविषयक योजना राबवत आहे. खातं निघून अद्याप महिना-दोन महिने व्हायचे आहेत, तोवरच या शंभर योजना राबवण्याचं आपण का ठरवलं आहे? या शंभर नवीन बाबी कोणत्या आहेत हे या ठिकाणी सांगितलेलं नाही, आणि अशा प्रकारे शब्दबंबाळ करून टाकलं आहे, की, माणसाला काहीच समजू नये. आपण संगणकीकरण कशाचं करणार आहात? माननीय मंत्रिमहोदयांनी याचा खुलासा करावा.

बाब क्रमांक १३१मध्ये 'मूलोद्योगोत्तर आश्रमशाळा' असे शब्दप्रयोग केले आहेत. हे काय प्रकरण आहे? उद्योगधंद्याबाबतचं शिक्षण आश्रमशाळांतून दिलं जात नाही. संस्कृतच्या भयंकर वेडामुळे ब्यूरोक्रसीनं हे शब्द वापरलेले दिसतात. 'पोस्ट बेसिक आश्रमशाळा' याचं हे ट्रान्सलेशन करण्यात आलं आहे, असं माझ्या काही मित्रांनी मला सांगितलेलं आहे. संस्कृत भाषा वापरल्याशिवाय काही चालत नाही अशी आपली समजूत झालेली आहे का? मूलोद्योगोत्तर आश्रमशाळा म्हणजे काय? त्याच्यासाठी पैसे दिलेले आहेत म्हणजे काय? याचा खुलासा मत्रिमहोदयांनी करावा.

बाब क्रमांक १३२मध्ये देखील शासनाने पैसे मागितलेले आहेत. आश्रमशाळेची परिस्थिती इतर शाळांसारखी नाही. आश्रमशाळांतून किती मुलं घ्यायची आहेत याचा कोटा ठरलेला असतो. दर वर्षी किती वर्ग वाढतात याचीदेखील शासनास कल्पना असते. मग असं असताना मूळ बजेटमध्ये ही मागणी यायला हवी होती, म्हणजे यावर सविस्तर चर्चा करता आली असती. तसं न होता, मागच्या दरवाज्यानं ही मागणी आली आहे असं मला वाटतं.

बाब क्रमांक १३३मध्ये एकतीस नवीन पदं निर्माण केली आहेत. बारा हजार कोटींच्या बजेटमध्ये चार हजार कोटी रुपये पगारावर खर्च होतात.

एकंदर आठ हजार कोटी रुपये व्यवस्थापनावर खर्च होतात. उरलेल्या पैशांमध्ये समाजकल्याण खात्याच्या वाट्याला एक टक्का रक्कमसुद्धा येत नाही. अशा परिस्थितीमध्ये पुन्हा एक नवीन खातं काढण्यात आलं आणि त्या ठिकाणी एकतीस जागांची निर्मिती करण्यात आली. या पदांची गरज काय? वसंतराव नाईक विमुक्त-भटक्या जमाती महामंडळाकडे केवळ तीन महिने काम आहे आणि नऊ महिने त्या ठिकाणचे कर्मचारी बसून पगार घेतात. समाजकल्याण खात्यामध्ये माणसं नाहीत हे खरं नाही. महिला, बाल व अपंग व्यक्ती यांचा विकास करण्याचं काम याअगोदर समाजकल्याण खातं करतच होतं; पण यासाठी वेगळं संचालनालय निर्माण केल्याबरोबर एकतीस नवीन पदं निर्माण करण्यात आली. या पदांची आवश्यकता वाटत नाही. आमच्या खात्याला मिळणारे सगळे पैसे नोकरशाही खाऊन राहिली आहे. ज्यांचं कल्याण करायचं आहे त्यांच्यापर्यंत पैसे पोचत नाहीत. आदिवासी लंगोटी लावून राहत आहे. जे लोक वेशीच्या बाहेर राहत आहेत त्यांना शेळ्या-मेंढ्या गिळत नाहीत आणि सरकार नोकरशाहीवर हजारो कोटी रुपयांचा खर्च करत आहे. या ठिकाणी चर्चेसाठी असलेल्या दोन-तीन मागण्यांमध्ये नवीन जागांची निर्मिती करण्यात आलेली आहे. जवळजवळ चाळीस ते पन्नास नवीन पदं निर्माण केली आहेत, याची जरुरी नाही. आहेत त्याच माणसांकडून काम करून घेतले तर हे पैसे विकासावर खर्च होऊ शकतील. एवढंच या मागण्यांच्या संदर्भात मला सांगायचं आहे.

अध्यक्ष महाराज, पृ. क्र. १३६, बाब क्रमांक १६० या संदर्भात मी बोलणार आहे. मघापासून तीन वेळा मी बोलायला उभा राहिलो आणि त्या प्रत्येक वेळी माझी एकच तक्रार आहे, की इथं आपण आता बत्तीस पदं वाढवली आहेत. अधिकाऱ्यांच्या बत्तीस नवीन जागा निर्माण केल्या आहेत. दोनशे दहा कोटी रुपयांचं आदिवासींवरील वर्षाचं बजेट आणि त्यातले तीन हजार कोटी जवळपास यासाठीच खर्च होत आहेत. आताही या पुरवणीद्वारा पन्नास हजार रुपये केवळ या पदांसाठी, म्हणजे प्रशासकीय कारणासाठी मागण्यात आलेले आहेत. माझं म्हणणं असं, की आपण वारंवार, वरचेवर प्रशासनामध्ये बदल करतो आणि त्यामुळे ही अशी पदं निर्माण करावी लागतात, वाढवावी लागतात. मग सारा खर्च त्यावरच होत राहतो. समाजकल्याण विभागाच्या मागण्यांमध्येही बालकल्याण आणि स्त्रिया यांच्यासाठी वेगळा विभाग केला, त्यात तीस-पस्तीस पदं वाढवली आहेत. आताही तसंच केलेलं आहे. ही जी पदं आपण वाढवली आहेत त्यात काही प्रमोशन्स घेतील आणि काम सुरू

राहील, पैसे खर्च होत राहतील; पण ही योजना, या गरीब लोकांसाठीचे पैसे प्रत्यक्ष त्यांच्यापर्यंत जाऊन पोचण्यासाठी, त्यांच्या पदरात पडण्यासाठी जर काही केलं असतं तर त्याला काही अर्थ आला असता. मी मघाशी म्हटल्याप्रमाणे, एकंदर आदिवासींसाठीचे २१० कोटी रुपये आहेत आणि सरकारी नोकर त्यातले किती पैसे खातात आणि प्रत्यक्ष आदिवासींपर्यंत किती पैसा जातो हे पाहण्यासारखं आहे. प्रत्येक वेळी काही योजना, रचना करायची आणि पदं निर्माण करायची. त्या पदांवर कोणी आदिवासी माणूस-मुलगा आहे काय? नाही.

आदिवासींची चार मुलं चपराशी होतील, अगर जास्तीत जास्त कारकून होतील; परंतु अधिकारी होणार नाहीत. अशी परिस्थिती असताना आपण त्यांना फक्त पैसे खाण्याची मूक संमती देत आहोत. मला या ठिकाणी असं सुचवायचं आहे, की या ठिकाणी असणाऱ्या काही मुलांना त्या ठिकाणी प्रमोशन देण्यात यावं.

यानंतर मी बाब क्र. १६१कडे सदनाचं लक्ष वेधणार आहे. आपल्याकडे आदिवासी मुलं किती आहेत याची माहिती असते. एकशेवीस मुलं असल्याशिवाय आपण आदिवासींच्या आश्रमशाळांना परवानगी देत नाही. वर्गात एकूण किती मुलं आहेत, त्यांच्यासाठी किती गणवेश लागणार आहेत याची कल्पना आपल्याला असते; परंतु त्याची माहिती मात्र आपल्या अधिकाऱ्यांना नसते. आता, आपण यास मान्यता दिल्यानंतर त्या मुलांना कपडे शिवण्यासाठी दिले जाणार आहेत. आता त्या मुलांना हे कपडे केव्हा मिळतील हा प्रश्न आहे. हा पैसा गणवेशासाठी खर्च झाल्याचं कागदोपत्री दिसेल; परंतु त्या विद्यार्थ्यांना गणवेश केव्हा दिला जाईल याबद्दल शंका आहे! पूरक मागणीच्या रूपानं ही मागणी आली आहे याचाच अर्थ अधिकाऱ्यांना पैसा खाण्याचा मार्ग आपण मोकळा करून दिला आहे. काही अधिकाऱ्यांचा व्हेस्टेड इन्टरेस्ट असल्यामुळे असं होत आहे. या ठिकाणी आपण अगोदर पैसा दिला आहे आणि आता परत मागणी केली असेल तर त्याचाही खुलासा मंत्रिमहोदयांनी करावा.

तिसरी बाब अशी आहे, की लोककल्याणाच्या संवर्धनासाठी आपण काही रक्कम ठेवली आहे; परंतु ती अतिशय अपुरी आहे. तसंच, कलाकारांच्या संवर्धनासाठी काही रक्कम ठेवली आहे. तीदेखील अपुरी आहे. कलाकारांचं मानधन वाढवलं पाहिजे. कलाकारांना त्यांची प्रगती करण्याच्या दृष्टीनं आज पैसा अतिशय अपुरा पडत आहे. त्यांना काही रक्कम देताना या शासनाचा हात आखडत आहे; कारण हा पैसा त्यांच्या हातात सरळ जाणार आहे. अधिकाऱ्यांच्या हातात जाणाऱ्या पैशांच्या बाबतीत अडचण नसते. आज हा सर्व पैसा आपली नोकरशाही जोपासण्यासाठी खर्च होत आहे. त्यादृष्टीनं आपण या सर्व बाबींकडे पाहिलं पाहिजे, अशी विनंती करून मी माझे दोन शब्द पुरे करतो.

अध्यक्ष महोदय, पान क्रमांक ९८, बाब क्रमांक १२५मध्ये जिल्ह्यामध्ये क्रीडा सप्ताह साजरा करणं ही मागणी आहे. मला सांगायचं आहे, की चांगल्या कामासाठी महाराष्ट्र सरकारकडे पैसे नाहीत; पण नोकऱ्या वाढवण्यासाठी आणि खिसे भरण्यासाठी पैसे आहेत. मंत्रिमहोदयांना मी विनंती करतो, की भटक्या जमातींसाठी त्यांनी खेळाच्या संदर्भात चांगला प्लॅन करावा; कारण त्यांच्या मुलांमध्ये उंच उडी, लांब उडी, धावण्याची शर्यत हे गुण चांगले आहेत. त्यांच्यासाठी असाच क्रीडा-सप्ताह सुरू करावा. म्हणून या खेळांच्या संबंधी एक ॲथलॅटिक्स प्लॅन तयार करावा अशा प्रकारची नवीन योजना या भटक्या व विमुक्त जातीसाठी केली तर तिचा उपयोग सगळीकडे होईल व आता जो सप्ताह चालू करणार आहात त्यात भटक्या व विमुक्त जातींच्या ॲथलॅटिक खेळाडूंचा समावेश करावा व सप्ताह साजरा करावा. एवढं बोलून मी माझे भाषण पूर्ण करतो.

१०.१२.१९९१

मुंबईतील बॉम्बस्फोट

अध्यक्ष महाराज, अत्यंत महत्त्वाच्या अशा विषयावर या ठिकाणी चर्चा सुरू आहे. मला माहीत आहे, की आपण मला बोलण्यासाठी फार वेळ देणार नाही. या चर्चेमध्ये दोन विषय एकत्र आलेले आहेत. वास्तविक पाहता, या दोन्ही विषयांच्या संदर्भात वेगवेगळी चर्चा उपस्थित करायला हवी होती असं मला वाटतं. दोन्ही विषय एकत्रित मांडत असताना या दोन्ही विषयांना न्याय मिळेल असं मला वाटत नाही. त्यामुळे एका विषयासंबंधी, म्हणजेच दंगलीसंबंधी मी काहीही बोलणार नाही, केवळ बॉम्बस्फोटांच्या संदर्भात बोलणार आहे.

प्रत्यक्ष बॉम्बस्फोट झाले त्यावेळी आपल्यापैकी किती सन्माननीय सदस्यांनी ते पाहिलं हे मला माहिती नाही. मी मंत्रालयाकडे होतो. बॉम्बस्फोट एअर इंडियाच्या इमारतीजवळ झाला होता. त्यामुळे या भागामध्ये वाहतुकीची कोंडी झालेली होती. साहित्यिक आणि पत्रकार असल्यामुळे कधी कधी फायदा होतो. विरोधी पक्षनेते अण्णा डांगे यांचं भाषण मी या ठिकाणी ऐकलं. गेल्या दोन महिन्यांमध्ये दंगलींच्या संदर्भात सगळीकडे चर्चा होत आहे. मुंबई शहरातली सामान्य माणसं भयभीत झालेली आहेत. १२ तारखेला बॉम्बस्फोट झाल्यानंतर हिंदू, मुस्लीम, ख्रिश्चन, शीख असे सर्व धर्मांचे लोक बॉम्बस्फोटाच्या ठिकाणी स्वत:हून मदत करत होते. अतिशय चांगलं दृश्य मला पाहायला मिळालं. दोन महिन्यांपूर्वी मुंबई शहरामध्ये अशी परिस्थिती होती, की हिंदू-मुस्लीम एकमेकांचा जीव घेण्यास उभे राहिले होते; परंतु हे बॉम्बस्फोट झाल्यानंतर कोणीही जातिधर्माचा विचार न करता आवश्यक ती मदत केलेली आहे. बॉम्बस्फोटांमुळे मनुष्यहानी व वित्तहानी झालेली आहे. बॉम्बस्फोट झाल्यानंतर हमाल, टॅक्सीवाले, ड्रायव्हर, पोलीस, डॉक्टर्स, नर्सेस या सर्वांनी एकदिलानं काम केलं. मुंबईकरांचं एक वेगळं दर्शन मला त्यावेळी झालं. हे सगळे लोक एकमेकांबरोबर राहू इच्छितात, एकमेकांच्या खांद्याला खांदा लावून राहू इच्छितात. या ठिकाणी बोलत असताना जी गडबड झालेली आहे ती राजकारणी माणसामध्ये झालेली आहे, असं धरमचंद चोरडिया यांनी सांगितलं. या संदर्भात मी एवढंच सांगू इच्छितो, की ही चर्चा राजकीय उखाळ्यापाखाळ्या काढण्यासाठी नाही. त्याच्याही पलीकडे जाऊन आपण या प्रश्नाची चर्चा केली पाहिजे, असं मला

वाटतं.

या प्रकारामागे काही आंतरराष्ट्रीय कट आहे की नाही या बाबतीत पोलीस-यंत्रणा शोध घेईल; परंतु माझा मुद्दा असा आहे, की या पाठीमागे मूलतत्त्ववाद आहे की नाही? केव्हापासून हे प्रकार सुरू झाले आहेत? ६ डिसेंबर, १९९२ नंतर सबंध देशभर दंगली सुरूच आहेत. त्यानंतर परवाच्या दिवशी मुंबईमध्ये हे बॉम्बस्फोट झाले. हे बॉम्बस्फोट केवळ आपल्या देशामध्ये सुरू झालेले आहेत असं नव्हे, तर अमेरिकेत वर्ल्ड ट्रेड सेंटरमध्येसुद्धा बॉम्बस्फोट झाले होते. ज्या रशियात कम्युनिझम ऐंशी-नव्वद वर्षं पोलादी बांधणी करून उभा करण्यात आला होता ते सबंध राष्ट्रसुद्धा बेचिराख झालं आणि त्या राष्ट्राचे तुकडे तुकडे झाले. त्या राष्ट्राचे तुकडे झाले याचं कारण मूलतत्त्ववाद हे आहे. त्या ठिकाणी फन्डामेन्टॅलिझम आहे. रशियाचं विघटन कशासाठी झालं? हे विघटन झाल्यानंतर रशियाच्या प्रत्येक प्रांतामध्ये मशिदी उभ्या करण्याचा कार्यक्रम सुरू आहे, त्याचबरोबर चर्चेस बांधण्याचा कार्यक्रम सुरू आहे, मध्यपूर्वेतून त्या ठिकाणी पैसा जात आहे. तसंच, हे पैसे पेट्रो डॉलरमधून आलेले आहेत. मध्य आशियातून अशा प्रकारे हा सर्व पैसा रशियाकडे चालला आहे आणि त्या ठिकाणी चर्चेस, मशिदी बांधण्याचाही कार्यक्रम सुरू आहे. ज्या देशामध्ये मार्क्सचा कम्युनिझम ऐंशी वर्षं राबला त्या देशाची परिस्थिती अशी झाली आहे. तेव्हा, विरोधी पक्षाचे नेते अण्णा डांगे यांना मी असं सांगू इच्छितो, की ज्या देशामध्ये हजारो वर्षं चातुर्वर्ण्याची व्यवस्था होती त्या देशाची अवस्था काय असेल? त्या देशाचे किती तुकडे पडतील? एकेक गाव, एकेक घर, एकेक जात, एकेक माणूस अशाच पद्धतीनं ह्या देशाचे तुकडे पडतील. आपण अशा प्रकारे किती तुकडे करणार आहोत? ६ डिसेंबर, १९९२ नंतर या देशामध्ये दंगली सुरू झाल्या, आणि त्या घटनेपासून आपल्याला चर्चेला आरंभ करावा लागेल.

या दोन घटना वेगवेगळ्या आहेत, त्या आपल्याला एकत्र आणता येणार नाहीत. म्हणून त्यांची चर्चा स्वतंत्रपणे केली पाहिजे. या दोन्ही प्रश्नांचा एकत्र विचार करणं कठीण असल्यामुळे मी आपल्याला एवढंच सांगू इच्छितो, की भारतानं आपल्या आसपासची राष्ट्रं तपासून पाहावीत. या सर्व राष्ट्रांत अतिरेकी आहेत आणि अतिरेकी संघटना आहेत. तसंच दुसऱ्या बाजूला विषमतावादी आहेत. तिसऱ्या बाजूला डाव्या बाजूचे कडवे लोक आहेत. तेव्हा, आपण नक्षलवाद्यांचा, एल. टी.टी. ई.चा विचार करू या. अशा प्रकारे टोकाचा विचार करणाऱ्या अनेक संघटना आहेत. रशिया पडल्यामुळे आता भांडवलदारांना, त्याचबरोबर भांडवलदारी अर्थव्यवस्थेला चेव आला आहे. त्यांना देशामध्ये विषमता टिकवायची आहे, त्याचबरोबर सर्वार्थांची दुःखं टिकवायची आहेत. अशा प्रकारे ही दुःखं टिकवायची असतील तर अशा पद्धतीच्या घटना घडवून आणल्या पाहिजेत. त्याशिवाय सामान्य

माणूस भयभीत राहत नाही. सामान्य माणूस भयभीत राहिल्याशिवाय भांडवलदारांचा उद्धार होत नसतो. भांडवलदारांचा विकास करायचा असेल, मूठभर माणसांची मिजास चालू ठेवायची असेल तर त्यांच्या अर्थव्यवस्थेला खतपाणी घातलं पाहिजे आणि त्यासाठी बेकारांचे तांडे उभे केले पाहिजेत. बेकारांचे तांडे उभे करण्यासाठी अशा प्रकारच्या घटना सर्व जगभर सतत सुरू ठेवल्या पाहिजेत. केवळ आपल्याच देशामध्ये अशा घटना घडतात असं नाही; तर सिलोनमध्ये, पाकिस्तानमध्येसुद्धा अशाच घटना घडलेल्या आहेत. आपल्या देशामध्ये जरा कुठं काही घडलं की आपण लगेच असा विचार करू लागतो, की हे पाकिस्तानमधून आलं असावं. मला असं वाटतं, की आपला हिंदू, मूलतत्त्ववाद शोधणार आहे किंवा नाही? आपल्यामध्ये अतिरेक नाही काय? आपल्यामध्ये तर टोकाचा अतिरेक आहे. गावागावातला पाटील हा अतिरेकीच आहे. तेव्हा, त्याला फन्डामेन्टॅलिझम म्हणणार आहात किंवा नाही? पाकिस्ताननं जर काही केलं असेल तर त्याच्याशी परराष्ट्र व्यवहार तोडण्यापासून वाटेल ते करण्याच्या बाबतीत आमचा पाठिंबा आहे. आपण भारत देशाचे नागरिक आहोत; परंतु असं काही करत असताना बाहेरच्या देशात जे सुरू आहे, जे संपूर्ण जगभर सुरू आहे त्याचं कारण मूलतत्त्ववाद हेच आहे असं माझं म्हणणं आहे. मला बोलण्याची संधी दिल्याबद्दल आपले आभार मानून मी माझे भाषण संपवतो.

१५.३.१९९३

घटना हे श्रद्धास्थान

सभापती महोदय, वसंतराव चव्हाण यांनी राज्यपालांच्या अभिभाषणाबद्दल आभारप्रदर्शनाचा जो प्रस्ताव मांडला आहे त्याला पाठिंबा देण्यासाठी मी उभा आहे. गोबेल्सचं नाव जगाला ज्ञात आहे. नाझीवाद आणि गोबेल्स, या दोन गोष्टींचा उल्लेख याकरता केला की या दोन गोष्टी गेली पंधरा-वीस वर्षं या देशात काम करत आहेत. म्हणजे, तसं गेली तीस वर्षं करत आहेत; कारण या देशामध्ये काही लोकांनी त्यांचं मॉडेल ठेवून काम करण्याचा निर्णय घेतला. जे स्वातंत्र्य चळवळीमध्ये नव्हते अशा लोकांनी या देशामध्ये गोबेल्सचं व हिटलरचं मॉडेल समोर ठेवून, त्यांच्या प्रचाराची व्यवस्था पूर्णपणे कार्यक्षम ठेवून हा देश कसा मोडता येईल याचा विचार केलेला आहे. ते काम त्यांनी शांतपणे केलेलं आहे. कुठे गडबड नाही, गोंधळ नाही. पु.ल. देशपांडे सांगतात त्याप्रमाणे सारं शिस्तीनं. पु. ल. फार चांगलं म्हणाले, की गुळाच्या ढेपेकडे मुंग्या शिस्तीनं जातात. इतक्या शिस्तीनं, की गेली तीस-चाळीस वर्षं या देशाच्या सार्वजनिक जीवनामध्ये ज्याला सामाजिक मानस म्हणतात त्यामध्ये विष पेरण्याचं काम हे एका दिवसाचं बिलकूल नाही.

बॉम्ब १२ तारखेला फुटला. ही घटना तात्कालिक वाटते. हिंसेचं समर्थन करण्याचं काम आज चालू झालेलं नाही. याची पहिली घटना ६ डिसेंबरची नाही. याची पहिली घटना गांधींची हत्या झाली तेव्हापासूनची आहे. विंदा करंदीकरांनी सातारा साहित्य संमेलनामध्ये भाषण केलं, त्यामध्ये पाच महापापं सांगितली. त्यामध्ये पहिलं महापाप हे गांधींची हत्या आहे. त्यांनी जे काम केलं, कटकारस्थान करून गांधींची हत्या झालेली आहे. इतिहासामध्ये मात्र आम्हाला शिकवलं जातं, की तो एका माथेफिरूनं केलेला खून होता. माथेफिरू माणसं कटकारस्थान करत नसतात. अगदी व्यवस्थितपणे कटकारस्थान करून गांधींची हत्या केली. माथेफिरू हत्या कशासाठी करील? तो दुसरं काहीतरी करील; परंतु अभ्यासक्रमामध्ये शिकवताना आमच्या मुलांना असं सांगण्याची हिंमत नाही, ती हत्या कोणी केली, ते सांगितलं तर जात कळेल, म्हणून जात सांगायची नाही. मला नाही सांगायची. सगळ्यांना माहीत आहे. गांधींची हत्या ज्या पद्धतीनं झाली त्यानंतरही ही मंडळी हिंसेचं समर्थन करत आहेत. त्यांना या बॉम्बस्फोटासंबंधी बोलण्याचा नैतिक

अधिकार बिलकूल नाही; कारण ज्यांनी गांधींना मारलं त्यांचं समर्थन चालू आहे.

हे वातावरण या देशामध्ये कोणी निर्माण केलं? ही मंडळी १९४८ सालापासून भेदरली होती. भीती वाटत नाही, की आपण काही वेडंवाकडं केलं तर परिणाम गंभीर होतात. भय वाटत होतं; परंतु आमच्या राज्यकर्त्यांच्या एकूण कामाच्या पद्धतीमुळे हे होत आहे. नाझींचा उगम कशातून झाला हे लक्षात घ्या. त्यासाठी लोकशाहीच्या शिड्या वापरलेल्या आहेत. लोकशाहीमध्ये सर्व शिड्या वापरून नाझी सत्तेवर आले, हिटलर सत्तेवर आला. हे लोक जेव्हा सत्तेवर आले तेव्हा त्यांनी लोकशाहीच्या शिड्यांचा वापर केलेला आहे. नंतर त्याच लोकशाहीच्या शिड्या हातात घेणं एवढं सोपं नाही. हे लोक अतिशय शिस्तीनं, शांततेनं, मुंग्यांच्या पद्धतीनं जात आहेत. यामध्ये एक गोष्ट आहे, की एकदम अचानक काहीतरी घडलं आणि हिंसेचं वातावरण तयार झालं, असं झालं आहे का? असं झालेलं नाही.

६ डिसेंबरपर्यंत या देशामध्ये, या महाराष्ट्रामध्ये सत्ताधारी पक्षातले किंवा विरोधी पक्षातले लोक भारतीय राज्यघटनेनुसार केलेला जो कायदा आहे तो पाळण्याच्या गोष्टी करत होते; पण ज्यांनी या देशाला फसवण्याचं काम सातत्यानं केलं त्या मंडळींनी स्वत:लाच प्रश्न विचारावेत, की आपण गुन्हेगार आहोत की नाही? आपण काही चुकलो आहोत की नाही? पण आपण चुकलो आहोत की नाही याचा विचारच ज्यांना करायचा नसेल त्यांनी तुम्ही चुकला आहात हे इतरांना सांगण्याचा अधिकार केव्हाच गमावला आहे. खरोखर, ६ डिसेंबरला आपण चुकलो की नाही, याचा त्यांनी विचार करावा. माझ्या दृष्टीनं ते 'डेथ वॉर' आहे. त्याच्यासाठी आपण आज एवढी मोठी किंमत मोजत आहोत. याचा काही गंभीरपणे विचार करणार आहात की नाही? एक साधी भिंत पाडण्यामुळे आणि ती उभी करण्यामुळे या देशामध्ये काय मन्वंतर घडलं? गेल्या दोन-तीन महिन्यांपासून राज्यामध्ये आणि देशामध्ये हाहाकार माजला आहे. हे सर्व एका श्रद्धास्थानाची भिंत पाडली म्हणून घडलं. माझ्या दृष्टीनं, घटना ही श्रद्धास्थान आहे. मी हिंदू आहे, कुणी मुसलमान आहेत, कुणी इतर धर्मांचे आहेत. या देशात भारतीय राज्यघटनेनं सप्तस्वातंत्र्यं दिली आहेत. त्यांच्यामध्ये धर्माचं पालन करण्याचं, पूजा करण्याचं स्वातंत्र्य दिलेलं आहे; पण या भारतीय राज्यघटनेला धाब्यावर बसवण्याचं काम कुणी केलं? म्हणजे, तुम्ही वाटेल ते करावं. तुमच्या वर्तमानपत्रांत, टेलिव्हिजनमध्ये काय दिसतं? वर्तमानपत्रांमध्ये कोणी लिहावं? वर्तमानपत्रांमध्ये आम्ही पत्रं लिहितो. सर्वसामान्य जनता, गरीब माणूस, झोपडपट्टीमध्ये राहणारा माणूस वर्तमानपत्रांमध्ये पत्र लिहिण्यासाठी जातो काय? तर तुम्ही स्वत: जाता. आता माइक तुमच्या हातामध्ये आहे, तो कुणापुढे धरायचा हे तुम्ही ठरवणार आहात. मी सरळ विचारू

इच्छितो, की तुम्ही आमच्या बापजाद्यांना सत्ता दिली होती का? आमच्याकडे सत्ता येऊन आता कुठे पस्तीस-चाळीस वर्षे होत आहेत. यापूर्वी तर तुमच्याकडेच सत्ता होती. या देशाचं वाटोळं करण्याचा विडा आम्ही उचललेला नाही. ते तुमचंच काम आहे.

यापूर्वीची जबाबदारीसुद्धा तुमचीच आहे. हजारो वर्षांपासून पिढ्यान्‌पिढ्या सत्ता, संपत्ती आणि शिक्षण हे आपल्या ताब्यात आहे आणि आजही ही सर्व यंत्रणा आपल्याच ताब्यात आहे. लेबलं वेगळी असतील. मला त्यानं काही फरक पडत नाही. आपण आहात कुठं? आमच्या समाजाचे किती लोक मंत्रिमंडळामध्ये आहेत? खोटी असलेली गोष्ट सतत सांगत राहिलं तर शेवटी, तीसुद्धा खरी वाटू लागते. भारतीय राज्यघटना नसती तर आम्ही गळ्यांत मडकी अडकवून पुन्हा गाढवांच्याच मागं जात राहिलो असतो, आमच्यात काही फरक पडला नसता. तेव्हा ही जी भारतीय घटना आहे तिला डॅमेज करण्याचं काम ६ डिसेंबरला आपण केलं आहे. देशामध्ये आज हिंसेचं वातावरण आहे आणि इतकं होऊनही आपण राजकारणाच्या पलीकडे जाण्यास तयार नाही. डांगे, फरांदे ही आमचीच माणसं आहेत. ही काही परराष्ट्रातली माणसं नाहीत. आज हजारो माणसं या हिंसेमध्ये मरण पावत आहेत. त्यातून तरी आपण काही शहाणपणा शिका. याचा काहीतरी विचार करा. आपलं कुठेतरी चुकलं आहे हे मान्य करा. ही चूक काही एका माणसाची नाही, एका पक्षाची नाही किंवा एका यंत्रणेची नाही. सगळ्यांची आहे; पण आपण ती स्वीकारणार आहात काय? महाराष्ट्रामध्ये जातीयतेचा गुंता न कळल्यानं काय काय होतं आहे हे आपण पाहतच आहोत आणि त्याचे परिणामसुद्धा भोगत आहोत. तेव्हा, मला वाटतं सर्वांनीच याचा विचार करू या. की विचारच करायचा नाही? आपल्यापेक्षा ज्यांचं जीवनमान निकृष्ट आहे अशी पन्नास लाख माणसं भारतात आहेत. ज्यांना या भूमीवर पाय ठेवायला जागा नाही अशी ही लोकं आहेत. ज्यांच्यासाठी आभाळाच्या खाली मांडव घातलेला नाही अशी लक्षावधी माणसं आहेत, त्यांच्या छपराची व्यवस्था महाराष्ट्र शासनानं काय केली आहे? यासंबंधी भाषणात कुठेही उल्लेख नाही. आज ह्या राज्यामध्ये अनेक माणसं बेघर आहेत. बेघरांमध्येसुद्धा दोन प्रकार आहेत. एक प्रकार म्हणजे पिढ्यान्‌पिढ्या ज्यांना घर नाही असे बेघर आणि दुसरं म्हणजे; घर आहे, पण नैसर्गिक आपत्तीमध्ये ज्यांचं घर मोडलं आहे असे लोक; पण घर नावाची कन्सेप्टच ज्यांना माहीत नाही त्यांचं काय? त्यांच्यासाठी काही तरतूद आहे का? 'आई जेवू घालीना आणि बाप भीक मागू देईना' अशी या लोकांची अवस्था आहे. अशी समाजव्यवस्था वास्तवामध्ये आपल्या वाट्याला आलेली आहे. आज इथं बसून आपण ज्याचा विचार करतो ते बंद करून आपल्या वाट्याला आलेल्या समाजव्यवस्थेच्या दृष्टीनं आपण विचार करणार की नाही?

डांगेसाहेब, आपल्या भाषणात तसं कुठेच दिसत नाही. राजकारण ... राजकारण तरी किती करायचं? तुम्ही बाहेर प्रचार करा, आम्हीदेखील करू हो; परंतु त्याच्या पलीकडे काही विचार आहे की नाही? वास्तविक पाहता, या बाबतीत विरोधी पक्षनेते काही बोलतील अशी आमची अपेक्षा होती. नाही पूर्ण झाली ती. मुख्यमंत्री आमचा, विरोधी पक्षनेते आमचे असं असूनदेखील सर्वजण भटक्या आणि विमुक्त जमातींचं वाटोळं करत आहेत. तुम्ही लाल दिव्याच्या गाडीमध्ये बसता, लाल दिव्याच्या गाडीमध्ये माजी मुख्यमंत्री सुधाकरराव नाईक हेदेखील बसत होते आणि वाटोळं मात्र आमचं करता? आधीच ज्यांचं वाटोळं झालेलं आहे त्यांचं आणखी काय वाटोळं करता? काय भलं केलं या लोकांचं आपण? आपण या ठिकाणी या जातीच्या लोकांबाबत पोटतिडकीनं बोलतो. काय केलं त्यांच्यासाठी आपण? काहीही नाही.

आश्रमशाळा कोणाला दिल्या यावरही मला बोलायचं आहे. वेगळा विषय आहे तो. आजवर आपल्याला सत्ता दिली; परंतु या लोकांना आपण काय दिलं?तुम्ही या समाजाच्या माणसाला सत्ता जरी दिली तरी या माणसांसाठी त्याला काही करता येत नाही. प्रकाश जावडेकर, उद्या जरी तुमच्या पक्षाचा मुख्यमंत्री झाला तरी आमच्या कल्याणाच्या काही गोष्टी होतील याची खात्री आहे का तुम्हाला? होणारच नाहीत; कारण तोदेखील तुमच्याच तालानं चालेल. रामाच्या रक्षणासाठी त्यालाही बांधून ठेवाल आपण. मी या ठिकाणी अतिशय गंभीरपणे बोलतो आहे, की याच जातीला सत्ता मिळाली तरी त्यांचं काही भलं होईल का? निर्णय येतो, की भलं होत आहे असं दिसत नाही. आम्हाला कोणी असं बोलत होतं, की 'काय हो, तुमचा मुख्यमंत्री आला तरी कुरकूर काय करता?' मी त्यांना सांगितलं, 'होय, मुख्यमंत्री आमचा आहे ही गोष्ट खरी आहे; परंतु आमच्याच मुख्यमंत्र्यांच्या राज्यात आमच्या वाट्याला काय येतं? जावडेकरांसारख्यांनी सांगावं आणि त्यांनी काम करावं असंच आज चाललेलं आहे. आमच्या या देशामध्ये या जातीसाठी गेली चाळीस वर्षं काहीही झालेलं नाही. वास्तविक पाहता, आम्ही लोकांनी घटनेच्या विरुद्ध गेलं पाहिजे. भारतीय राज्यघटना फाडून टाकण्याचं काम आम्ही लोकांनी केलं पाहिजे; परंतु आम्ही ते करत नाही; कारण आमच्या कैक पिढ्या आजवर गाढवाच्या पाठी गेल्या. निदान, पुढच्या पिढ्या तरी गाढवाच्या पाठीमागे न जाता माणसांमध्ये येऊन बसाव्यात असं आम्हाला वाटतं. म्हणूनच आम्ही भारतीय राज्यघटनेचा आदर करतो. ज्यांना हे बघवत नाही ते बॉम्बस्फोट करतात, मशिदी-मंदिरं पाडतात. त्यांचं मशिदीवर, मंदिरावर, रामावर-कशावरही प्रेम नाही. त्यांचं प्रेम केवळ मालावर आहे आणि तीच गोष्ट कशी आपल्याला हस्तगत करता येईल या दृष्टीनं त्यांचे प्रयत्न चालू आहेत. या देशातली जनता खुळी आहे असं आपण समजत असाल तर मी

आपल्याला सांगतो, की मित्रहो, मतदार तुमच्या बाजूनं कधीही येणार नाहीत. आम्हाला हा देश टिकवायचा आहे. हेच या देशातल्या, राज्यातल्या मतदारांनी आपल्याला १२ तारखेला घडलेल्या घटनेनं दाखवून दिलं. हिंदू, इसाई, मुसलमान, गुजराती, सर्व माणसं जातिभेद विसरून त्या ठिकाणी एकमेकांना मदत करत होती. हीच जनता या देशाची खरी मालक आहे. त्यांना बिघडवण्याचं काम कुणी कितीही सुपाऱ्या देऊन करत असेल तरी ते फलद्रूप होणार नाही, एवढंच सांगून मी माझं भाषण संपवतो.

१८.३.१९९३

दंगलग्रस्तांचं पुनर्वसन

सभापती महोदय, दिनांक ६ डिसेंबर, ९२ नंतर आणि दि. ६ जानेवारी, १९९३ नंतर शहरांमध्ये ज्या दंगली झाल्या त्याच्या पुनर्वसनाच्या प्रश्नासंबंधानं आपण इथं चर्चा करत आहोत. आतापर्यंत पुनर्वसनावर साधारणपणे १४.५ कोटी रुपये खर्च झालेला आहे. मृतांची संख्या जवळपास साडेआठशे आहे. जखमींची संख्या पंचवीसशे आहे आणि जे लोक मुंबई सोडून बाहेर गेले त्यांची संख्या निश्चित सांगणं कठीण आहे; परंतु काही लाख लोक मुंबई सोडून बाहेर गेले आहेत. दंगलींच्या कारणांच्या तपशिलांमध्ये आपण जायचं नाही, केवळ पुनर्वसनाची चर्चा करायची आहे, अशी सीमित मर्यादा आपण आखून घेतलेली आहे. या प्रश्नाचे दोन भाग आहेत. राज्य सरकार आणि त्याची यंत्रणा जो काही पैसा खर्च करते तो पैसा खर्च होत असताना लोकांना याच्यात सामील करून घेणं हे अत्यंत आवश्यक आहे. प्रत्येक तालुक्यामध्ये प्रत्येक आमदाराला त्याच्या तालुक्याची नीटशी कल्पना असते, त्यामध्ये लोकप्रतिनिधी, स्थानिक स्वराज्य संस्थांचे प्रतिनिधी या सगळ्यांना बरोबर घेऊन राज्य सरकारनं पुनर्वसनाचं हे काम केलं पाहिजे. त्याचे दोन भाग केले पाहिजेत. दंगलीच्या काळात ज्या पद्धतीनं तरतूद जाहीर केली त्याबद्दल खूप मतंमतांतरं आहेत आणि त्याबद्दल खूप वाद झाले आहेत. किंबहुना, दंगलींमध्ये मोठ्या प्रमाणात मदत पोचली की काय अशीही एक चर्चा आहे.

मी ज्या समाजात काम करतो तिथल्या एका कार्यकर्त्यानं मला सांगितलं, की या देशामध्ये इतकं भीषण दारिद्र्य आहे, की केवळ जखमी झाले त्यासाठी पैसा मिळणार असेल तर नवरा बायकोला सांगतो की, तू मला मार, माझा एक पाय तुटल्यानं माझं काहीही नुकसान होणार नाही. एक पाय गेला तरीही उभ्या हयातीत मी काही ५० हजार रुपये मिळवू शकणार नाही. म्हणजे, काबाडकष्ट करून मी हयातभर काम केलं तरी माझ्याकडे ५० हजार रुपये कधीही येणार नाहीत. माझा हात किंवा पाय तोडला आणि ५० हजार रुपये जर मिळणार असतील तर माझा हात तोडायला काही हरकत नाही; कारण मी जगणारच आहे, तू काही चिंता करू नकोस. इतक्या विलक्षण दारिद्र्याच्या पोटी माणसं स्वत:चं रक्त विकतात, किडन्या विकतात, डोळे विकतात, अवयव विकतात. तसंच, दंगलीच्या निमित्तानं पैसे

मिळावेत म्हणून स्वत:ला जखमा करून घेण्यासाठी ही माणसं तयार आहेत. हे भीषण आहे आणि खरंही आहे. तेव्हा दंगलींच्या संदर्भामध्ये पैसे देण्याची राज्य सरकारने भूमिका घेतली तिचा सरकारने निश्चितपणे विचार केला पाहिजे. दुसरं, दंगलींच्या संदर्भामध्ये जे घडलेलं आहे ते कोणाच्याही मनात काहीही असो; पण या देशामध्ये ज्यांच्या तिजोऱ्या भरलेल्या आहेत अशा लोकांना जी मस्ती आलेली आहे ही मस्ती झोपडपट्ट्या हटवण्यासाठी बेफामपणे वाहत आहे. झोपडपट्ट्यांमध्ये राहणाऱ्या लोकांकडून त्यांची जागा मोकळी करून घेण्यासाठी सुपाऱ्या देऊन तिथे खून पाडतात आणि गोरगरीब लोक त्या जागा सोडून मोकळ्या करून जातात. या दंगलीनंतर काही माणसं आपापल्या खेड्यापाड्यामध्ये निघून गेली. आज ही माणसं पोट भरण्यासाठी येऊ इच्छितात; पण हे भूखंड ज्या बिल्डर्सनी बळकावले आहेत ते त्यांना तिथे येऊ द्यायला तयार नाहीत. त्या ठिकाणी कोणी झोपडी बांधू शकत नाही.

तेव्हा, माझी सरकारला अशी विनंती आहे, की कोठल्याही परिस्थितीमध्ये ज्या ठिकाणी पूर्वी झोपडपट्टी होती त्या सर्व जागांच्या खरेदी-विक्रीचे व्यवहार बंद झाले पाहिजेत किंवा बेकायदेशीर ठरवले पाहिजेत. नोव्हेंबर ९२पासून झोपडपट्टीच्या खरेदी-विक्रीचे जे व्यवहार झाले असतील, ते सरकारनं बेकायदेशीर घोषित केले पाहिजेत. या देशाच्या माजी पंतप्रधान श्रीमती इंदिरा गांधी यांची दिल्लीला हत्या झाल्यानंतर तिथं दंगल झाली. त्या दंगलीनंतर तिथल्या दंगलग्रस्तांचं जे पुनर्वसन झालं आहे, ते पाहण्यासारखं आहे. जो दंगलपीडित होता तो कोणत्या समाजाचा होता हा महत्त्वाचा प्रश्न नाही, तर त्या सर्व लोकांना राहण्यासाठी चाळी किंवा फ्लॅट बांधून दिले आहेत. मुंबईमध्ये काल-परवापर्यंत दंगली झाल्या आहेत. अशा वेळी या दंगलग्रस्त माणसाच्या हातावर टोकन म्हणून काही ठेवणार असाल तर हे त्या गरीब माणसाची चेष्टा केल्यासारखं होईल. ज्यांचं नुकसान झालं आहे आणि ज्यांच्याजवळ रेशन कार्ड आहे त्यांना १० × १० ची रूम द्या. अशा पद्धतीनं बांधकाम केलं पाहिजे व या लोकांना जागा दिली पाहिजे, जेणेकरून झोपडपट्टी पुन्हा निर्माण होणार नाही आणि जे लोक झोपडपट्टीमध्ये, गटारामध्ये राहत होते त्यांना राहण्यासाठी चांगली घरं मिळतील. हे राज्य शासनानं करणं आवश्यक आहे.

त्याचप्रमाणे, माझं असं म्हणणं आहे, की जे लोक दंगलग्रस्त वातावरण निर्माण करत आहेत त्यांच्यावर सामाजिक दंडाची कारवाई करावी. तसेच वर्तमानपत्रांचे जे संपादक हे वातावरण निर्माण करण्याचं काम करत असतील त्यांच्यावर दंडात्मक कारवाई केली पाहिजे, त्यांची इस्टेट जप्त करून त्या पैशातून दंगलग्रस्तांसाठी घरं बांधली पाहिजेत. या वेळेला वर्तमानपत्रांनी लोकशाही स्वातंत्र्याचा बेगुमानपणे वापर केलेला आहे. माझा आक्षेप असा आहे, की याचा जो प्रचार आहे

तो यातूनच झाला आहे. तेव्हा, संपादकांनी जबाबदारीनं लिहिलं पाहिजे. जर अशी कारवाई झाली नाही तर कुणीही वाटेल ते करील. एकीकडे दंगलग्रस्त, भयग्रस्त वातावरण निर्माण केलं जातं. त्यांना असं वाटतं की, आपल्या बाजूला कोणी येणार नाही. आपल्या संरक्षणासाठी कमांडोज घ्यायचे आणि दुसरीकडे गोरगरिबांचे मुडदे पाडायचे, असा धंदा इथं चालू आहे. तेव्हा ज्यांनी कमांडोज मागितले आहेत त्यांचे ते काढून घ्या, म्हणजे मग काय ते कळेल. एकीकडे आपल्याला संरक्षण घ्यायचं आणि ते मिळाल्यानंतर गडबड करायची. भरल्या पोटानं जगणारी ही मंडळी आहेत. या मंडळींना हे सांगायची गरज आहे, की या ठिकाणी गोरगरीब माणूस शहरामध्ये पोट भरण्यासाठी येतो. खेड्यापाड्यातून शहरामध्ये येतो आणि गटाराशेजारी राहतो. त्या ठिकाणी तो हौसेनं राहत नाही. जर ग्रामीण भागामध्ये त्याला पर्याय उपलब्ध झाला तर इथं कोण येणार आहे? पण हे लोक शहरांमध्ये पोट भरण्यासाठी येतात. त्यांना जर तुम्ही संरक्षण दिलं नाही तर त्यांच्या रोजीरोटीचा प्रश्न निर्माण होईल आणि या विचारानं त्याला रात्री झोप येणार नाही.

जर मुंबईमध्ये पहिले दिवस यायचे असतील तर या लोकांचं पुनर्वसन करत असताना ज्यांच्याकडे रेशन कार्ड आहे, जे गेल्या दहा वर्षांपासून शहरामध्ये राहत आहेत त्या प्रत्येक माणसाला घर बांधून देण्याची जबाबदारी शासनानं स्वीकारली पाहिजे आणि ती स्वीकारत असताना जे पैसे लागतील ते दंडात्मक कारवाई करून वसूल केले पाहिजेत. असं केलं तरच लोकांना शिस्त लागण्याची शक्यता आहे. आपलं जे घोडं उधळलेलं आहे त्याला लगाम लावण्याची गरज आहे. पुनर्वसनाच्या संदर्भात बोलत असताना मी सांगू इच्छितो, की, आम्ही धरणग्रस्त, प्रकल्पग्रस्त पाहिले आहेत. कोयनेच्या लोकांचं, प्रकल्पग्रस्तांचं पुनर्वसन ज्या गतीनं झालं त्या गतीनं दंगलग्रस्तांचं पुनर्वसन न करता या कामाची गती वाढवायची असेल तर कृतिशील कार्यक्रम करावा आणि जेवढ्या जास्तीत जास्त लोकांना मदत देता येईल तेवढी द्यावी. एवढं बोलून मी भाषण संपवतो.

१९.३.१९९३

अर्थसंकल्पातील उपेक्षा

अध्यक्ष महाराज, सन १९९४-१९९५ सालचा जो अर्थसंकल्प या ठिकाणी मांडण्यात आला आहे त्यावर माझे विचार मांडण्यासाठी मी उभा आहे.

अर्थमंत्र्यांचं जे भाषण झालं आहे, त्याचा शेवट त्यांनी काव्यात्मक केला आहे. ते असं म्हणतात की,

'अर्थमंत्री को सारे एक से ही प्यारे हैं,
कर्मों के फल मात्र यहाँ न्यारे न्यारे हैं।'

मला असं वाटतं, इथं त्यांना कर्मयोग याअर्थी सुचवायचं असावं; परंतु सगळं अंदाजपत्रक आणि त्यांचं भाषण वाचल्यावर माझी अशी समजूत झाली, की याला आपण तांत्रिकदृष्ट्या पाठिंबा दिला पाहिजे. मनापासून नाही.

आचार्य जावडेकर यांच्यापासून लोकशाही समाजवाद आम्ही शिकलो. आचार्य जावडेकर यांच्यापासून नरहर कुरुंदकरांपर्यंत या सगळ्यांनी लोकशाही समाजवाद आम्हाला शिकवला. माझ्यासंबंधी म्हणाल तर कुरुंदकर यांनी लोकशाही समाजवादावर दोन-चार आठवडे वर्ग घेतले. गेली तीस-चाळीस वर्षे सातत्यानं याबाबत ऐकत आम्ही लहानाचे मोठे झालो. समाजवाद केव्हातरी येणार आहे. तो लोकशाहीच्या माध्यमातून येणार आहे. दारिद्र्यरेषेखाली असलेले ५० टक्के आणि दारिद्र्यरेषेच्या आसपास, वर आणि खाली असलेले २० टक्के म्हणजे जवळपास ७० टक्के लोक दारिद्र्यरेषेच्या खाली अथवा जवळपास राहतात. या लोकांसाठी या अर्थसंकल्पात नव्या दमडीचीसुद्धा तरतूद नाही. हे लोक दारिद्र्यरेषेच्या खाली राहतात हेच राज्यकर्ते विसरले आहेत. सगळ्यांना असं वाटतं, की तिकडून कुणीतरी पाठवणार आहे, त्याच्यावर राष्ट्र उभं राहणार आहे. या भ्रमातून राज्यकर्त्यांनी बाहेर आलं पाहिजे. राष्ट्र कोणाच्या पायांवर उभं राहत नाही? आम्ही आमच्या पायांवर उभं राहावं यासाठी या अर्थसंकल्पात काय केलं आहे? मी सबंध अर्थसंकल्प चाळला...

मी ज्या जनसमूहात काम करतो त्यांच्यासाठी या संपूर्ण अर्थसंकल्पात ०.१ टक्का इतकी रक्कम खर्च केलेली आहे. म्हणजे एक पैसादेखील नाही. एक पैसा व्हायला ९९ बिंदू कमी. हे 'दर्यामें खसखस' अशी ही परिस्थिती आहे. मागासवर्गीयांसाठी जी एकूण तरतूद केलेली आहे तीदेखील ०.७ टक्के इतकी आहे. त्यात

व्ही.जे.टी.आय.चासुद्धा समावेश आहे. म्हणजे, प्रत्यक्षात ही तरतूद सहा टक्केच आहे. म्हणून मी माझ्या भाषणाच्या सुरुवातीलाच असं सांगितलं आहे, की अत्यंत निराशाजनक असा हा अर्थसंकल्प आहे. यामध्ये नवीन योजना दिलेल्या आहेत का? नवीन काहीही दिलेलं नाही. दरवेळी निदान, काहीतरी आमच्या तोंडावर टाकायचं म्हणून का होईना; घरकुलाची एखादी योजना, कामगारांसाठी-शेतमजुरांसाठी-कष्टकऱ्यांसाठी काहीतरी व्यवस्था होते; पण यावेळी मंत्रिमहोदय आदिक एवढे कंजूष आणि चिक्कू झालेले आहेत, की या सर्व वर्गाकडे त्यांनी पाठ फिरवली आहे. त्यांनी या वर्गाला काही म्हणजे काहीसुद्धा दिलेलं नाही. समाजवाद हा घटनेच्या प्रिॲम्बलमध्ये आहे. कुणाची काहीही इच्छा असो, तिथून जोपर्यंत तो शब्द काढत नाही तोपर्यंत आम्ही असं मानतो, की केव्हा ना केव्हा तरी तो येणार आहे. आतापर्यंत तरी तो प्रिॲम्बलमधून काढलेला नाही. खरं म्हणजे, काढतीलही. आम्ही त्यावेळी पाहून घेऊ. कुणाला जर वाटत असेल, की तो काढता येईल तर ते सोपे नाही. मधल्या काळात काही जण अशा भ्रमात होते; परंतु असं होणार नाही; कारण ज्या देशाची ७० ते ८० टक्के जनता दारिद्र्यरेषेच्या खाली असते त्या देशाला भांडवलशाही परवडणारी नसते. भांडवलशाही आपल्याकडे प्रचंड प्रमाणात येऊ घातलेली आहे. तिचं स्वागत चालू आहे. जनमानसाला वाटत आहे, की काहीतरी चांगलं येणार आहे. मार्क्स धर्माला अफूची गोळी म्हणत असे. गोरगरिबांच्या शत्रूची अपत्यं या गोळीत दडलेली असतात, असं त्याचं म्हणणं होतं. अर्थातच, त्यांचा नाश करायचं सामर्थ्य आमच्यात आहे. या देशाच्या राजनीतीबाबत, अर्थनीतीबाबत लिहिलं गेलं आहे. असं सांगितलं जातं, की राजकीय गंगाजळी वाढलेली आहे. कोणाला याचा फायदा होणार आहे? कोणत्या वर्गाचे हितसंबंध हे सरकार शाबूत ठेवू इच्छितं?

परकीय चलन घेऊन कोणाचे संसार चालतात? या ठिकाणी मीठ, मिरची, तिखट, तेल, तांदूळ, गहू, ज्वारी, बाजरी यांचे भाव बाजारात रेशनिंगच्या दरापेक्षा दुप्पट आहेत. रेशनिंगचे दरदेखील असे वाढलेले आहेत, की ते धान्य कोणीही विकत घेऊ शकत नाही. सरकार म्हणतं, की आमच्याकडे धान्य आहे. मी म्हणतो, होय, बरोबर आहे तुमचं म्हणणं. रेशनिंगला धान्य आहे; परंतु लोकांची क्रयशक्ती नसल्यामुळे ते उचललं जात नाही. रोजगार हमी योजनेवरच्या कामगाराला काय देता आपण? कामगारांसाठी, कष्टकऱ्यांसाठी काहीही नाही. अंगमेहनतीचं काम करणाऱ्यांसाठी काहीही नाही. प्रश्न असा आहे, की आपण इथं बसून जे निर्णय घेत आहोत त्याचं वास्तवात काहीच दर्शन होत नाही.

या उपेक्षित वर्गाला आपण काय दिलं आहे? ज्या उपेक्षित वर्गासाठी राजकीय पक्ष व्यासपीठावरून मोठ्या थाटानं भाषणं करतात, त्यांचं उत्थान करायचं आहे

असं म्हणतात, त्यांना घरं बांधून द्यायची आहेत असं म्हणतात, त्यांना अन्न, वस्त्र, निवारा, शिक्षण द्यायचं आहे असं म्हणतात, त्यांच्यासाठी काय केलं गेलं आहे? माणसाच्या मूलभूत गरजा – अन्न, वस्त्र, निवारा, आरोग्य आणि शिक्षण या आहेत. या अर्थसंकल्पात त्या दृष्टीनं काहीही तरतूद केलेली नाही.

देवदासींना किरकोळ असं काहीतरी दिलेलं आहे. मागासवर्गीय लोकांपैकी किती लोकांना काय मिळतं याचा शोध घ्यायची गरज आहे. जे आमच्यासाठी ठेवलेलं नाही ते आमच्यापर्यंत कसं येणार? राज्य कुणासाठी चाललं आहे? बोलाची कढी, बोलाचाच भात. खाऊनिया तृप्त कोण झाला? असं तुकोबांनी म्हटलं आहे. द्यायचं काही नाही; पण दिल्यासारखं करायचं आणि रडल्यासारखं करायचं हा कार्यक्रम गेली चाळीस वर्षं चालू आहे. आमची रोजची फसवणूक आहे. वंचना किती करावी, प्रतारणा किती करावी? सामान्य माणूस मोडून पडला आहे. त्याला कसलाही आधार नाही. बाजारात गेल्यावर एक पेंडी भाजी घ्यायची म्हटल्यावर त्यासाठी किती पैसे लागतात? राज्यकर्त्यांना कदाचित बाजारात जावं लागत नसेल; पण मंत्र्यांनी तरी कमीत कमी भाजीच्या बाजारात जावं. भाजीची पेंडी केवढ्याला मिळते ते पाहावं. रेशनिंग कसं मिळतं, रॉकेल कसं मिळतं, रॉकेल आणण्यासाठी किती मेहनत घ्यावी लागते, रेशनिंग कार्ड नसेल तर काय करावं लागतं या सगळ्या प्रश्नांची उत्तरं टोकाच्या दारिद्र्यात आहेत. या देशात उपेक्षा, दारिद्र्य यांच्यामुळे लक्षावधी माणासांची अवहेलना चाललेली आहे. त्यांच्यासाठी या अर्थसंकल्पात काही नाही. त्यामुळे मी केवळ तांत्रिकदृष्ट्या या अर्थसंकल्पाला पाठिंबा देतो आणि माझे दोन शब्द पूर्ण करतो.

२९.३.१९९३

भंगीमुक्ती

अध्यक्ष महोदय, नगरविकास राज्यमंत्री महोदयांनी या ठिकाणी ठराव मांडला आहे. हा स्टेट सब्जेक्ट असल्याने ह्या ठिकाणीही आपल्याला कायदा करता येतो. वास्तविक, तो कायदा अस्तित्वात आहे; पण त्याची अंमलबजावणी होत असल्याचं कुठेही दिसत नाही. मी डॉ. अनिल अवचट यांच्याबरोबर मेहेतर समाजाच्या सगळ्या प्रश्नांची पाहणी करण्याकरता फिरलो आहे. सरकार जे काही कागदावर सांगत आहे त्याच्यापेक्षा विपरीत परिस्थिती मी स्वत: पाहिली आहे. डॉ. अवचट हे त्या विषयावरच लिहितात. त्यांनी ह्या समाजासंबंधी पुस्तक लिहिलेलं आहे. ह्या समाजाची तपशीलवार माहिती त्यांच्या पुस्तकात आहे. हे पुस्तक आवश्यकता वाटल्यास मंत्रिमहोदयांना देण्यास मी तयार आहे. ह्या पुस्तकात प्रथम हिंदू धर्मपद्धतीचा विचार केला आहे. जात ही जन्माने मिळते; पण भंगी समाजास जात जन्माने मिळाली नाही. जी आहे, जी जातच नाही तिला जात म्हणतात. जग एवढं चमत्कारिक आहे, की जातीनं जन्माला न आलेल्यांची आपण जात तयार केली आहे. मेहेतर ही मुळात जात नाही. 'बळी तो कान पिळी' अशा न्यायानं ती मिळाली असावी.

पोर्तुगीजांनी मुंबई हे बेट १६६२ साली इंग्रजांना आंदण दिलं. मुंबईत सुरुवातीला फार रोगराई होती. सन १८६४मध्ये सहा महिन्यांत ६४३४ माणसं रोगराईनं मेली. दुर्गंधी आणि घाण यामुळे ही माणसं मेली. लोक कचऱ्याच्या ढिगाऱ्यावर झोपत असत. पटकी आणि कॉलरा ह्या रोगांमुळे माणसांना जगणं कठीण झालं होतं. पहिली नगरपालिका १७२६ साली झाली. त्यावेळी पहिलं पाऊल उचललं. १८६३ साली ही बाब लक्षात आली आणि त्यांचं पहिलं काम सुरू झालं. आपल्या स्वराज्याचं वर्णन त्यांनी 'खटाऱ्याचं स्वराज्य' असं केलं. तुम्ही राज्य करा, यामुळे तुम्हाला स्वच्छ कसं राहता येईल हे कळेल यासाठी. यातून स्वराज्याचा जन्म झाला.

१८६४ साली एकूण खर्च २०,७८४ रु. बजेट. यामध्ये १७,२६८ रु. एकूण खर्चाच्या ८३ टक्के खर्च आरोग्य खात्यावर आणि त्यातला केवळ ७२०० रु. मेहेतर कर्मचाऱ्यांवर आहे. याचं पर्सेन्टेज ४१.६८ टक्के इतकं आहे.

त्या नगरपालिकेतील मेहेतर समाजावर खर्च केला जातो. मी महंमद खडसं, अरुण ठाकूर यांच्याबरोबर नाशिक शहरामध्ये हिंडत होतो. त्यावेळेस या क्षणापर्यंत तिथे सातशे संडास टोपलीचे आहेत, म्हणजे डोक्यावरून मैला वाहून नेला जातो आणि शासनाकडून सांगण्यात येतं, की महाराष्ट्रामध्ये अशी परिस्थिती नाही! आज मराठवाड्यामध्ये निलंगा, औसा, उमरगा, उदगीर आणि अहमदपूर या तालुक्यांमध्ये जा, तिथे प्रत्येक गावामध्ये टोपलीचे संडास आहेत, कोरडे संडास आहेत. तिथं डोक्याऐवजी खांद्यावरून मैला वाहून नेतात. सबंध तालुक्यामध्ये अशा प्रकारची परिस्थिती आहे. शासन आम्हाला खरी माहिती देत नाही. सरकारी अधिकारी खरी माहिती देत नाहीत. नगरविकास खात्यामध्ये चौकशी केली तेव्हा त्यांनी सांगितलं, आमच्याकडे अशी परिस्थिती नाही. आम्हाला सांगण्यात येतं, अशा प्रकारचा कायदा केला आहे. याकरता या कायद्याची अंमलबजावणी करण्याची जबाबदारी सरकारची आहे किंवा नाही? हा धंदा करणारी माणसंही महाराष्ट्रीय नाहीत. महाराष्ट्रातल्या अस्पृश्य समाजामधली माणसे हे काम करत नाहीत. महाराष्ट्रातल्या एकाही अस्पृश्य समाजातला माणूस हे काम करत नाही. तो फार झालं तर रस्ता झाडण्याचं काम करील; परंतु मैला वाहण्याचं काम परप्रांतीयांनी येऊन केलं आहे. गुजरातमधले लोक इकडे आले. चिपनिया (दीर्घ दुष्काळ) काळामध्ये लोक बाहेर पडले. गुजरात, राजस्थान, मध्यप्रदेशामधून दुष्काळाच्या वेळेस आलेले हे लोक, त्यांना ब्रिटिशांनी आणलं. त्यांना सांगण्यात आलं, की सोन्याच्या भावानं नोकरी मिळणार आहे. सोनं मिळणार, तेव्हा गावाकडे कशाला जाता? तेव्हा, सोन्याच्या कारखान्यामध्ये काम करण्यास निघाले आणि इथे सोनखत गोळा करू लागले. गावाकडे गेल्यावर तिथं सांगत, आम्ही सोन्याच्या कारखान्यात काम करतो. गावी काय सांगणार? सांगायला संकोच वाटतो. हे मलकानी समाजाचे लोक आहेत. ते तिकडून इकडे आले, इकडे आल्यानंतर काय काम करायचं? विष्ठा उचलायची. इथे महाराष्ट्रीय लोकांनी हे काम केलं नाही. निजामाच्या वेळची परिस्थिती वेगळी होती, हैदराबादमध्ये वेगळी परिस्थिती होती.

आमच्याकडे जशी बलुतेदार पद्धती आहे, त्याप्रमाणे तिकडे बलुतेदार पद्धत, इनाम दिलेली गावं, दहा गावांची इनामी मिळालेली आहे. आम्ही इनामदार, म्हणजे दहा गावांमध्ये भीक मागण्याचं काम, दुसरा भिकारी तिथं गेला तर मारामारी होते. अशी इनामदारी दिलेली आहे. तेव्हा, आजही त्या भागामध्ये जाऊन पाहा, नगरपालिकेचे सफाई कामगार नाहीत, सर्व संडास खाजगीरीत्या साफ करण्याचं काम सांभाळलं जातं, आणि ते नियमित केलं जातं. त्याकरता त्यांना वर्षाला दहा ते पंचवीस रुपये मिळतात, त्या बदल्यामध्ये हे काम होतं. तेव्हा आपलं शासनाचं नगरविकास खातं फतवा काढतं; पण तो खाली पोचतो की नाही, हे माहीत नाही.

पण, कारवाई शून्य. यामध्ये अडकलेली जी माणसं आहेत ती गुलाम आहेत. खरं म्हणजे कोणाला स्वातंत्र्य मिळालं हे माहीत नाही. ते आमच्यापर्यंत तरी आलेलं नाही. कसलं स्वातंत्र्य? पाच हजार रुपये किंवा दहा हजार रुपये देऊन वरच्या समाजातल्या माणसाला आपण नोकरी दिली, म्हणजे हे काम करायला लावलं तर तो माणूस करील हे काम? मलकानी समितीनं या लोकांना घरं बांधून द्या असं म्हटलं होतं, या लोकांसाठी स्वतंत्र कॉलनीज करा असं कम्पल्सरी केलं होतं; पण मग परिस्थिती काय आहे? यामध्ये प्रश्न असा आहे, की जी वस्ती आहे ती स्वतंत्रपणे असली पाहिजे. याबाबत मी ठाणे महानगरपालिकेचं उदाहरण सांगेन. ठाणे पालिकेमध्ये या लोकांसाठी अशा प्रकारे घरं असावीत म्हणून मोर्चा निघाला, चळवळ झाली, या समाजातल्या लोकांनी संघर्ष केला; पण त्या ठिकाणी या लोकांसाठी कॉलनी झालेली नाही. मुंबई, ठाणे, नाशिक अशा ज्या मोठ्या महानगरपालिका आहेत त्या ठिकाणी या लोकांना कामाला लागावं लागतं आणि मग सरकारी घर मिळतं अशी अवस्था आहे. मुंबईमध्येसुद्धा घर मिळतं; पण घर दिल्यानंतर सरकार काय अट घालतं, तर... वस्तुतः, या समाजातल्या माणसाला त्यातून मुक्त करणं किंवा तो मुक्त कसा होईल, हे पाहणं हे पहिलं काम आहे; पण सरकार म्हणतं, की तुला घर देतो; पण घर कसं देतो... एका माणसानं आयुष्यभर सफाई-कामगार म्हणून काम केल्यानंतर तो रिटायर होतो व तो रिटायर झाल्यानंतर हे घर खाली कर असं त्याला सांगितलं जातं. तेव्हा, आपलं घर टिकावं म्हणून या समाजातली ग्रॅज्युएट झालेली जी मुलं आहेत ती सफाई-कामगार म्हणून पुन्हा कामाला लागतात. त्यांना या कामातून बाहेर पडता येत नाही, ही सगळ्यात मोठी गुलामी आहे. या देशाची ज्यांनी अशा प्रकारे सेवा केलेली आहे, इतर लोक जे काम करू शकत नाहीत ते काम हे लोक करतात. त्यांना जर घर दिलं तर महाराष्ट्र राज्य बुडणार आहे काय? महाराष्ट्रावर यामुळे अस्मानी, सुलतानी कोसळणार आहे काय? परवाच या ठिकाणी सांगण्यात आलं, की कारखानदारांनी शासनाला कोट्यवधी रुपयांना बुडवलेलं आहे, कोट्यवधी रुपयांचा कर चुकवलेला आहे; पण त्यांच्याकडून आपण हा पैसा वसूल करत नाही. तर या लोकांना घरं दिली तर काय मोठं बिघडणार आहे? काय मोठा असा खर्च येणार आहे? शहरामध्ये या घरांची किंमत ती काय आहे? परंतु आपण या लोकांना कायमचं बेठबिगार बनवलेलं आहे. एका बाजूला असा आव आणायचा, की आम्ही तुम्हाला घरं बांधून देतो, तुमचा उद्धार करण्यासाठी हे करतो; आणि दुसरीकडे तो याच चक्रामध्ये कसा अडकेल याचा विचार करायचा, असा हा भाग आहे. कायदा केला तरी काही फरक पडेल असं मला वाटत नाही. या ठिकाणी प्रबोधनाची गरज आहे. आपल्यासाठी कायदा आहे किंवा तरतुदी आहेत हेसुद्धा या समाजाला माहीत नाही. अडाणीपणामुळे हे

लोक ही कामं करत आहेत. वीस-पंचविसाव्या वर्षी कामाला सुरुवात होते आणि हे लोक अगदी मरगळल्यासारखे दिसू लागतात...

कायद्यानं काय होणार आहे? परवा, ११ तारखेला पंतप्रधानांनी जे वक्तव्य केलं त्यावरून महाराष्ट्र सरकारचे डोळे उघडले असण्याची शक्यता आहे. पाच वर्षांमध्ये ही गोष्ट संपवणार आहोत असं त्यांनी सांगितलेलं आहे, आंबेडकर जन्मशताब्दीचा फायदा घेऊन. म्हणून हे सरकार कदाचित जागं झालं असेल. तेव्हा, त्या सरकारच्या जागं होण्यावरसुद्धा आमचा विश्वास नाही. आम्हाला पटत नाही. याचं कारण यासाठी पहिलं कमिशन १९४९ साली नेमलं होतं. त्यानंतर ५० साली नेमलं, त्यानंतर ६७ सालीसुद्धा नेमलं होतं. अगदी परवापर्यंत याबाबत दहा-पंधरा समित्यासुद्धा नेमलेल्या आहेत. त्यांचे रिपोर्ट शासनाकडे आलेले आहेत, ते रिपोर्ट शासनानं स्वीकारलेले आहेत; पण पुढे काहीही केलेलं नाही. तेव्हा, आता या सरकारनं किंवा केंद्र सरकारनं कायदा केला तरी काय होणार? कायदा करून तो काय तोंडी लावायचा आहे काय? त्याचा काही उपयोग नाही. त्याची अंमलबजावणी कोणी अधिकारी करत नाहीत, तेव्हा त्यांच्यावर आपण कारवाई करणार आहात काय? त्यासाठी सी.आर.पी.सी.मध्ये दुरुस्ती करणार आहात काय?

मी या संदर्भात एक अशासकीय बिल दिलेलं होतं; परंतु वेळेअभावी ते लॅप्स झालं. तेव्हा, सी. आर. पी. सी.मध्ये दुरुस्ती करून नगरपालिकेतले जे लोक डोक्यावर मैला वाहून नेण्याचं काम थांबवू शकत नसतील त्यांना शिक्षा झाली पाहिजे. त्यांना दंड झाला पाहिजे. त्यांच्या नोकऱ्या गेल्या पाहिजेत, अशी व्यवस्था कायद्यामध्ये करा. ज्या ज्या महापालिकांमध्ये व नगरपालिकांमध्ये अशी प्रथा चालू आहे, त्यांचं अनुदान बंद करा. ज्या महानगरपालिकांच्या किंवा नगरपालिकांच्या कार्यक्षेत्रामध्ये डोक्यावरून मैला वाहून नेण्याचं काम चालू ठेवलं असेल त्यांना एक पैसाही अनुदान द्यायचं नाही असं आपण करत नाही. काखेत कळसा व गावाला वळसा अशी तुमची स्थिती झालेली आहे. या संदर्भात १९४९ साली एक आयोग नेमलेला होता; परंतु आज त्रेचाळीस वर्षांनंतरही या संदर्भात कोणतीच अंमलबजावणी झालेली नाही, असं आमचं म्हणणं आहे. या देशामध्ये माणसांनी माणसांची विष्ठा वाहून नेणे हा एक कलंक आहे. भंगी समाजाच्या घरातली कोणती माणसं नोकरीला लागतात? क्लास-वन, क्लास-टू मध्ये या समाजाची किती माणसं आहेत? महाराष्ट्रभर जे सफाई-कामगार आहेत त्यांच्यातले ९९ टक्के लोक आमच्या समाजाचे आहेत. हे सर्व लोक झाडलोट करण्याचं, कचरा उचलण्याचं आणि जनावरं फाडण्याचं काम करतात. राखीव जागांमध्ये या समाजाचे किती टक्के लोक भरले? यासंबंधीची जी आकडेवारी आहे ती सर्व चतुर्थ श्रेणी कर्मचाऱ्यांची आहे. क्लास-वन, क्लास-टू, सुपर क्लास-वन, सहकार या क्षेत्रांमध्ये या समाजाचे किती

लोक आहेत? तेव्हा, राखीव जागांच्या संदर्भात तुम्ही जे आकडे सांगता ते आमच्या ज्या बाया सफाईचं काम करतात त्यांचे आकडे सांगता.

आपण धारावीमध्ये जाऊन बघा. त्या ठिकाणी नाक मुठीत धरल्याशिवाय चालता येत नाही. सोळाव्या व सतराव्या शतकामध्ये मुंबईचं जे वर्णन सांगितलं आहे तेच वर्णन १९९२-९३सालामध्ये आहे. या ठिकाणी माणसं रस्त्याच्या कडेला संडासला बसतात. त्याची उचलण्याची काही व्यवस्था नाही. महानगरपालिकेचं कोट्यवधी रुपयांचं बजेट आहे. महानगरपालिकेला विचारलं, की तुम्ही एकूण बजेटच्या किती पैसा सॅनेटरीवर खर्च करता? तर त्याचा आकडासुद्धा त्यांच्याकडून मिळत नाही. माझे अनेक नातेवाईक असे आहेत, की सकाळी पहाटे उठतात आणि कामाला जातात. त्यांना दारू घेतल्याशिवाय काम करता येत नाही; कारण मैला वाहून नेताना तो अंगावर सांडल्यानंतर काय होतं हे बघायचं असेल तर आपण माझ्याबरोबर चला. मी एकेकाला घेऊन जातो. संडासची पाटी उघडल्याबरोबर त्यातून काय निघेल, हे सांगता येत नाही. साप निघेल की विंचू निघेल सांगता येत नाही. मी अनिल अवचटांबरोबर फिरलेलो आहे. त्यांनी कोणत्या जातीमध्ये जन्म घेतला याला महत्त्व नाही. मी दोन दिवस त्यांच्याबरोबर फिरलो. ज्यांना आपण नरकयातना म्हणतो त्या काय असतात ते संडासाच्या पाटीला हात लावल्यानंतर कळतं. जिवंतपणी पाप केल्यानंतर मेल्यावर नरकात जावं लागतं एवढंच आपल्याला माहीत आहे; परंतु इथं जिवंतपणी नरकयातना म्हणजे काय हे माणसाला संडासची टोपली डोक्यावर घेतली की कळतं. तेव्हा, महाराष्ट्र शासनानं हा ढोंगीपणा थांबवावा. या संदर्भात १९४९ साली नेमलेल्या आयोगानं शिफारशी केल्या आहेत. त्या दिवसापासून आतापर्यंत अनेक शिफारशी झाल्या. आताच कुणीतरी सांगितलं, की या संदर्भात एक समिती काम करते. जे त्या समितीचे पंधरा वर्षं सदस्य होते त्यांनीसुद्धा ही समिती बरखास्त करा असं सांगितलं. तेव्हा, मंत्रिमहोदयांनी या बाबतीत गंभीर लक्ष दिलं नाही तर एक दिवस आपल्या दारात संडासच्या टोपल्या आणण्याची गरज भासेल. ही वेळ आमच्यावर येणार नाही आणि महाराष्ट्र शासन तशी वेळ आमच्यावर आणणार नाही असं मी मानतो. परंतु, आमची पोरं तसं मानतील अशा भ्रमामध्ये आपण राहू नका; कारण त्यांना कळलेलं आहे, की आपल्यावर होणारा हा अन्याय निसर्गनिर्मित नाही, तर माणसानं स्वत:च्या स्वार्थासाठी निर्माण केलेला आहे. तो अन्याय संपवण्याचं काम महाराष्ट्र शासनानं करण्याची गरज आहे.

म्हणून आपल्याला या लोकांसाठी जे करायचं आहे ते तातडीनं करा. मी मंत्रिमहोदयांना अशी विनंती करीन, की जन्मशताब्दी वर्षाची मदत आता आणखी एका वर्षानं वाढवून मिळालेली आहे. बाबासाहेबांचं, महात्मा फुले यांचं नाव घेणं

सोपं आहे. 'डॉ. बाबासाहेब आंबेडकर की जय' असं म्हणायला कोणाच्या बापाचं काय जातं? कोणाचेही चार चव्वल खर्च होत नाहीत. उलट, फायदा मात्र होतो. मतं पेटीत पडतात. म्हणून मी आपल्याला सांगतो, की डॉ. बाबासाहेबांचं, महात्मा फुले यांचं नाव घ्यायचं असेल तर येत्या वर्षामध्ये एकही संडास कोरडा राहणार नाही, सर्व संडास जल-संडास होतील याची काळजी घ्या. त्या कामासाठी लागणारा पैसा राज्याच्या तिजोरीतून द्या. भंगीमुक्ती करा. भंगीमुक्ती करण्याची घोषणा १९६९ साली महात्मा गांधींची जन्मशताब्दी होती त्या वर्षीची होती. ती घोषणा आता तरी पूर्ण करा. बाबासाहेबांच्या जन्मशताब्दीच्या या वर्षामध्ये या समाजाचं पुनर्वसन होईल अशी अपेक्षा मी बाळगतो. जन्मशताब्दीच्या निमित्तानं आपण या समाजासाठी काही चांगलं कराल अशी आशा मी उराशी धरतो. नाहीतर केवळ बोलाची कढी, बोलाचा भात अशी अवस्था होईल. आतापर्यंत आपण आश्वासनं फार दिली. आता यापुढे अशा रीतीनं आश्वासनं द्या, की ती पाळली जातील. एवढं बोलून मी माझं भाषण संपवतो.

१३.४.१९९३

पददलितांसाठी घरं

सभापती महोदय, विरोधी पक्षतेने अण्णा डांगे यांनी मांडलेल्या प्रस्तावाचं समर्थन करण्यासाठी मी इथे उभा आहे. मी या सदनाचा सदस्य झाल्यापासून सातत्यानं या विषयावर बोललो आहे. पहिली दोन वर्षे या विषयावरचे माझे विचार मी उत्साहानं मांडत होतो, तो उत्साह दिवसेंदिवस कमी होत चालला आहे असं मला वाटतं. त्याचं कारण असं, की या सदनामध्ये जाऊन जे पीडित आहेत, दुःखित आहेत त्यांच्या व्यथांवर कदाचित औषध मिळेल, कैक पिढ्यांचं दुःख आणि दारिद्र्य, किंचित का होईना दूर होईल, या कारणासाठी इथं येण्याची मला जेव्हा संधी मिळाली तेव्हा मला अतिशय आनंद झाला. आपल्या समाजाच्या व्यथा महाराष्ट्राच्या संवेदनशील लोकांच्या कानांपर्यंत तरी जातील असं वाटलं; परंतु तो उत्साह क्रमशः कमी होत चालला; कारण 'धन्याला धत्तुरा आणि चोराला मलिदा' अशी म्हण आहे. तीच वहिवाट अव्याहतपणे चालवण्याचा निर्णय आपण घेतला आहे. आपण कधी खरं बोलायचं नाही, खरं वागायचं नाही. खरं सांगायला लागलो तर झटकायचं, जमलं तर ठेचायचं अशी या देशाची कैक दिवसांपासूनची परंपरा आहे.

या ठिकाणी मी आपल्याला एक गोष्ट सांगतो.

चार ब्राह्मण होते. ते जंगलातून निघाले होते. त्यांना खूप तहान लागली होती, जवळ पाणी नव्हतं. वाटेत एक खोल विहीर होती, त्यातलं पाणी खूप खाली गेलं होतं. त्यापैकी एका ब्राह्मणाला वाटलं, की आपण पाणी प्याल्याशिवाय गावापर्यंत पोचू शकणार नाही. तो म्हणाला, 'मी विहिरीतलं पाणी पिणार.' इतर लोक म्हणाले, 'तू पाणी कसं पिणार? दोन-तीन लोकांकडची उपरणी घेऊन त्यांच्या त्यानं गाठी बांधल्या आणि पायातले जोडे काढले व ते उपरण्याला बांधले आणि विहिरीत सोडले. विहिरीतून पाणी काढून जोड्यानं तो पाणी प्याला. त्यानं असं केलेलं पाहिल्यावर दुसऱ्याला वाटलं, की आपले प्राण वाचवायचे असतील तर जोड्याचं का असेना, पाणी प्यालं पाहिजे. अशा प्रकारे, दुसऱ्यानं आणि तिसऱ्यानंही पाणी प्यालं. त्यांच्यापैकी एकाला वाटलं, आपण जर जोड्यानं पाणी प्यालं तर विटाळ होईल आणि आपल्यावर धर्मसंकट येईल, आपल्याला समाज वाळीत

टाकील. तेव्हा, आपण जोड्यानं पाणी पिता कामा नये. वाटेल ते झालं तरी हरकत नाही, गावापर्यंत तसंच जायचं; परंतु यांच्यासारखं पाणी प्यायचं नाही.

सगळे मिळून गावाजवळ गेले. गावाजवळ गेल्यावर या तिघांच्या पोटात भीतीचा गोळा आला, की आपण धर्म भ्रष्ट केला. हा चौथा माणूस, घडलेलं गावात सांगणार. तसं झालं तर आपल्या तिघांचं काही खरं नाही. गावाजवळ गेल्यावर तिघांचा विचार पक्का झाला. गावातला पहिला माणूस भेटल्याबरोबर या तिघांनी त्याला सांगितलं, की हा चौथा आमच्या बरोबर होता. त्याला तहान लागल्यावर हा विहिरीतून जोड्याने पाणी काढून प्याला आहे. आम्ही तिघं त्याला सांगत होतो की असं करू नको; पण यानं ऐकलं नाही.

पहिल्यानं जीव तोडून सांगितलं की असं घडलं नाही, मी जोड्यानं पाणी प्यालो नाही. उलट, हे तिघं जोड्यानं पाणी प्याले; पण त्याचं एकट्याचं कोणी ऐकलं नाही; कारण हे तिघं होते. तिघांचं म्हणणं खरं मानून त्या एकट्या चौथ्याला वाळीत टाकलं गेलं. अशी आहे लोकशाही व बहुमत. सत्य चौथ्याच्या बाजूला असताना गावानं त्याला वाळीत टाकलं.

ही या देशाची परंपरा आहे. ऐकून घ्यायचं नाही, तुला बोलण्याचा अधिकार नाही. मी वर्षभर लिखाण करत आहे. सगळ्या जमातींच्या संघटनांशी वर्षभर चर्चा करत आहे. प्रत्येक गोष्ट ही स्वतंत्रपणे बोलता येईल एवढा मोठा हा विषय आहे. माझे कवी मित्र दया पवार मराठीतले नामवंत कवी आहेत. त्यांनी एक कविता केली आहे. ती कविता दोन कडव्यांची आहे. ती मी आपल्याला वाचून दाखवतो.

‘आकाशा, तू पांघरूण हो.
धरणी माय तू बिछाना.
दगडा, तूच उशी रे माझी,
जीवन माझे एक बहाणा.
पाखरा तुला घरटे आहे.
सापा, तुला गुहा आहे,
वाऱ्या तुलाही दिशा आहे.
माझी काय दशा आहे?’

ह्या देशात मुंगीला वारूळ आहे. सापाला निवारा आहे. पाखरालासुद्धा घरटं आहे; पण ह्या देशातल्या कोट्यवधी लोकांना राहायला घरं नाहीत. त्यासाठी कोणाची आई रडली नाही, कोणाच्या डोळ्यांत पाणी आलं नाही. त्यांची माणसं बोलायला लागली, संघटित व्हायला लागली आणि चळवळ करायला लागली

तेव्हा राजकीय पक्षांना भान आलं, की आपला जाहीरनामा निघत आहे. त्यात एक कलम भटक्या जमातींसाठी असावं. चाळीस वर्षांतल्या सगळ्या पक्षांचे जाहीरनामे काढून पाहा. एकाही राजकीय पक्षाला याची जाण नव्हती, समज नव्हती; कारण आपले डोळे धर्मानं बंद केले. कान बंद केले. त्यामुळे आपल्याला सोईचं दिसतं व सोईचं ऐकू येतं. त्याचं ऐकायचं नसतं, त्याचं बोलणं सोईस्करपणं कानाच्या पाठीमागे टाकणं हे आपल्या धर्मव्यवस्थेमध्ये आपण केलेलं आहे. जगण्याची पद्धत अशा रीतीची आहे, की महारोग्यासारखं पायाला कितीही ठोकलं तरी मेंदूला वेदना जात नाहीत, असं हे हिंदू धर्माचं शरीर आहे. पाय सडलेले आहेत, तरीही मेंदूला वेदना जात नाहीत. उलट, तो मेंदू मस्तीत राहतो, सुखाच्या तृप्तीनं ढेकर देत आहे की किती सुखानं राज्य चाललं आहे. कोणाचं राज्य जे सुखानं चाललं आहे? ज्यांना पाय ठेवायला जागा नाही त्यांचं राज्य? हागणदारीत गावकुसाबाहेर जागा नाही, त्यांचं राज्य? सदस्य विजय मोरे सांगत होते, की बजेटमध्ये तरतूद नाही. असणार कुठून? बजेट करणाऱ्या माणसांमध्ये तुमची व आमची माणसं नाहीत. ह्या सभागृहात तुमचे-आमचे किती निवडून आले आहेत? तसंच, खालच्या सभागृहातही किती सदस्य निवडून आले आहेत? ही लोकशाही कोणासाठी आहे? डॉ. बाबासाहेब आंबेडकर हयात असते तर त्यांनी पाच ते दहा वेळा आत्महत्या केली असती. भारतीय घटनेमध्ये त्यांनी आम्हाला मतदानाचा अधिकार दिलेला आहे. त्यावेळी त्यांनी सांगितलं होतं की मताच्या आधारानं तिजोरीचं कुलूप काढा आणि तुमच्या वाट्याचं काढून घ्या.

चाळीस वर्षांत आम्ही किल्ली कनवटीला बांधून फक्त नाचवत राहिलो आहोत. कुलपापर्यंत जाण्याची ताकद आमच्यामध्ये नाही. आम्ही कुलपापर्यंत जाऊ शकत नाही. किल्ली आमच्या बरोबर आहे; पण दरोडेखोरांच्या अशा टोळ्या तयार केल्या आहेत, की त्या टोळधाडीसारख्या येतात पाच वर्षांनी आणि आम्हाला जे काही सांगतात त्यामध्ये आम्ही आमची मतं नेऊन टाकतो. पेटी बंद झाली, की ते तिकडे अन् आम्ही इकडे. काही संबंध आहे का या दोन्ही गोष्टींचा? कोण बजेट करणार आहे समाजकल्याण खात्याचं? मंत्रिमहोदय गायकवाडसाहेब, आमच्या त्या समाजकल्याण खात्याचा मंत्रालयातला जो विभाग आहे त्याचं मी नेहमी वर्णन केलेलं आहे. मला कोणाच्या भावना दुखवायच्या नाहीत; पण तो या सचिवालयातला, तो या मंत्रालयातला महारवाडा आहे. सतत दुर्लक्ष, तुम्ही काढून पाहा, सरकारमधल्या सगळ्यात जास्त रिजेक्टेड योजना असतील तर त्या समाजकल्याण खात्याच्या. ही पी.डी.एफ.डी. नावाची भानगड आहे. तिच्याकडे एकदा आपल्याला सगळ्यांना जाऊन पाहावं लागेल. गरीब माणसांना काही द्यायचं म्हटलं, की यांच्या बापाचं काढून देत असल्यासारखा त्यांच्या पोटात गोळा येतो. आम्ही या देशाचे नागरिक

नाही काय? आम्ही टॅक्स भरत नाही काय? आम्ही जर या देशाचे नागरिक असू तर आमच्च्यासाठी दोन पैसे काढण्यासाठी काय अडचण आहे? पण निघत नाहीत. का निघत नाहीत? उसासाठी पैसा आहे. साखर कारखान्यांसाठी पैसा आहे. इंडस्ट्रीसाठी पैसा आहे. या सगळ्यांसाठी पैसा आहे; पण आमच्या घरांसाठी पैसा का नाही? आणीबाणीच्या काळामध्ये इंदिरा गांधींनी बेघरांसाठी घरांची योजना काढली होती. ती योजना सरकारनं का सोडून दिली?

आता आमचे ज्येष्ठ सहकारी म्हणाले, की जमिनीचं वाटप करा. प्रथम मी थ्रस्टनचं एक उदाहरण सांगतो. त्यानं एक चांगलं उदाहरण दिलेलं आहे. तो असं म्हणाला, की या गुन्हेगार जमातीला तुम्ही जमिनी द्या आणि म्हणून शेती सोसायट्यांचं सेटलमेन्ट काढलं. ते सगळं परकी ब्रिटिशांनी केलं; परंतु मला लाज वाटते, चाळीस वर्षांनंतरचं जे स्वातंत्र्य आहे ते कोणाचं स्वातंत्र्य आहे? स्वातंत्र्य कोणत्या गाढवीचं आहे? हे कोण्या सामान्य माणसाला माहीत आहे काय? या सामान्य माणसासाठी काय दिलं? स्वातंत्र्याचा एकतरी फायदा या माणसांपर्यंत गेलेला आहे काय?

ब्रिटिश गेले; परंतु ज्या ब्रिटिशांनी आम्हाला गुन्हेगार ठरवलं आणि सेटलमेन्टच्या कॉलनीमध्ये तीन तारा लावून डांबून ठेवलं, त्या ब्रिटिशांनी पुनर्रचनेचं उत्तम काम केलं आहे; परंतु महाराष्ट्र सरकारला त्याची माहिती नाही. अंत्रोळीकर समितीचा अहवाल १९५१ साली आला, महाराष्ट्र सरकारनं तो पाहिला नाही. मुन्शी कमिशनच्या रिपोर्टमध्ये शिफारशी केलेल्या आहेत, त्या महाराष्ट्र सरकारला माहीत नाहीत. कोण ते ब्रिटिश इथे आले, त्यांना असं वाटलं की अभ्यास करावा. त्यांना असं वाटलं, या माणसांपर्यंत जावं. म्हणून त्यांनी औद्योगिक सोसायट्या काढल्या. बारामतीला आपण कधी गेलात तर आपणास पाहायला मिळेल की तिथल्या टकारी समाजामधले सगळे लोक शिलाईचं काम करतात. मलासुद्धा कुतूहल वाटलं. मी एकाला विचारलं, हे सगळे जण यंत्र खांद्यावर घेऊन बाजारात जातात आणि शिलाईकाम कसं काय करतात? तुम्ही कसं काय शिकलात? त्यांनी मला असं सांगितलं, की ब्रिटिशांनी आम्हाला बारामतीला सेटलमेन्टकरता टेलरिंग हाच व्यवसाय दिला होता. त्यामुळे घरादारातली माणसं मशीन चालवण्यासाठी शिकतात. तसंच सुतारकामही शिकले. वस्त्रोद्योगाच्या संदर्भामध्ये सोलापूरमधल्या सेटलमेन्टमध्ये व्यवस्था, इतकंच नव्हे, तर ज्या नळाचं पाणी भाटघरवरून पार पंढरपूरपर्यंत गेलं हा सगळा कॅनॉल गुन्हेगार जमातींच्या लोकांनी खणलेला आहे. गुन्हेगार लोकांना रोजगार देण्याचा प्रश्न निर्माण झाला तेव्हा ब्रिटिशांनी या सबंध कॅनॉलचं बांधकाम केलं. भाटघरचं धरण बांधलं. त्या धरणापासून दोन्ही बाजूंना कॅनॉल आहेत. हे दोन्ही कॅनॉल गुन्हेगार जमातींकडून ब्रिटिशांनी बेठबिगार पद्धतीनं करून घेतलेले

आहेत. त्या पाण्यामध्ये किती एकर जमीन भिजते? कोणाच्या नावावर ७-१२ चे उतारे आहेत? आमच्यापैकी कोणाच्याही नावावर नाहीत. आमची पिकं भिजत नाहीत. ज्यांची भिजतात त्यांच्यापैकी कोणी एक पसाभर धान्य आम्हाला काढून दिलेलं नाही. तेव्हा, हा सगळा इतिहास पाहा, हा इतिहास उपलब्ध आहे. १९४६ सालापर्यंत मुन्शी कमिशननं जे काही सांगितलं ते आम्ही ऐकलेलं नाही. मुन्शी कमिशननं महत्त्वाच्या शिफारशी केल्या. ते आपले गृहमंत्री होते. त्यांनी असं सांगितलं, की या गुन्हेगारांच्या मुलांना पहिल्यांदा शिकवलं पाहिजे, त्याशिवाय पर्याय नाही. म्हणून रेसिडेन्शिअल स्कूल – आश्रमशाळा ही मुन्शी कमिशनमधून आलेली आहे.

मग रेसिडेन्शिअल स्कूल काढली. आश्रमशाळा वगैरे कल्पना मुन्शी कमिशनकडून आलेली आहे. आज अवस्था काय आहे? मालतीबाई बेडेकर त्या ठिकाणी शिकवायला होत्या. मालतीबाई बेडेकर यांचा कऱ्हाडला मोठा सत्कार केला तेव्हा त्यांनी अनेक गोष्टी सांगितल्या. म्हणजे यांच्या शिक्षणाची व्यवस्था केली, औद्योगिक सोसायट्या काढल्या; पण गायकवाडसाहेब, तुम्हाला आश्चर्य वाटेल, की को-ऑपरेटिव्हमध्ये सर्व लोक जातात आणि सांगतात, की आम्ही सहकारी चळवळ चालवतो; पण या गुन्हेगारी जमातींच्या ज्या सहकारी सोसायट्या होत्या त्या सहकारी सोसायट्यांचा टर्न ओव्हर त्या काळामध्ये काही लाखांमध्ये होता. म्हणजे यांना कामाला लावायचं आणि यांचे जे पैसे येतील ते घ्यायचे आणि यांच्या सहकारी पतसंस्था काढायच्या. या पतसंस्थांनी लक्षावधी रुपयांचं कर्ज दिलेलं आहे आणि शंभर टक्के वसूल झालं आहे. खेड्यापाड्यांमध्ये ही परिस्थिती आहे. एवढ्या चांगल्या प्रकारचा अहवाल स्टार्टनं आणि सेमिन्टननं लिहिला आहे; पण स्टार्टचा अहवाल वाचायला कोणी तयार नाही, सेमिन्टनचा अहवाल वाचायला कोणी तयार नाही. राज्याला वेळच नाही, म्हणून मी सांगितलं, की दांभिकता आणि खोटेपणा यांमध्ये गौरव मानणारा आपला समाज आहे, काहीही वाचायची जरुरी नाही.

शेकडो एकर जमिनीवर शेती, सोसायट्या काढल्या होत्या. त्या शेती सोसायट्यांची काय अवस्था आहे? यामध्ये शेकडो एकर जमीन आहे. म्हणून मी सुरुवातीला म्हटलं, की सेटलमेन्टच्या कायद्यावर स्वतंत्रपणे बोलावं लागेल. महाराष्ट्राचे पहिले मुख्यमंत्री यशवंतराव चव्हाणसाहेबांनी तीनशे एकर जमीन या लोकांना दिली. चिकमंगळूरजवळ अडीचशे एकर जमीन दिली, पंढरपूरला शंभर एकर जमीन दिली; पण तुम्हाला आश्चर्य वाटेल, की यांपैकी दोन टक्के जमिनीसुद्धा आज या लोकांकडे राहिलेल्या नाहीत. सगळ्या जमिनी प्रस्थापित लोकांनी काही ना काही कारणं दाखवून हिसकावून घेतल्या, लाटून घेतल्या. अशी परिस्थिती आहे. आता, या लोकांजवळ काही नाही. जे कारखाने काढले ते कारखाने लोकांनी लुटून नेले.

ब्रिटिशांनी ज्या शाळा बांधल्या त्या शाळा उजाड झाल्या आहेत. सोलापूरमध्ये आजही एक शाळा दिसेल, की जिथं छत्तीस खोल्यांची इमारत असूनही सर्व उजाड झालं आहे. समाजकल्याण खात्याला हे माहीत नव्हतं.

१९८४ साली जेव्हा मी पहिल्यांदा त्यावर लेख लिहिला तेव्हा समाजकल्याण खात्याचे मंत्री आणि अधिकारी जागे झाले आणि म्हणाले, की तुम्ही सांगता अशी प्रॉपर्टी कुठं आहे, ते आम्हाला दाखवता का? सोलापूरला राजीव गांधींच्या कार्यक्रमाच्या निमित्तानं चार-पाच लाख लोक जमा केले आणि त्यावेळी मुख्यमंत्र्यांना आम्ही ती शाळा दाखवली आणि सांगितलं, की साहेब, ही शाळा इंग्रजांनी बांधली होती आणि तिथं मालतीबाई बेडेकर शिकवत असत. ही छत्तीस खोल्यांची शाळा सरकारने सोडून दिली, आमच्याच लोकांनी दगड नेऊन विकले आणि परवा तिथं हायस्कूल चालू करण्याचा निर्णय घ्यावा लागला. त्यामुळे प्रचंड संघर्ष झाला. म्हणजे ब्रिटिशांनी शेकडो एकर जमीन या लोकांच्या पुनर्वसनासाठी ठेवली आणि आमच्या सरकारनं सारं वाऱ्यावर सोडून दिलं. स्वातंत्र्य मिळाल्यानंतर १९४८ साली पहिला सेटलमेन्ट अधिकारी आला, तो जो हेबळे अहवाल आहे त्यावर मी तपशीलवार मांडलं आहे. त्या अधिकाऱ्याचा अहवाल मुळात निगेटिव्ह होता, की या लोकांना खेळायची गरज नाही, या लोकांनी घरामध्ये राहण्याची गरज नाही, या लोकांना शिक्षणाची गरज नाही.

स्वातंत्र्यानंतर पहिला सेटलमेन्ट अधिकारी हेबळे होता. त्यांनी जो रिपोर्ट दिला आहे तो पाहिल्यानंतर हिंदू मानसिकता नावाची गोष्ट काय असते; हिंदू नावाची गोष्ट काय असते; हे कळेल. परक्यांना माया होती आणि तुम्हाला माया नाही. लोकशाही आली; पण माया कुठं आहे? इथं नफ्या-तोट्याची गोष्ट करायची नाही. मी आपल्याला शाहू महाराजांची गोष्ट सांगतो.

शाहू महाराजांनी या सर्व लोकांना बोलावलं आणि त्यांना एका वस्तीमध्ये ठेवलं आणि त्यांच्यासाठी घरं बांधायला काढली. ते महाराजच होते! तेव्हा त्यांनी घरं बांधायला काढली. त्याला ते बांधा-पाडा योजना असं म्हणायचे. मग त्यांनी एक खाण काढायला लावली आणि त्या खाणीतून जे दगड निघतील ते दगड या लोकांनी काढायचे आणि घरं बांधायला सुरुवात करायची. घरं मातीची बांधायची आणि ती अशा पद्धतीनं बांधायची, की सहा महिन्यांनी पुन्हा बांधता आली पाहिजेत. शाहू महाराजांच्या घरची परिस्थिती अशी होती, की एका बाजूला घरं बांधायची आणि दुसऱ्या बाजूला घरं पाडत जायचं. तेव्हा त्यांचे दिवाणजी त्यांना म्हणाले, की हा अव्यापारेषु व्यापार आहे. खजिन्यातला पैसा आणून हे काय चाललं आहे? महाराजांनी त्याला जे उत्तर दिलं ते मायेचं उत्तर होतं. महाराज असं म्हणाले, की ज्या पारध्याला कोणी उद्योग देत नाही, ज्या पारध्याला कोणी दारामध्ये उभं करत

नाही, त्या पारध्यावर तुम्हाला कष्टाचे संस्कार करायचे असतील आणि त्याला सांगायचं असेल, की मेहनतीनं जग, तुला पैसे मिळतील. हे तुम्हाला जर संस्कार करायचे असतील तर ते मी कुठे करू ते सांग. एका बाजूला घरं बांधत जा आणि दुसऱ्या बाजूला पाडत जा म्हणजे घरं बांधायचे पैसे मिळतील आणि पाडायचेही पैसे मिळतील. एवढं करूनही हे लोक पुन्हा संध्याकाळी गावात भीक मागायला जायचे ही गोष्ट वेगळी. मग महाराज पुन्हा त्यांना गावातून पकडून आणायचे आणि सांगायचे, की असं करू नका.

शाहू महाराजांची दुसरी एक गोष्ट मी सांगतो. ही गोष्ट राखीव जागांच्या बाबतीत आहे. त्यांनी पन्नास टक्क्यांहूनही अधिक राखीव जागा ठेवल्या होत्या. त्याबाबत महाराजांवर टीका व्हायला लागली होती. महाराजांनी दिवाणजीला बोलावून घेतलं आणि ते तबेल्यात घेऊन गेले. तबेल्यात जो माणूस होता त्याला सांगितलं, की एक तरट आण आणि त्यावर घोड्यांचा तोबरा टाक. त्यानं एक पोतं आणलं आणि त्यावर हरभरा टाकला. त्यानंतर तबेल्यातली सगळी घोडी सोडा असं त्यांना महाराजांनी सांगितलं. त्यानंतर तबेल्यातील सगळी घोडी सुटली. त्यातली जी ताकदवान होती ती पळत आली आणि खुराक खायला लागली. आता, जी मरतुकडी घोडी होती ती त्यांच्याकडे नुसतीच टक लावून पाहत राहिली; कारण ताकदवान घोड्यांजवळ जाण्याची सोय नव्हती. ताकदवान घोडी लाथा मारत होती आणि दुबळी घोडी ताकदवान घोडी कशी खात आहेत हे पाहत होती. गेली चाळीस वर्षं ही मोठी घोडी कशी खात आहेत एवढंच आम्ही पाहत आहोत. आमच्यापर्यंत काही येऊ शकत नाही. त्यातली काही घोडी अण्णा डांग्यांची आहेत, तर काही घोडी विजय मोरे यांची आहेत. या दोघांची नावं मी मुद्दाम घेतली आहेत; कारण त्यांची घोडी आम्हाला बाजूला सारून खात आहेत, त्यामुळे आमच्या वाट्याला काही राहत नाही अशी अवस्था आहे.

या महाराष्ट्राच्या आणि देशाच्या इतिहासात डांबरानं लिहावी लागतील अशीच गेली दोन वर्षं आहेत. अण्णा डांगे हे भटक्या आणि विमुक्त जातीमधील आहेत, ते विरोधी पक्षाचे नेते आहेत. आमचे माजी मुख्यमंत्री हेसुद्धा भटक्या-विमुक्त जमातीमधील होते. आमचे समाजकल्याण मंत्री बौद्ध समाजातले आहेत. लेकांनो, आंबेडकर मरणार नाहीत तर काय करतील? आंबेडकरांना रोज मरावं लागेल, असे दिवस तुम्ही आणले आहेत. आमच्या जमातीतला एकही पोरगा मेडिकलला नाही, इंजिनिअरिंगला नाही, डी.एड.ला नाही आणि बी.एड.ला नाही; एवढंच काय, पण शिपाईसुद्धा नाही. सगळे धनगर आणि बंजारा समाजातले लोक तुम्ही खाऊन राहिले आहात. अण्णासाहेबांनी मघाशी मान्य केलं आहे. धनगरांबद्दल आमचं भांडण नाही. मी वस्तुस्थिती सांगितली आहे. नव्वद टक्के मार्क मिळवले तरीसुद्धा

कैकाडी समाजातल्या मुलीला प्रवेश मिळाला नाही, हा अपवाद नाही. बोलणाऱ्याच्या आंबाड्या विकल्या जातात; पण न बोलणाऱ्याचे गहूसुद्धा विकले जात नाहीत, अशी अवस्था आहे. रेटून न्यायचं, खोटंनाटं करायचं; पण रेटून न्यायचं याचा परिणाम असा झाला, की ज्यांच्याकरता सवलती दिल्या होत्या त्यांच्या पदरात काही नाही.

गेली तीस वर्षं भटक्या आणि विमुक्त जाती-जमातींची माणसं नोकरीसाठी मिळत नव्हती अशी परिस्थिती होती. सगळीकडे बॅकलॉग होता; परंतु आता परिस्थिती काय आहे? आता गायकवाडसाहेब, आमचा सगळा बॅकलॉग संपलेला आहे; कारण आलेल्या घोड्यांनी सगळा माल खाल्लेला आहे आणि आम्ही तसेच बोंबलत राहिलो आहोत. उपयोग काही नाही. आता, यामुळे ज्यांना प्रमोशन दिलं आहे त्यांचं रिव्हर्शन आपण करणार आहात? त्यांना आपण काढून टाकणार आहात काय? त्यावेळीच आम्ही सांगत होतो, की ज्यांना या विमुक्त जाती आणि भटक्या जमातींच्या कॅटॅगरीमध्ये आपण घालत आहात त्यांना रिझर्व्हेशनचं वेगळं पर्सन्टेज ठेवा. त्यांना सवलती देण्यास आमचा विरोध नाही; परंतु आमच्या पायांवर पाय ठेवून त्यांच्या दाढीला हात लावायचा हे बरोबर नाही. जरा आमच्या पायांवरचा पाय काढा की! आमच्या पायांवर पाय ठेवायचा आणि समतेच्या गोष्टी बोलायच्या, सामाजिक न्यायाच्या गोष्टी बोलायच्या. कोणावर अन्याय करून? आमच्यावर अन्याय करून सामाजिक न्याय प्रस्थापित करायला तुम्ही निघालात? हिंमत असेल तर राज्यकर्त्यांच्या बरोबर लढाई करा, आम्ही आपल्याबरोबर येतो; परंतु राज्यकर्त्यांबरोबर लढायचं नाही, लढायला आम्ही आणि खायला तुम्ही? अशी अवस्था का? अरे वा! मोठीच समता तुम्ही निर्माण करत आहात की! याच्याकरता की, कॉमन कॉज असता कामा नये... म्हणजे कॉमन कॉजची चिंता मी एकटा करू की काय? माझं वाटोळं झालं तरी हरकत नाही; पण इतरांचं वाटोळं होता कामा नये. अरे वा! कॉमन कॉज म्हणजे बामणी प्रवृत्ती झाली. मला खाण्यासाठी कॉमन कॉजचं नुकसान नको. ज्यांच्याकरता या राखीव जागा ठेवल्या होत्या त्यांना फक्त त्या मिळायला पाहिजे होत्या; पण तसं झालेलं नाही. म्हणजेच, 'धन्याला धत्तुरा आणि चोराला मलिदा' असं मी मघाशी म्हटल्याप्रमाणे झालं. चार टक्के जागा या आमच्या जाती-जमातींसाठी ठेवलेल्या आहेत; परंतु नुसत्या या जागा नाहीत, तर आम्ही अस्पृश्य समाजातले आहोत, महारांपेक्षाही खालच्या समाजातून आलो आहोत हे सांगायची मला लाज वाटत नाही. आणि ज्यांना ती लाज वाटते, त्यांना आपण सवलती का देता? या प्रश्नाचं उत्तर द्यावं. अस्पृश्यांपेक्षाही आम्ही मागास आहोत. आम्हाला कोणतीही जागा नाही असं सांगणाऱ्या समाजाचे आम्ही प्रतिनिधी आहोत. या चार टक्के जागा ज्या आपण राखून ठेवलेल्या आहेत त्या जे अस्पृश्य आहेत

अशांकरता आहेत. आम्ही आदिवासी आहोत. फक्त घटनेमध्ये तांत्रिकदृष्ट्या आम्हाला या याद्यांमध्ये घालता आलेलं नाही. माझ्या जमातीला विदर्भात अस्पृश्यांमध्ये घातलं आहे. कर्नाटकामध्ये तसंच आहे. आम्ही सबंध हिंदुस्थानभर असलेले लोक आहोत. आमचे सगळे नातेवाईक अस्पृश्य आहेत. हा एकच करंटा प्रदेश फुले-आंबेडकरांच्या नावानं जगणारा आहे, जिथे आम्ही हालअपेष्टा भोगत आहोत. महाराष्ट्र हा एकच प्रदेश असा आहे, की विदर्भामध्ये आमची नोंद अस्पृश्य जातीत आहे, आणि उरलेल्या महाराष्ट्रामध्ये आम्ही गुन्हेगार समाजामध्ये आहोत. हे का केलं? हे कोणा अधिकाऱ्याला किंवा मंत्र्याला सांगता येत नाही. केलेलं आहे एवढं मात्र खरं. रेटून देतो ऐसाजे ! का केलं म्हणून विचारलं तर कोणी सांगायला तयार नाही. काय निकष लावले? काही नाही. दिवाणजींच्या मनात आलं. दिवाणजींनी दिल्लीला याद्या पाठवल्या. बाबासाहेबांना महाराष्ट्राची यादी पाठवली. त्या यादीमध्ये आम्ही चुकलो. त्यामध्ये आम्ही जे चुकलो, ती चूक दुरुस्त होण्यास तयार नाही. गायकवाडसाहेब म्हणाले, की आम्ही ती शिफारस केलेली आहे. मी तुमचा आभारी आहे. तुम्ही शिफारस केली. आता पुढची जबाबदारी अशी, की जे काही करायचं आहे ते करून दाखवा. तुमचे उपकार आमची पुढची पिढी विसरणार नाही. आमच्या हजारो पिढ्या तुमच्याशी निष्ठेनं राहतील, तुमचे उपकार मानतील. एवढं काम करा, की दिल्लीला जा आणि त्यांना यादी करायला सांगा. पैसा का मिळत नाही? आम्हाला सांगितलं जातं, की केंद्र तुमच्यासाठी पैसा देत नाही; कारण आम्ही त्यांच्या यादीमध्ये नाही. आम्ही इतकी दुबळी माणसं आहोत, की आम्हाला त्या यादीमध्ये स्वतःला समाविष्ट करून घेता आलं नाही. ते काम थोरला भाऊ म्हणून तुम्हाला करावं लागेल.

महाराष्ट्राचे माजी मुख्यमंत्री सुधाकरराव नाईक यांचा मी मघाशी उल्लेख केला. मी त्यांच्या तोंडावर सांगितलं होतं, की 'कुऱ्हाडीचा दांडा गोतास काळ' असा तुमचा इतिहास लिहिला जाणार आहे. आठवले यांचाही इतिहास तसाच लिहिला जाणार आहे. गायकवाडसाहेब, तुम्हाला त्यातून सुटायचं असेल तर काहीतरी करा. नाहीतर तुमचासुद्धा इतिहास तसाच लिहिला जाईल. गरीब माणसाला मारायचं म्हणजे किती मारायचं? जे अस्पृश्य नाहीत, आदिवासी नाहीत, ज्यांच्या पाटीलक्या आहेत, जे गाव-पाटील आहेत, जे निवडणुका लढवून येतात आणि इथं सभागृहामध्ये येतात त्यांना तुम्ही आदिवासींच्या सवलती देता? म्हणजे आम्ही जिथं होतो तिथंच राहिलो. राहू द्या. आम्हाला त्याचं दुःख नाही. चोरांनी सगळं खाऊन टाकलं आहे आणि आणखी आता समर्थन करू लागले आहेत, की आणखी यादी आलेली आहे. घाला, सगळ्या हिंदुस्थानाला या यादीमध्ये घाला.

गायकवाडसाहेब, तुम्हाला चेष्टेनं सांगतो, गंभीरतेनं घेऊ नका. उद्या जर

पार्लमेन्टनं असा कायदा केला, की या देशामध्ये ज्याला बाप नाही त्याच्यासाठी दहा टक्के सवलती राखून ठेवणार. तर माझी खात्री आहे, की लोकांच्या रांगा लागतील. लोक सांगतील, की कोणाला माहीत आहे आपला बाप? आईलाच माहीत असेल. असं सांगून या देशामध्ये सवलती घेणारे लोक निघतील. त्याचं कारण असं, की खोट्यानाट्या सबबी सांगून यांनी काय लुबाडलं नाही? रजपुताचे रजपूत भामटा झाले. जोशांचे कुडमुडे जोशी झाले. सर्टिफिकेटांचा इतका सुळसुळाट झाला आहे, की रजपूत भामटा समाजाची लोकसंख्या ही काही सेटलमेन्टच्या बाहेर नाही. सेटलमेन्टपलीकडे रजपूत कुठेही नाही. रजपूत भामटा ह्याची भाषा डागूर, ती आम्हाला येते. आम्ही एकमेकांच्या बरोबर राहिल्यामुळे आम्हाला सगळ्यांच्या सगळ्या भाषा येतात. आम्ही एकमेकांचे नातेवाईक सांगू शकतो. सवलती देत असताना सेटलमेन्टमधल्या गुन्हेगारी जमातींना दिलेल्या होत्या. त्यांच्या सवलतींचासुद्धा प्रचंड प्रमाणात गैरवापर झाला.

वंजारी-बंजारा वादावर खूप रामायणं घडली. मी त्यावर जास्त बोलत नाही; पण मी तुम्हाला सांगतो, की हा गुन्हा, हे पाप त्यांना कधीही फेडता येणार नाही. हे महापाप आहे. ज्यांनी कोणी यामध्ये वंजारी समाज मिसळण्याचा निर्णय घेतला त्यांना हे कळलं पाहिजे, की वंजारी समाज कोण आहे? वंजारी समाज क्षत्रिय आहे. त्यांच्यासंबंधीचा इतिहास मी सभागृहापुढे मांडायला तयार आहे. कमीपणा वाटण्याचं कारण नाही. सवलतींसाठी त्यांनी काय म्हणून खोटं बोलावं? माझा सवलतींना विरोध नाही. माझा मुद्दा एवढाच आहे, की ज्यांना सवलती मिळाल्या पाहिजेत त्यांच्या सवलती काढून मला द्या असं मी बिलकूल म्हणत नाही. वंजारा समाज म्हणेल, की आम्हाला सवलती लावा. त्याला माझा बिलकूल विरोध नाही; परंतु माझ्या सवलती काढून तुम्ही दुसऱ्यांना देता याला माझा विरोध आहे.

माझा विरोध याला नाही, की तुम्ही त्यांना काही देता. तुम्ही त्यांना द्या; परंतु जी गरीब माणसं आहेत त्यांनादेखील त्याबरोबर जरूर द्या. आपण दुबळ्या माणसांना सवलती कशासाठी ठेवल्या? घरातलं कोणी माणूस जर आजारी असेल तर त्याच्यासाठी आपण फळं बाजूला ठेवतो. अडचण सोसून त्याच्यासाठी पैसे बाजूला करून त्याच्या औषधपाण्याची सोय करतो. या देशाच्या तिजोरीमधून गरीब माणसासाठी, उपेक्षित माणसासाठी थोडासा वाटा बाजूला ठेवला आहे. जो आजारी आहे त्याला खायला घाला; परंतु जो आजारी नाही, ज्याला काही विकार झाला नाही अशी मंडळीदेखील सांगायला लागली की, आमच्या पोटात दुखायला लागलं आहे. आमच्यासाठीसुद्धा औषधपाण्याची व्यवस्था करा, तर डॉक्टरकडून त्यांची नीट तपासणी करून घ्या. खरोखरच ज्याच्या पोटात दुखत असेल त्याला औषधं द्या. आमची त्याबाबत तक्रार नाही.

मला या ठिकाणी अनेक शिफारशी करायच्या आहेत. आपल्या राज्यामध्ये माजी मुख्यमंत्री वसंतराव नाईकांच्या नावानं एक महामंडळ काढलं. त्याबाबतची गंमत मी आपल्याला सांगतो. आम्हाला वाटलं, की आम्ही मागणी केली त्यानुसार सरकारनं आमच्या पदरामध्ये हे महामंडळ टाकलं. आम्हाला आशा वाटली, की आता आमची घरंदारं मार्गाला लागतील. गुरंढोरं घेतली तर आम्हाला सबसिडी मिळेल; परंतु कुठली सबसिडी आणि कुठलं काय? या मंडळाकडून आतापर्यंत केवळ एकोणतीस लाख रुपयांचं कर्जवाटप झालेलं आहे. या महामंडळाच्या व्यवस्थापनावर किती खर्च झाला? त्यांच्यावर चाळीस लाख रुपये खर्च करण्यात आला. अध्यक्ष महाराज, मी आपल्यामार्फत सदनाला विनंती करू इच्छितो, की आपण सरकारला सांगा आणि हे महामंडळ बंद करा. हे महामंडळ बंद केलं नाही तर महामंडळातल्या लोकांचेच पगार होतील. त्यांची घरंदारं चालतील आणि आमच्या लोकांना मात्र काहीही मिळणार नाही. त्यांना कशासाठी जगवता? त्यांना दुसऱ्या कामासाठी वापरा. आपल्या माजी मुख्यमंत्र्यांच्या नावानं सुरू केलेल्या या महामंडळातले कर्मचारी वर्षातले नऊ महिने कामच करत नाहीत. फक्त तीन महिने काम करतात आणि पगार मात्र पूर्ण वर्षाचा घेतात. कशासाठी चालू ठेवलं आहे हे महामंडळ? बरखास्त का करत नाहीत? असं जर आपल्याला करायचं नसेल तर त्यांच्या कामाची व्याप्ती वाढवा. आमच्या घरबांधणीपासूनच्या सर्व स्कीम त्यांच्याकडे द्या. तसं तुम्ही करत नाही, शेड्युल्ड कास्टला त्यांच्या लोकसंख्येच्या प्रमाणात तेरा टक्के रिझर्व्हेशन मिळालं आहे, शेड्युल्ड ट्राइब्जना त्यांच्या लोकसंख्येच्या प्रमाणात सात टक्के रिझर्व्हेशन दिलेलं आहे. मग आम्हीच काय केलं आहे?

आमच्या लोकसंख्येच्या प्रमाणात आम्हालादेखील रिझर्व्हेशन द्या. आपण चार टक्के म्हणत होता. ठीक आहे. चार तर चार टक्के. तेवढं तरी द्या. आमच्या या कोट्यवधी लोकांसाठी काम करायला सरकारकडे स्वतंत्र खातं नाही. यांच्यासाठी स्वतंत्र पोर्ट फोलिओ करा. स्वतंत्र बजेट करा. असं केल्याशिवाय या लोकांचं भलं कसं होणार? आता सरकारला पळताच येणार नाही. कुठून आणणार सरकार पैसा? दुसऱ्या कोणाचातरी घेऊन आम्हाला दिला तर नक्कीच भांडणं होतील. म्हणून मला आपल्याला सांगायचं आहे, की आमच्यासाठी स्वतंत्र खातं उघडा आणि त्यामध्ये पैसे टाका. त्याशिवाय आमच्यासाठी पैसे येणार कुठून? आम्हाला सबप्लॅन द्या. आमच्यामधल्या तगड्या घोड्यांना बाजूला सारून हरभरे आमच्या लोकांच्या मुखापर्यंत येऊ द्या. नाहीतर तेच घोडे हरभरे खाऊन जातील. आम्हाला हे हरभरे मिळतील याची खात्री करून घ्या आणि मगच फुले-आंबेडकर यांचं नाव घ्या, सामाजिक समतेवर भाषणं करा. सामाजिक समतेच्या गोष्टी बोलायच्या तर आपणदेखील त्याप्रमाणे वागलं पाहिजे; परंतु आपल्या वागण्यामध्ये, बोलण्यामध्ये

ते ताळतंत्र नाही. याबाबतीत प्रथम विचार करा. आम्ही सर्व लोक भूमिपुत्र आहोत. आमचा इतिहास आहे, तो सर्व आता मी आपल्याला सांगत नाही. आर्य येण्याअगोदरपासून ही माणसं या भूमीवर राहत आहेत. याबाबतचे ऐतिहासिक दाखले माझ्याजवळ आहेत. हे लोक कोणी वरून आलेले नाहीत, अथवा खैबर खिंडीतून तर आलेले नाहीत. जे खैबर खिंडीतून आले आहेत त्यांनी या देशाला सळो की पळो करून सोडलेलं आहे. देशाचे लचके तोडण्याचं काम ते करत आहेत; परंतु हे गरीब लोक भूमिपुत्र आहेत. ते राष्ट्रद्रोही नाहीत. या लोकांना आपल्याला जर राष्ट्रदोह्यांच्या लिस्टमध्ये घालायचं नसेल तर आपण सर्वांनी सरकारला आमच्यासाठी काही प्रयत्न करायला सांगा. या ठिकाणी नक्षलवाद्यांबाबत सांगण्यात आलं. नक्षलवादी अशा विचारांतून तयार होतात. गेल्या दहा वर्षांपासून आम्ही याबाबतचे विचार मांडत आहोत. आमच्याकडे नक्षलवाद्यांची लागण जरी अद्याप झालेली नसली तरी जन्माने आम्ही मूळचे नक्षलवादी आहोत. आपण साठ सालापासून प्रयत्न करत आहोत. ही माणसं नक्षलवादी विचारांकडे वळता कामा नयेत. आमच्या पहिल्या पिढीनं या विचारानंच आपल्या जमिनी दिल्या. आश्रमशाळा दिल्या. आश्रमशाळांसाठी दानं दिली.

स्वातंत्र्यानंतरची आमची जी पहिली पिढी आहे त्या पिढीनं आम्हाला जे काही दिलं त्याचा आम्ही कृतज्ञतेनं उल्लेख करतो; पण उद्या आम्हाला नक्षलवादी व्हावं लागलं तर राज्य वाचणार नाही, एवढं सांगून मी माझं भाषण संपवतो.

२०.४.१९९३

उद्योगांची अवस्था

अध्यक्ष महोदय, आपला देश ग्रामीण व कृषिप्रधान आहे. ह्या देशाचं वैशिष्ट्य असं, की या देशातली गावं स्वयंपूर्ण आहेत. ब्रिटिश इथे येण्यापूर्वी ह्या देशात गावगाडा होता. गाव स्वयंपूर्ण आहे याचा अर्थ असा, की गावातला मुख्य पॅटर्न शेतीचा होता व इतर उद्योग कामगार करत होते. गावगाड्याची रचना लक्षात घेतली तर ज्यांच्याकडे स्किल आहे असे बलुतेदार लोक गावात राहत होते. बलुतेदार व शेतकरी मिळून गाव तयार होत असे. ते आर्थिकदृष्ट्या परिपूर्ण असं होतं. ब्रिटिश ह्या देशात आल्यानंतर ही रचना मोडली, आणि जी नवीन रचना आली ती युरोपियन उद्योग डोळ्यांसमोर ठेवणारी होती. औद्योगिक क्रांती ह्या देशात झाली नाही व तसं वातावरणही ह्या देशात नाही. अशा परिस्थितीत आपण चाळीस वर्षं प्रयत्न करत आहोत, की ह्या देशाचं औद्योगिकीकरण व्हावं. त्यासाठी आपण गावगाडा मोडला आणि बलुतेदार मोडले. त्यांच्या उद्योगासाठी सरकारनं वेगळी यादी तयार करायला पाहिजे होती, वेगळं संरक्षण द्यायला हवं होतं, ते दिलं नाही. ह्या सगळ्याचा परिणाम असा झाला, की बोटांवर मोजता येईल अशा जिल्ह्यांचा विकास या चाळीस वर्षांत झाला. ही औद्योगिक नीती. मुंबई, ठाणे, पुणे, नाशिक हा पट्टा सोडला तर बाहेर परिस्थिती वाईट आहे.

तीन जिल्ह्यांमध्ये महाराष्ट्रातली २५ टक्के लोकसंख्या केंद्रित झाली आहे. महाराष्ट्रातले ७० टक्के कारखाने तीन ते चार जिल्ह्यांत झालेले आहेत. महाराष्ट्रातला ६२ टक्के रोजगार ह्या चार जिल्ह्यांत आहे. भांडवली गुंतवणुकीपैकी ६९ टक्के भांडवली गुंतवणूक ही या चार जिल्ह्यांमध्ये झालेली आहे. दरडोई सरासरी मूल्यवृद्धी ८६२ आहे. तर या जिल्ह्याची १६३४ आहे. उद्योग काढले कोणी? टाटा, बिर्ला, मफतलाल, जैन, किर्लोस्कर, वालचंद, अंबानी यांनी. ज्या शेतीच्या व्यवसायावर ७० टक्के लोक अवलंबून आहेत, त्यांच्यामधले किती लोक उद्योगपती आहेत? कोणासाठी हा कारखानदारीचा उपद्व्याप चालू केला? या सगळ्या परिस्थितीचा विचार केला तर आपल्याला असं दिसून येईल, की मूठभर माणसं या सगळ्या व्यवसायामध्ये भांडवलाची प्रक्रिया चालवतात, त्यामध्ये टाटा मीठ काढतात. काडेपेटी, साबण, अगदी टाचणीपासून स्टीलपर्यंत सर्व प्रकारचे उद्योग टाटा,

बिर्ला, मफतलाल आणि जैन यांनी करायचे, आणि बाकीच्या लोकांनी यांच्याकडून वस्तू विकत घ्यायच्या, बाकीचा काही उद्योग करायचा नाही; परंतु परिस्थिती काय आहे? ७० टक्के लोकांच्या खिशात पैसा नाही, ३० टक्के लोक गर्भश्रीमंत आहेत. आज अशी परिस्थिती आहे, की पाचशेपेक्षा जास्त कामगार असलेल्या कारखान्यांची संख्या दोन टक्के आहे. म्हणजे, या कारखान्यांवर प्रचंड पैसा गुंतवण्यात येतो. या देशातल्या सामान्य माणसाला काम मिळू शकत नाही. उलट, असं झालं, की संगणकीकरण मोठ्या प्रमाणावर चालू आहे. त्याचा परिणाम म्हणून पुणे-मुंबई आणि ठाणे इथं सगळे कारखाने झालेले आहेत. उरलेला महाराष्ट्र उजाड होत चाललेला आहे. शेतीवर अवलंबून असलेले धंदे किती आहेत? साखर कारखान्यांबद्दल बोललं जातं. त्यामुळे किती लोकांना रोजगार मिळू शकतो? शेतीमालावर प्रक्रिया करणारे किती कारखाने काढले? त्याउलट, ७० टक्के लोकांना रोजगार मिळू शकेल असं म्हटलं आहे ते बलुतेदार आहेत. त्या संस्थेची सरकारनं काय अवस्था केली? महात्मा फुले मागासवर्गीय विकास महामंडळ, वसंतराव नाईक महामंडळ या सगळ्यांच्यापलीकडे जाऊन खादी ग्रामोद्योग मंडळ आहे. डी.आय.आर.डी., एन.आर.ई.पी.मार्फत किती पैसा देण्यात येतो? महामंडळ केवळ नावाला काढून ठेवलं, आय.डी.बी.आय.,जिल्हा मध्यवर्ती सहकारी बँक या सर्वांच्या मार्फत उद्योगधंदे काढावेत म्हणून प्रयत्न होतात; परंतु आता आर्थिक परिस्थितीचा विचार केला तर त्यांच्याकडे पैसा नाही. व्यवस्थापनाचा खर्च आणि कर्जवाटप यांचं विषम प्रमाण आहे. काल मी सांगितलं, वसंतराव नाईक महामंडळानं एकोणचाळीस लाख रुपये कर्ज वाटलं आणि प्रशासन-खर्च झाला आहे चाळीस लाखांचा. एका बाजूला मूठभर लोकांच्या हातामध्ये संपत्ती आणि सत्ता केंद्रित करण्यात येत आहे, त्यांच्याच तिजोऱ्या वाढत आहेत. ग्रामीण भागातला कष्टकरी-कलाकार हजारो वर्षं, पिढ्यान्‌पिढ्या तोच तो उद्योग करतो, आज या लोकांची अवस्था काय आहे? त्यांच्या हाताला काम नाही. झोपडपट्ट्यांची संख्या शहरांमध्ये सारखी वाढत आहे. त्याला नागरीकरण असं गोंडस नाव आपण देतो. खेड्यापाड्यांत निर्माण होणारा रोजगार सोडून शहरांमध्ये येण्याची त्यांना काय हौस आहे? त्यांना तिथं खेड्यामध्ये काम नाही, या देशामध्ये वरच्या लोकांनी खाजगीकरणाचा धोशा लावलेला आहे. कोणाच्या हातामध्ये पैसा येतो? या सगळ्या गोष्टींचा विचार करायचा झाल्यास मागासवर्गीयांची जी विकास महामंडळं आहेत, ती आता पहिल्यांदा बंद करा, अशी चळवळ हवी.

आता, मी शेवटचा मुद्दा मांडतो. वसंत चव्हाण हे महात्मा फुले विकास महामंडळाचे चेअरमन होते आणि त्यांनी महात्मा फुले विकास महामंडळाच्या मार्फत जवळपास सात जिल्ह्यांमध्ये काम करण्याचा प्रयत्न केला. या सर्व धंद्यांमध्ये

शासनाची शंभर टक्के गुंतवणूक आहे. म्हणजे यासाठी जागा, इमारत, यंत्रसामग्री हे सर्व सरकारनं दिलेलं आहे आणि यातून दलित उद्योजकांच्या सोसायट्या तयार केल्या. तळातल्या या घटकाला पैसे देण्याचं काम केलं, उद्योग देण्याचं काम केलं, कारखाने सुरू केले. यामध्ये लिडकॉमसारखी चर्मोद्योग असलेली संस्था आहे. या बलुतेदारांच्या सोसायट्या आहेत. त्यांचा कित्येक पैसा जिल्हा मध्यवर्ती बँकेकडे पडून आहे. या जिल्हा मध्यवर्ती बँका अशा लोकांच्या ताब्यात आहेत, की जे मागासवर्गीय बलुतेदारांना विचारत नाहीत. त्यामुळे, जिल्हा मध्यवर्ती बँकेच्या दारामध्ये उभे राहिलात तर ७:१२चा उतारा, जमिनीचा उतारा दिल्याशिवाय पैसे मिळत नाहीत. त्या सोसायट्यांना पैसे मिळावेत म्हणून प्रयत्न झाले. यांचे पैसे काढले जातात, बँकेमध्ये पैसे राहतात आणि प्रत्यक्ष बलुतेदारांना पैसे देत नाहीत. म्हणजे, आई जेवू घालीना आणि बाप भीक मागू देईना अशी त्यांची अवस्था होते. त्यामुळे ही माणसं गुन्हेगारीकडे वळतात. तेव्हा, आपल्याला औद्योगिक प्रगतीच्या दृष्टीनं काही करायचं असेल तर मुंबई, ठाणे, पुणे, नाशिक इथले उद्योग बाहेर न्यायची गरज आहे. दुसरं म्हणजे, उद्योगधंद्यांची रचना शेतीवर आधारित करावी लागेल. त्यासाठी सहकारी पद्धतीचे, सरकारी पद्धतीचे कारखाने उभे करावे लागतील आणि हे सर्व करण्यासाठी ग्रामीण भागामध्ये जावं लागेल. त्यानंतर संयुक्त क्षेत्रात काही उद्योग करावे लागतील. लघुउद्योग, छोटे उद्योग, कुटिरोउद्योग यांची वाढ करावी लागेल.

दरवर्षी मॅट्रिकचा निकाल चाळीस टक्के लागतो. यामध्ये ही परीक्षा पास होणारी मुलं सात टक्के आहेत आणि ती मुलं ग्रामीण भागातली आहेत. ही मुलं दहावीनंतर कुठेही जाऊ शकत नाहीत. त्यांना सरकारी नोकऱ्यांमध्ये शिपायाच्या पलीकडची नोकरी दिली जात नाही. दरवर्षी जी साठ टक्के मुलं नापास होतात ती ग्रामीण भागातली, खेड्यांतली असतात. या मुलांसाठी स्वयंरोजगार उपलब्ध केल्याशिवाय औद्योगिकीकरणाचा फायदा त्यांच्यापर्यंत जाणार नाही. ही मुलं गुंड होऊ नयेत किंवा वाईट मार्गाला लागू नयेत असं वाटत असेल तर त्यांच्यासाठी काही करण्याची गरज आहे. हा मुद्दा सर्वांत महत्त्वाचा आहे.

शेवटी, भाषण संपवताना एकच मुद्दा सांगू इच्छितो, की आमच्या भटक्या जमातींच्या लोकांना दारू गाळण्याची परवानगी द्या. हे मी अनेकदा सांगितलं आहे आणि पुन्हा आज माननीय उद्योगमंत्र्यांना सांगू इच्छितो, की हा आमचा कुटिरोद्योग म्हणन ट्रीट करा. गावोगाव, घरोघरी आमचे लोक उत्तम दारू गाळतात. ही दारू बदनाम झाली आहे; पण तिला वाईट समजू नका. वरच्यांनी प्यायली की ती उत्तम दारू असते आणि खाली हातभट्टीची होते. हे बरोबर नाही. या उद्योगातून जो महसूल जमा होईल तो तुम्ही घ्या; कारण पोलिसांना हप्ते देण्यापेक्षा तुम्हाला पैसे

देणं बरं. आम्ही इंडस्ट्रिअल अल्कोहोल तयार करतो, तुम्ही आम्हाला परवानगी द्या. गोव्यामध्ये फेणी जमा करतात, हे देशातलं उदाहरण आहे. गोव्यामध्ये जशी फेणी जमा करतात तशी आम्ही दारू जमा करून तुम्हाला देतो. पोलिसांना हप्ते देण्यापेक्षा, वाईट दारू विकण्यापेक्षा, कुटुंबंच्या कुटुंबं उद्ध्वस्त होण्यापेक्षा सरकारनं याला जर कुटिरोद्योग म्हणून मान्यता दिली तर माझी खात्री आहे, की या देशातल्या गरीब लोकांना याचा फायदा मिळेल. तसंच, दारू म्हटल्यावर एवढं वाईट वाटण्याचं कारण नाही. दारू पिणारे लोक नाहीत का? तेव्हा, आमच्या या दारूच्या उत्पादनाला सरकारनं मान्यता दिली तर रेव्हेन्यू वाढेल आणि आम्हाला प्रोटेक्शन मिळेल व पोलीस येऊन आम्हाला मारहाण करणार नाहीत. तेव्हा, यादृष्टीनं औद्योगिकीकरणाचा विचार करावा, अशी मी विनंती करतो.

२१.४.१९९३

धर्मांध, जातीयवादी

आताच, या ठिकाणी गवईसाहेबांचं अतिशय उत्तम भाषण झालं. खरं म्हणजे, या चर्चेच्या समारोपाला त्यांना बोलावलं असतं तर बरं झालं असतं. कारण, त्यांनी समन्वय साधण्याचं उत्तम काम केलं आहे. त्यांच्या भाषणावरून मला असं वाटतं, की गवईसाहेब निवृत्त होत आहेत की काय? ते कालच अध्यक्ष झाले आहेत. त्याबद्दल त्यांचं या ठिकाणी जाहीरपणे अभिनंदन करतो. गवईसाहेब, आपण ज्या संयमानं दोन गोष्टी सांगितल्या त्या दोन गोष्टींचा मला आदर आहे. तरीसुद्धा एका गोष्टीचं भय माझ्या मनात आहे. आपली सदिच्छा आहे, की हा देश वाचला पाहिजे, अखंड राहिला पाहिजे. आपल्या सर्वांना मनापासून वाटतं, की हा देश एकसंध राहिला पाहिजे; परंतु गवईसाहेब, हा देश एक राहील की नाही याबद्दल माझ्या मनात शंका आहे. मी त्याबद्दल स्वत: अस्वस्थ आहे. एकदा, हमीद दलवाई मला रस्त्यात भेटले. ज्या जीनांचा या ठिकाणी उल्लेख केला त्या जीनांच्या एका चुकीमुळे दोन वेगळी राष्ट्रं करूनही आपण आपले प्रश्न सोडवू शकलो नाही. हमीद दलवाई यांनी प्रतिगामी, जातीयवादी, धर्मांध मुसलमानांविरुद्ध आयुष्यभर संघर्ष केला. त्यांच्या नातेवाइकांबद्दल जे सांगण्यात आलं त्यानं मी फार विचलित झालो. त्यांच्या कुटुंबाला या गावातून पळून जावं लागलं. त्यानंतर मी त्यांना फोन करू शकलो नाही. हमीद दलवाई जातीयवादी मुसलमानांविरुद्ध लढत होते त्यावेळी त्यांच्याबरोबर काम केलेला मी छोटा मुलगा होतो. श्री. हमीद दलवाई यांना ज्यांनी लाठ्या मारल्या त्यातल्या दोन लाठ्या मीही खाल्ल्या आहेत, समान नागरी कायद्यासाठी खाल्ल्या आहेत. ही घटना जुनी आहे.

या घटनेशी व सबंध चळवळीशी माझा निकटचा संबंध होता. हुसेन दलवाई यांनी मला सांगितलेलं मी या सभागृहास आवर्जून सांगत आहे. ह्या लोकांच्या मनात असुरक्षितता प्रचंड प्रमाणात आहे. ती दूर कशी करणार? ही सुरक्षितता बहुसंख्य मुस्लिमांच्या मनांमध्ये आहे. ह्या देशात आपल्याला राहू दिलं जाईल की नाही ही शंका त्यांच्या मनात आहे. आपण जगणार की मरणार, आपलं इथं काय होणार आहे? ही ती भावना. एका बाईनं सांगितलं, की देशात बारा कोटी मुसलमान आहेत. बारा कोटी मुसलमानांमध्ये असुरक्षिततेची भावना ठेवून कोणता देश

सुरक्षित होणार आहे? त्यांच्यात अशी भावना निर्माण झाली आहे, की ह्या देशात जगायचं असेल तर दुय्यम नागरिक म्हणून जगावं लागेल, इतर लोकांएवढे अधिकार आपल्याला ह्या देशामध्ये मिळणार नाहीत. दुसरं भय असं आहे, की जर आपल्याला दुय्यम नागरिक म्हणून जगावं लागलं तर इथली भडक माथ्याची माणसं गप्प बसतील असं कसं समजावं? एका बाईनं सांगितलं की आम्ही पन्नास लाख मुसलमान मरू; पण आमच्या दुर्गंधीनं हिंदू मरतील!

आपल्यामध्ये आता एस. एम. जोशींसारखी माणसं नाहीत. असेही कोणी दिसत नाहीत, की जे त्यांच्याबरोबर बसतील. आपण त्यांच्या वस्तीत राहणार नाही आणि ते आपल्या वस्तीत राहणार नाहीत. गावागावामध्ये तुकडे होतील. गावागावांत पाकिस्तान होईल. हे तुकडे सरकार करणार नाही. सरकार ही एक यंत्रणा आहे, यंत्रणेचा एक भाग आहे. जे सारखा अपप्रचार करत आहेत त्यांना राष्ट्रद्रोही समजणार काय? ते पाकिस्तानवादी असतील तर त्यांना भरचौकात फाशी द्यावी. पाकिस्तानामधूनच आलेले असतील तर ह्या सगळ्यांना फाशी द्यावी; पण अडचण अशी आहे, की चार टाळकी समोर ठेवून इतर सगळ्या समाजाची बदनामी करण्याचं काम आपला मीडिया करत आहे. खरोखर, ते ह्या देशाचे नागरिक आहेत. जे धर्मांध आहेत, स्वार्थांध आहेत त्यांना वाटतं, की आपली पकड सुटता कामा नये. त्यांच्या मागे जी माणसं निघाली आहेत ती धर्मवादी आहेत. ही मंडळी जातीयवादी आहेत.

ज्या देशात हिंदू बहुसंख्य आहेत ते असुरक्षित नाहीत. त्यांचं नेतृत्व धर्मवादी आहे आणि तो समाज चुकीच्या मार्गानं निघाला आहे. त्याच्या पाठीमागे माणसं मेंढरांसारखी निघाली आहेत. तिकडे घालवण्याचं काम आम्ही आमच्या वागण्या-बोलण्यानं करत आहोत. केवळ यासाठी, की ती माणसंही कुठेतरी हितसंबंधी आहेत असं आमच्या मनूनं आमच्या डोक्यामध्ये घातलं आहे. आम्ही सातत्यानं त्यांचा द्वेष करत आहोत. सातत्यानं एका समूहाचा द्वेष करत राहण्यानं त्याच्यामध्येसुद्धा एक प्रकारची भयानक भावना आणि वातावरण निर्माण होतं. हा त्याचा परिणाम आहे. बॉम्ब फुटला याच्यापेक्षा ते बॉम्ब डोक्यामध्ये तयार होतात, ते भयानक आहे. हे बॉम्ब निर्माण होणं आपण थांबवू शकू. त्याचा प्रतिकार करणं सोपं आहे. आपल्याकडे राज्ययंत्रणा चांगली आहे. कामास लागू. ही फार मोठी गोष्ट आहे अशातला भाग नाही. आपल्या देशानं पाकिस्तानचा दोन वेळा पराभव केलेला आहे. तरीसुद्धा या देशात जी माणसं राहिली ती या देशातल्या मातीबरोबर इमानदारीनं राहिली. माझ्या गावातल्या मुस्लीम समाजाच्या माणसांबद्दल, त्यांच्या निष्ठांबद्दल मला शंका नाही. असं असताना या देशातल्या एका समूहानं एका विचारसरणीच्या माणसानं १९२५ साली जे झाड लावलं, त्याला गहू

लागला, त्याला हुलगे लागणार नाहीत. गहू पेरला तर गहूच लागेल, हुलगे पेरले तर हुलगेच येतील हा निसर्गाचा नियम आहे; कारण जे पेरायला निघाले आहेत त्यांनी विचार केला पाहिजे, की आपण जे पेरतो ते खरोखर चांगलं आहे की नाही आणि जर असं लक्षात आलं, की ते चांगलं नाही तर चूक दुरुस्त करायची तयारी ठेवली पाहिजे.

आपल्याला ही दुरुस्ती करावी लागेल. आपण जे वाईट करतो ते थांबवलं पाहिजे. ते जर आपण थांबवलं नाही तर मी आपल्याला सांगतो, गवईसाहेब यांच्या मताशी मी शंभर टक्के सहमत आहे. गवई साहेब, तुम्ही आणि आम्ही राष्ट्रवादी आहोत. दुसरं काही असू शकत नाही. आपण दोघांबद्दल बोलतो. आम्ही राष्ट्रीय वादाच्या पलीकडे असू शकत नाही; कारण आम्हाला बाहेर रूट नाहीत. संघवाल्यांना ती आहेत अस वाटतं. त्यांनी तात्त्विक मांडणी यापूर्वीच केलेली आहे. ते सगळे तपशील मी सांगत नाही. तो स्वतंत्र विषय आहे. परंतु, ज्यांना 'बंच ऑफ थॉट्स' वाचायचा आहे त्यांनी तो वाचावा. माझा मुद्दा इतकाच आहे, की ज्यांनी तात्त्विक मांडणी चुकीची केली त्यांच्यावर ही पाळी आली आहे आणि ही दुरुस्ती करायची असेल तर पुन्हा एकदा एस.एम. जोशींची गरज आहे की जे एकदा त्या वस्तीमध्ये जाऊन तिथं त्यांच्यामध्ये बसतील. तिकडे एका हमीद दलवाईंची गरज आहे, की जो तिथून उठेल आणि आपल्या बरोबर येईल आणि त्यांना समजावून सांगेल. मी त्या दोघांच्याही बरोबर होतो. प्रश्न सोडविण्यासाठी लोकशाहीचा तेवढाच मार्ग असू शकेल. जर प्रश्न सोडवायचा असेल तर संवाद साधला पाहिजे, लोकशाहीमध्ये बोलणी केली पाहिजेत. कितीही प्रतिकूल मतं असली, मतभेद असले तरी आपण एकत्र बसून बोललं पाहिजे.

अध्यक्ष महाराज,मी आपल्या सल्ल्याबद्दल आभारी आहे. मी राष्ट्रद्रोह्यांशी संवाद करायला सांगत नाही. त्यांना गोळ्याच घातल्या पाहिजेत असं म्हटलेलं आहे. जे राष्ट्रद्रोही आहेत त्यांच्याबरोबर संवाद साधा असं मी म्हणत नाही. या देशात जे राहणार आहेत त्यांच्याबरोबर आपल्याला संवाद साधावा लागणार आहे, एवढंच माझं म्हणणं आहे. मला एवढंच वाटतं, की मी विषयाला धरून बोलत आहे. बॉम्बस्फोट ही काही आकस्मिकपणे, एकाएकी घडलेली घटना नाही. तेव्हा, मी जे सांगतो ते समजण्याच्या क्षमतेचे लोक आहेत. ते अडाणी नाहीत. मी काय म्हणतो, ते त्यांना कळतं. माझा मुद्दा एवढाच आहे, की सरकारची काय चूक आहे, सरकारनं काय काय चांगलं केलं, सरकारनं चांगलं काम केलं की नाही, मुंबईमध्ये अतिशय असुरक्षितता निर्माण झाल्यावर काय घडलं ते तुम्हा-आम्हा सगळ्यांना माहीत आहे. त्याची चर्चा करायची असेल तर करायला मी तयार आहे; पण माझा मुद्दा असा आहे, की देशातल्या दोन्ही बाजूंकडच्या धर्मांध जातीयवाद्यांनी या

देशामध्ये प्रश्न निर्माण केले आहेत. त्यांना चातुर्वर्ण्य व्यवस्था पुन्हा आणायची आहे. मशिदी पुन्हा बांधायच्या आहेत. या दोन्ही बाजूंच्या लोकांचा कार्यक्रम देश तोडायचा आहे; परंतु आपण देश जोडण्याचं काम करायचं आहे. मला असं वाटतं, की एवढा एकमेव मार्ग या देशामध्ये शिल्लक आहे, की जिथं लोकशाहीच्या मार्गानं ते शक्य आहे. आणि म्हणून गवईसाहेब यांनी ज्या भावना व्यक्त केल्या त्या सर्व भावनांशी मी सहमती व्यक्त करतो आणि माझे दोन शब्द संपवतो. धन्यवाद.

२२.४.१९९३

६ डिसेंबर

एका अतिशय महत्त्वाच्या प्रश्नावर आपण सभागृहात चर्चा करत आहोत. मला या विषयावर बोलण्यासाठी जास्त वेळ द्यावा अशी विनंती मी सुरुवातीलाच आपणास करत आहे. ज्या प्रश्नामुळे आमचं समाजजीवन अस्वस्थ झालं आहे, राष्ट्र अस्वस्थ झालं आहे अशा अतिशय महत्त्वाच्या प्रश्नावर मी माझे विचार मांडणार आहे. आज देशाचं स्वास्थ्य बिघडलं आहे, त्याचं कारण काय आहे? तात्कालिक कारण म्हणजे ६ डिसेंबरची घटना.

ज्यांना हिंदू असण्याबाबत अभिमान आहे त्यांच्याबद्दल मला काहीच म्हणायचं नाही; परंतु माझ्या हिंदू असण्याबद्दल मला शंका असल्यामुळे आणि धर्मशास्त्र माझ्या पूर्ण विरोधात असल्यामुळे मला मात्र मी हिंदू असल्याची सातत्यानं शरम वाटते; कारण हिंदू या शब्दाचा जो अर्थ सांगितला गेला तसा काही मला माहीत नाही. हिंदू या शब्दाचा मी जो अर्थ वाचला आहे त्यानुसार हिंदू हा अपभ्रंश झालेला शब्द आहे, आणि काही मंडळींनी जो शब्द उच्चारला त्या हिंदू या शब्दाचा अर्थ चोर, लुटेरे, गुन्हेगार असा असून पुढे शिव्या आहेत, त्या मी सांगत नाही; परंतु ज्यांनी या देशातल्या नागरिकांसाठी हा शब्द वापरला त्या इराण-अफगाणिस्तानातल्या लोकांनी तो काही गौरव करण्यासाठी वापरला नाही. याचा कुणाला अभिमान बाळगायचा असेल, तर त्यांनी खुशाल बाळगावा, मला बाळगायचा नाही. प्रश्न फरांदेसाहेब, तुमच्या मानण्याचा नाही; कारण मानणं न मानणं याची मान्यता तुम्हाला नाही, मला नाही. ज्या धर्मशास्त्राची आपण दोघे चर्चा करतो ती चर्चा करण्याचा धार्मिक अधिकार आपल्याला नाही. तो डावलून आपण बोलत आहोत. एरवी, तुम्हा-आम्हाला धर्मशास्त्रानं अधिकार दिले नाहीत, आपण सुधारावं. धर्माची चर्चा तुम्ही-आम्ही करण्याचा विषय नाही. तरीसुद्धा आपण ती करत आहोत; कारण या भारतीय राज्यघटनेनं आम्हाला अधिकार दिले आहेत. एरवी, अण्णासाहेब आणि आम्हा दोघांना धर्मशास्त्र या विषयावर बोलण्याचा अधिकार नाही, तरीसुद्धा बोलत आहोत; कारण भारतीय राज्यघटनेनं आम्हाला अधिकार दिले आहेत. अशी या धर्माबद्दल गंमत आहे. या देशावर ज्यांनी आक्रमण केलं, त्यातलं पहिलं आक्रमण आर्यांचं आहे. त्यांनी या देशावर पहिलं आक्रमण केलं. या देशाचा इतिहास सांगतो,

की परदेशातून इथं येऊन कुणी दादागिरी केली असेल तर पहिली दादागिरी करणारे लोक हे आर्य-भट आहेत. त्यांनी पहिल्यांदा हल्ला केला. त्यांनी इथं येऊन जे केलं त्या काळात पुरावे उपलब्ध नव्हते. त्या काळातली गोष्ट वेगळी होती. आज पुरावे उपलब्ध आहेत. आर्य या देशात येण्यापूर्वी इथे समृद्ध, सुसंपन्न लोकांचा समाज राहात होता. अशा प्रकारचे पुरावे सिंधू संस्कृतीच्या उत्खननानंतर आपल्या हातात आले. आर्य हे रानटी, जंगली होते, त्यांनी गावाला ग्राम असं म्हटलं आहे. त्याउलट इथं शहरी, नागरी संस्कृती होती. नगररचना, शिल्पकला यांमध्ये समृद्ध असलेली संस्कृती होती. अतिशय चांगल्या पद्धतीचं शहर, धरणं, उत्तम - समृद्ध शेती, व्यापार करणाऱ्या लोकांचा हा प्रदेश होता, आणि म्हणून बाहेरून जे आले त्यांनी हे सारं नष्ट केलं. म्हणून इंद्राला पूरम असं म्हटलं आहे. पूर मोडणारा, शहरांचा नाश करणारा भ्रतार असं म्हटलं आहे. म्हणजे त्या शहराच्या आसपास साठवण्याची जी व्यवस्था होती ते फोडणारा. म्हणून वेदांमध्ये ऋग्वेद हा पहिला वेद आहे. या ऋग्वेदामध्ये जे आलं तो ऋग्वेद या देशाच्या बाहेरच्या लोकांनी लिहिला. या देशातल्या लोकांनी लिहिला नाही. ते कितीही गळ्यात पडतो म्हणाले तरी आम्ही गळ्यात बांधून घ्यायला तयार नाही; कारण आपली बळींची स्वतंत्र संस्कृती आहे. या देशात हिंदू या शब्दाच्या नावाखाली जे काही चाललं आहे ते एक नाही. या दोन वेगळ्या बाबी आहेत, एक बहुजनांची संस्कृती आहे आणि एक बहुजनांचा धर्म आहे. बहुजनांचा जो धर्म आहे त्याला लोक असं म्हटलं आहे. हा एक वेगळा, स्वतंत्र विषय आहे. तेव्हा ज्यांनी हे सांगितलं, की हिंदू हा एक धर्म आहे त्या अण्णासाहेबांना पहिल्यांदा सांगायचं आहे, की हिंदू हा धर्म नाही.

हिंदुस्थानाची परंपरा ही तुमची-आमची व सगळ्यांची परंपरा नाही. त्यांना विचारा, तुमच्या घरात देव कोणते आहेत? तुम्ही कोणत्या देवाची पूजा करता? ना. स. फरांदे व मी कोणत्या देवाची पूजा करतो? आपण सारे एका देवाची पूजा करत असू. प्रकाश जावडेकर यांच्या देव्हाऱ्यात खंडोबा, बहिरोबा का नाहीत? त्यांच्या घरात देव्हारा नसेल तर चांगलं आहे; कारण ते देव मानत नाहीत. तुमचा व्यक्तिगत देव्हारा नसेल; पण वैदिकांचा एक देव्हारा आहे. त्या देव्हाऱ्यावरचा एकही देव आम्ही मानलेला नाही. म्हणून विष्णूचं अपवादानं हिंदुस्थानात एकच मंदिर आहे! इंद्राचं मंदिर नाही! आम्ही वेद स्वीकारले नाहीत, ते प्रमाण मानत नाही. वेदांप्रमाणे अस्तित्वात असलेला समाज नाही. आमच्या खेड्यात असलेल्या साती आसरा ह्या तुमच्या कोणी लागत नाहीत. आमचा विठोबा, खंडोबा, माळसाई हे तुमचे कोणी लागत नाहीत. त्यांचा पुजारी आमचा आहे. त्याचा नैवेद्य आमचा आहे. जे आम्ही खातो ते आमचे देव खातात. तुम्ही जे खाता ते तुमचे देव खातात. कुठे आहेत हिंदू एक? काय संबंध? राम त्यांचा आहे, तो तिकडे दलाली करायला गेला

आहे. तो इकडचा नाही. हे सारं आमचं आहे, असं सांगत राहायचं. ही सारी भाषणं चालली आहेत हा त्याचा उत्तम नमुना आहे. तोंडानं ज्या ज्या काळात जी जी तत्त्वज्ञानं लोकप्रिय झाली असती ती ती म्हणायची. जी जी तत्त्वज्ञानं ज्या ज्या काळात किंवा ज्या कालखंडात लोकप्रिय झाली ती घेऊन ते लोकांमध्ये जातात. लोक त्याला भुलतात, ते सगळं स्वीकारायचं, त्याच परिभाषेत ते बोलायचं. आपल्या पोटात असलेला डाव कायम ठेवायचा, म्हणून मूठभर लोकांनी ह्या देशावर हजारो वर्षं राज्य केलं आहे. ही मूठभर माणसं स्वत:ची बुद्धी कौशल्यानं वापरत. ते ह्या देशातल्या बहुसंख्य माणसांना अडाणी ठेवायचे. त्यांचा शिकण्याचा अधिकारदेखील काढून घेतला. त्यांना शिकू दिलं नाही. स्त्रियांना शिकू दिलं गेलं नाही. ब्राह्मण स्त्रियांनादेखील शिकू दिलं गेलं नाही. ती स्त्रीसुद्धा आमच्याकडून पळवून नेली. जेव्हा ते खैबर खिंडीतून इकडे आले तेव्हा ते बायका घेऊन आले नाहीत.

आमच्याकडून त्यांनी काय घेतलं नाही? सगळं काही आमच्याकडून घेतलं आहे. आपला वंश वाढवायला ते आमच्या स्त्रिया घेऊन गेले. हे केलं तरी कायम वर राहण्याची भूमिका त्यांनी घेतली. म्हणून त्यांना ही घटना नको आहे. माझा मुद्दा असा आहे, की ही राज्यघटना त्यांना नको आहे. या राज्यघटनेप्रमाणे त्यांना राज्य नको आहे. याचं कारण असं आहे, की असं राज्य त्यांना परवडणारं नाही. म्हणून त्यांनी साठ पानांची भारतीय घटना तयार केली आहे. आपण ती अवश्य वाचावी. आम्ही जे काही सांगतो ते त्यामुळे आपल्या लक्षात येईल. एके काळी बसवेश्वर लोकप्रिय झाला की तो घ्यायचा. ज्ञानेश्वराला चटके द्यायचे, त्याला यातना द्यायच्या आणि नंतर ज्ञानेश्वराचं मंदिर उभं करायचं! नंतर ज्ञानदेव कसा होता हे सांगायचं. त्या काळात जे लोकप्रिय असेल ते स्वीकारायचं, त्याला आपलं म्हणायचं, लोकाचं पोर आपल्या मांडीवर घ्यायचं, ते आमचं आहे असं सांगत राहायचं. अशानं काय होईल, दोन-चार मतं मिळतील. एखादं राज्य मिळेल; पण ते राज्य आम्ही तुम्हाला सहजपणे घेऊ देणार नाही; कारण इथं बळीची संस्कृती आहे. ती वामनाच्या संस्कृतीला कधीही हार गेलेली नाही. तिनं वामनसंस्कृतीला कधीही आपल्या घरात घेतलं नाही. एवढा हिंदुस्थानचा इतिहास समृद्ध आहे. तेव्हा वामनाची परंपरा ही बळीच्या डोक्यावर पाय देण्याची आहे. आजपर्यंत ह्या देशातला शेतकरी भूमिमातेची पूजा करतो तेव्हा तिला तो सांगतो, की 'इडा-पीडा टळो, बळीचं राज्य येवो'. वामनाचं राज्य आम्ही कधीही येऊ देणार नाही. म्हणून जे काही दंगेधोपे करणारे लोक आहेत त्यांना मला सांगायचं आहे, की ज्या गावच्या बोरी त्याच गावच्या बाभळी असतात. नसते घोटाळे करू नका. नाहीतर १९४८सारख्या घटनांना सामोरं जावं लागेल. हे भय कायम डोक्यात ठेवून तुम्हाला वागलं पाहिजे.

एका बाजूला लोकानुनय करण्याची आणि दुसऱ्या बाजूला सर्वधर्मसमभाव बोलण्याची भाषा वेगळी. तुम्ही धर्मग्रंथ नाकारणार आहात काय? जर तुम्ही धर्मचिकित्सा करणार असाल, धर्मग्रंथ नाकारणार असाल तर तुम्हाला आम्ही स्वीकारण्याची शक्यता आहे. आमच्या गळ्यात पडायचं, आम्हाला सांगायचं आम्ही तुमचे आहोत. दुसऱ्या बाजूला अल्पसंख्याकांच्या बाबतीत कॉमेन्ट करायच्या. जो कोणी पाकिस्तान झिंदाबाद म्हणेल त्याची जीभ कापा, रोज प्रचार कसा करायचा – 'क्रिकेटची मॅच लागली तर मुसलमान झिंदाबाद म्हणतात.' हे जे कोणी म्हणत असेल त्याला फाशी द्या. त्यामुळे सर्व मुसलमान बदनाम होतात. चर्च बदनाम होतात. अल्पसंख्याकांच्या बाबतीत विष पेरण्याचं काम सर्वांत निंद्य व निषेध करणारं काम. ह्या प्रचारास भारतीय नागरिक बळी पडणार नाहीत अशी खात्री देऊन भाषण पूर्ण करतो.

२१.७.१९९३

ठोस उपाययोजना

अध्यक्ष महाराज, मी आपल्या अनुमतीने नियम २६०अन्वये पुढील प्रस्ताव मांडतो.

''शासनाने भटक्या व विमुक्त जमातींच्या यादीमध्ये नव्या नव्या जमातींचा वेळोवेळी समावेश केल्यामुळे भटक्या व विमुक्त जमातींच्या संख्येत झालेली वाढ, असं करताना समाजशास्त्रज्ञ, मानववंशशास्त्रज्ञ यांचा सल्ला न घेणं, वाढलेल्या संख्येच्या प्रमाणात राखीव जागा न वाढविणं; त्यामुळे या जमातींतील व्यक्तींना शैक्षणिक, आर्थिक व सामाजिक विकासाच्या संधींपासून वंचित व्हावं लागणं, तसंच या जमातीच्या सर्वांगीण विकासासाठी अर्थसंकल्पात स्वतंत्र तरतूद नसल्यानं व आदिवासींप्रमाणे आर्थिक उपयोजना (सबप्लॅन) नसल्यानं या जमातींचा खुंटलेला विकास – परिणामत:, शैक्षणिकदृष्ट्या मुख्य प्रवाहापासून हा समाज मागे पडणं; त्यातच, जातीचा दाखला तपासण्यासाठी असलेली अपुरी व क्लिष्ट यंत्रणा, त्यामुळे त्यांना दाखला मिळण्यात येत असलेल्या अडचणी व होणारा विलंब; परिणामी, त्यांच्यावर शैक्षणिक व नोकरीविषयक संधींपासून वंचित होण्याची आलेली पाळी – या सर्व बाबींमुळे या जमातीच्या लोकांमध्ये पसरलेला तीव्र असंतोष, या संपूर्ण परिस्थितीचा साकल्यानं विचार करून शासनानं त्याबाबत ठोस उपाययोजना करण्याची आवश्यकता विचारात घेण्यात यावी.''

मी या सदनाचा सदस्य झाल्यानंतर गेली दोन-तीन वर्षं सातत्यानं समाजातल्या या अतिशय उपेक्षित घटकाकडे शासनाचं लक्ष वेधण्याचा प्रयत्न करत आहे आणि गेल्या तीन वर्षांचा ताळेबंद मांडला तर या सदनामध्ये अनेकदा गाऱ्हाणी मांडूनही या समाजाच्या पदरात काही पडलं आहे असं मला वाटत नाही. भारतीय राज्यघटनेचे शिल्पकार डॉ. बाबासाहेब आंबेडकर यांनी घटनेतल्या कलम १४ नुसार भारतीय राज्यघटनेपुढे सगळी माणसं समान आहेत असा सिद्धान्त मांडला आहे. पुढे, त्या कलमामध्ये दुरुस्तीही झाली आणि घटनेच्या कलम ३४२ (१) व ३४२(२) मध्ये देशातल्या मागासवर्गीयांना राखीव जागा दिल्या गेल्या. इथला जो समाज मागे पडला होता त्याला पुढे येण्यासाठी विशेष संधी मिळावी म्हणून जी यादी तयार केली ती अनुसूचित जाती आणि अनुसूचित जमातींनुसार तयार केली.

स्वातंत्र्य मिळालं, त्यावेळी आपल्यात उत्साह दांडगा होता. सगळीच मंडळी उत्साहात होती. पहिली पंचवार्षिक योजनासुद्धा अशाच उत्साहामध्ये आपण पार पाडली. म्हणजे, घरामध्ये एखाद्याचं लग्न असावं आणि सगळी मंडळी त्या लग्नाच्या घाईगडबडीत असावीत आणि घरातलं एखादं लहान मूल परसदारी असलेल्या विहिरीत पडून त्यातच त्याचा मृत्यू व्हावा; पण लग्नाच्या घाईगडबडीत ती गोष्ट कुणाच्या लक्षात येऊ नये; अशाच प्रकारे या देशाला स्वातंत्र्य मिळाल्यानंतर आमचं पोर विहिरीत पडलं; पण ती बाब कुणाच्या लक्षात आली नाही. १९५२ साली कालेलकरांची समिती आली. या विमुक्त जमाती १८७१ साली गुन्हेगार जमाती म्हणून जाहिर करण्यात आल्या होत्या. त्याच्या सेटलमेन्ट होत्या. या बाबतीत मी अनेकदा या सभागृहात बोललो आहे. डॉ. अंत्रोळीकरांनी १९५२ साली या जमातींसाठी चार टक्के जागा राखून ठेवल्या होत्या. यामध्ये तेरा जमातींचा समावेश होता. मी आणि अंत्रोळीकरांनीही १९३१ सालच्या सेन्ससचा अभ्यास केला आहे. त्यामुळे आता असं लक्षात आलं आहे, की त्यावेळी विमुक्त जमातींची लोकसंख्या चार टक्के असल्यामुळे चार टक्के जागा राखून ठेवल्या होत्या. डॉ. अंत्रोळीकर या सभागृहाचे सदस्य होते. त्यांनी याबाबतचा अहवाल शासनाला सादर केला, त्याचप्रमाणे चार टक्के जागा विमुक्त जमातींसाठी राखून ठेवल्या. संयुक्त महाराष्ट्र झाल्यानंतर विदर्भातले तसंच मराठवाड्यातील काही जिल्हे आपल्याकडे आले. त्याबरोबर त्यावेळी तिकडच्या विमुक्त जमातींचा समावेश करण्यात आला. त्यामुळे तेराची संख्या चौदा झाली. यामुळे लोकसंख्या वाढली.

जे गाव-गागते लोक आहेत, ते एका गावात राहत नाहीत. आपल्या उदरनिर्वाहासाठी एका गावाहून दुसऱ्या गावी जात असतात. ब्रिटिश सरकारनं विमुक्त जमातींची यादी जाहीर केली आणि ती कायद्यानं अस्तित्वात आहे. ती यादी १९६० साली या सरकारनं दुरुस्त केली. त्यामध्ये नंतर बावीस जमातींचा समावेश करण्यात आला. त्यासाठी थाडे कमिशन नेमलं. सरकारनं ह्या कमिशनला असं सांगितलं, की जे गाव-मागते लोक आहेत त्यांचा सर्व्हे करावा आणि ही यादी नीट करून द्यावी; परंतु प्रत्यक्षात याबाबतचा सर्व्हे झालेला नाही. पूर्वीच्या चौदा आणि त्यावेळी समाविष्ट केलेल्या बावीस अशा छत्तीस जमातींचा समावेश यामध्ये झाला.

त्यानंतर १९७० सालापर्यंत या यादीत कोणत्याही प्रकारचा बदल करण्यात आलेला नाही. आपण ९६ कुळी आहोत असं म्हणायला अभिमान वाटायचा, तर आपण बॅकवर्ड आहोत असं म्हणणं त्यावेळी कमीपणाचं वाटायचं. म्हणून तोपर्यंत या यादीत कोणत्याही प्रकारचा बदल करण्यात आलेला नाही; परंतु त्या प्रमाणात नोकऱ्या उपलब्ध झाल्या नाहीत. त्यामुळे आपण मागे पडत चाललो आहोत, असं दिसल्याबरोबर या ठिकाणी चोऱ्या व्हायला सुरुवात झाली. या यादीमध्ये १९७०

साली कोणत्याही प्रकारची घुसखोरी झालेली नाही. त्यानंतर राजकीय स्वरूपाचं दडपण आणून या यादीमध्ये घुसखोरी झाली. त्यानंतर कोणत्याही समाजशास्त्रज्ञाला विश्वासात घेतलं गेलं नाही, तज्ज्ञांना विश्वासात घेतलं गेलं नाही. सेन्सस नीट करण्यात आलं नाही. रसेल, अँथोविन या मंडळींनी याबाबतचे निकष ठरवले. कुणाला ट्राइब म्हणायचं, कुणाला कास्ट म्हणायचं? त्यांनी जे निकष ठरवले होते त्या निकषांचा आधार न घेता, तज्ज्ञांचा सल्ला न घेता, त्यांचं मत न घेता नोकरशाहीवर विश्वास ठेवून हे झालं आहे. परिणाम असा झाला आहे, की ज्यांची परिस्थिती उत्तम आहे त्यांनाच याचा फायदा मिळाला आहे. हीच हिंमत एस.सी.च्या बाबतीत झाली असती, हीच घुसखोरी एस.सी.च्या बाबतीत झाली असती तर मंत्रिमहोदय रामदास आठवले यांनी, तसंच त्यांच्या समाजानं आकाश-पाताळ एक केलं असतं. ही वस्तुस्थिती आहे.

गावात दोन स्वरूपांची रचना आहे. एक रचना बलुतेदारांची आणि दुसरी रचना गावगाड्याबाहेर राहणाऱ्यांची. जंगलापासून विस्थापित झालेली जी जमात आहे ती गुन्हेगार जमात आहे. या सर्वांचं वैशिष्ट्य म्हणजे मानववंशशास्त्राप्रमाणे ते ट्रायबल आहेत. उरलेले जे लोक आहेत त्यामध्ये दोन प्रकार आहेत. पहिला प्रकार पशुपालक भटक्यांचा आहे, दुसरा प्रकार गाव-मागत्यांचा आहे. गाव-मागत्यांबाबत मी सांगितलं आहे, त्यांचंसुद्धा गाव होतं, त्या गावामध्ये ग्रामदेवता होती, ग्रामदेवतेची पूजा करणारी बोरणे, बोपे, हेळवे, अराधी, गोंधळी, चित्रकथी ही मंडळी होती. सर्व मंडळी गाव-मागती मंडळी होती. म्हणजे, देव काखेला मारला आणि गावोगाव हिंडायला लागलं. आणि मरळ, दांगट ही सर्व त्या गावातल्या ग्रामदेवतेची पुजारी मंडळी होती. नंतर वैदिक ब्राह्मणांनी त्या गावावर आक्रमण केलं आणि ती सर्व दैवतं आपल्या ताब्यात घेतली, त्यांची पूजापद्धत घेतली. त्या आक्रमणामध्ये त्यांच्यातला फक्त गुरव वाचला; कारण त्याला वतन होतं. बाकीच्या कुणालाही वतन नव्हतं. त्यामुळे कुडमुड्या जोश्यांपासून सर्व लोक विस्थापित झाले. हा हिंदू जातिव्यवस्थेचा भाग आहे; परंतु पुढे हे सर्व लोक डुकरं खाणारे झाले; कारण विस्थापित झाल्यावर खायला काही मिळेना, तेव्हा डुकरं खायला लागले. आणि डुकरं खायला लागल्यावर दोन पद्धतीनं अडचणीत आले. गावामध्ये जाऊन करमणूक करायची, कोलाट्यानं खेळ करायचा, डोंबाऱ्यानं खेळ करायचा, खेळ केल्यानंतर त्याला वरूनच वाढलं जायचं. हिंदू जातिव्यवस्थेतले जे मागास, अस्पृश्य आहेत त्यांच्याकरता अस्पृश्यतेसाठी अस्पृश्यता हा निकष यादीमध्ये घालून या सर्व जमाती अस्पृश्य आहेत, त्यांना कुणीही शिवत नाही. दुसऱ्या बाजूला वैदूंसारखी जमात आहे, जी जंगलात राहते; गावात येऊन वैद्याला जडीबुटीचं औषध देणं एवढ्यापुरता त्यांचा गावाशी संबंध आहे. एरवी ते जंगलात राहणारे आहेत. शिकार करणाऱ्या लोकांनाही या यादीमध्ये

घालून टाकलं आहे. म्हणजे, कुठलाही शास्त्रीय निकष वापरला नाही. सगळा सावळा गोंधळ आहे. अनागोंदी कारभार आहे. या यादीमध्ये अराजक आहे. ही जमात या यादीमध्ये का घातली, असं सरकारी अधिकाऱ्याला विचारलं तर त्याला सांगता येत नाही. कैकाडी ही जमात विदर्भातल्या आठ जिल्ह्यांमध्ये एस.सी.मध्ये आहे, आणि विदर्भ सोडला तर बाकीच्या जिल्ह्यांत क्रिमिनल ट्राइबमध्ये आहे. बेरड जातीचंही तेच आहे. बेरड जात विदर्भामध्ये एस. सी.मध्ये आहे आणि उरलेल्या ठिकाणी ती क्रिमिनल ट्राइबमध्ये आहे. आणि पश्चिम महाराष्ट्र सोडता बाकीच्या उरलेल्या महाराष्ट्रात साँगी नावाची उपजमात आहे, ती एस. सी.मध्ये आहे. असं का केलं आहे?

एक जात, एक प्रांत, एकमेकांचे पै-पाहुणे, एकमेकांचा रोटी-बेटीचा व्यवहार असलेले लोक सरकारनं दोन याद्यांमध्ये घातले कसे, याबद्दल सरकारला कुणी विचारलं नाही. आमच्यापैकी कुणी विचारायला गेलं नाही. जोपर्यंत सरकारला कुणी विचारत नाही तोपर्यंत असंच चालेल. इंग्रजीतलं भाषांतर किती चांगलं केलं जातं? क्रिमिनल ट्राइब या शब्दाचं भाषांतर सरकारच्या दफ्तरामध्ये विमुक्त जाती असं आहे. ट्राइबचं भाषांतर 'जाती' असं कसं होतं? भाषांतर करणाऱ्या माणसाला विचारलं पाहिजे, की हे काय चाललं आहे? मी अनेकदा सांगितलं, की निदान तेवढा शब्द तरी दुरुस्त करा. 'विमुक्त जमाती' असा शब्द पाहिजे. क्रिमिनल कास्ट असं कुणी म्हटलेलं नाही. ती ट्राइब आहे; परंतु सरकारच्या दप्तरी नाही. सरकारच्या नोंदीनुसार विमुक्त जाती व भटक्या जमाती असा शब्दप्रयोग आहे; कारण वरच्या समाजातल्या लोकांना जाती असू द्या, नाहीतर जमाती असू द्या, त्यांना काही फरक पडत नाही; परंतु आमच्या इथे फरक पडला. त्यामुळे असं झालं, की गर्दीमध्ये गिन्नी गमावावी तशी आमची या देशात अवस्था आहे. दोन्ही शेड्यूलमध्ये आम्हाला कुणी स्वीकारायला तयार नाही. आमच्यासाठी चार टक्के जागा राखून ठेवताना त्यात खूप माणसं घातली, त्यामुळे आमची अवस्था काय झाली? इथं मेडिकलच्या ॲडमिशनची चर्चा उपस्थित करण्याचं कारण असं, की आता ॲडमिशन चालू आहेत; पुणे विद्यापीठाच्या कार्यक्षेत्रातल्या एका महाविद्यालयाचे कागद माझ्याकडे आहेत. या ठिकाणी एकूण एकोणतीस मुलांची मेरिट लिस्ट लावली. त्यात पहिला मुलगा वंजारी समाजाचा आहे. त्याला ९६ टक्के मार्क्स पडले व शेवटचा मुलगा बंजारा समाजाचा आहे. त्याला ९२ टक्के मार्क्स पडले. आता एकूण एकोणतीस मुलांमध्ये अकरा वंजारी समाजातले आहेत, बारा धनगर समाजातले, पाच गोसावी समाजातले म्हणजे गिरी, पूरी, भारती यांच्यातले आहेत; आणि फक्त एक बंजारा समाजातला आहे. म्हणजे, मूळच्या बेचाळीस जमातींतल्या एका मुलाला त्यामध्ये प्रवेश मिळू शकतो; परंतु सरकारची प्रवेश-मुदत १३ तारखेला बंद झाल्यामुळे या

यादीत भटक्या जमातीतला एकही मुलगा नाही, विमुक्त जमातीतला मुलगा नाही.

या यादीत विमुक्त जमातींमधला एकही उमेदवार का नाही? ह्या सगळ्या जागा धनगर आणि वंजारी समाजांनी घेतल्या आहेत. माझ्याकडे तसा सरकारी कागद आहे. आमची अशी अवस्था तीन वर्षं झाली आहे. आमच्या वाट्याला काही येऊ शकलेलं नाही आणि पुढेही दहा वर्षं किंवा वीस वर्षं मिळण्याची शक्यता नाही. आमच्या शिक्षणाप्रमाणे मी तीन हजार कुटुंबांचा सर्व्हे केला आहे. त्यानुसार आकडेवारी उपलब्ध झाली आहे. ती अशी आहे, की आमच्या शिक्षणाची टक्केवारी ०.६७ एवढी आहे. म्हणजे एक बिंदूही पूर्ण झालेला नाही. तो पूर्ण व्हायला तीस ते पस्तीस जागांची टक्केवारी वाढावी लागेल. देशाच्या स्वातंत्र्यानंतर चाळीस वर्षांनंतर ही अवस्था आहे. तुम्ही युद्धपातळीवर योजना आखल्या तरी आमची मुलं दहावीपर्यंतही येणार नाहीत.

खरं म्हणजे, आम्ही इथले भूमिपुत्र आहोत. आमच्यावर कोणी उपकार करत नाही. पहिली यादी विमुक्त जमातींची, दुसरी यादी भटक्या जमातींची व तिसरी यादी निमभटक्या जमातींची असावी. हे निमभटक्या जमातींचे लोक कायम भटकत नाहीत. ज्या ठिकाणी ते बहुसंख्य आहेत तिथे ते पाटील आहेत, गावचे सरपंच आहेत. गाव आहे तिथं गावगाडा आहे. काही कुटुंबं पोटासाठी भटकतात. ते कायमचे बाहेर जात नाहीत. चार चार महिन्यांनी परत येतात.

वर सांगितल्याप्रमाणे तीन याद्या असाव्यात अशी आमची मागणी आहे. भटक्या जमातींचं शिष्टमंडळ मुख्यमंत्री महोदयांना दोन तारखेला भेटलं आहे. मुख्यमंत्र्यांना मी एक पत्र दिलं आहे, तसंच निवेदनही दिलं आहे. त्यांनी मला सांगितलं आहे, की कोणत्याही परिस्थितीत निर्णय घ्यायचा आहे व तुम्ही म्हणता त्या पद्धतीनं राखीव जागा सोडून देऊ. मी त्यांना सुचवलं आहे, की विमुक्त जमातींची लोकसंख्या विचारात घ्यावी व त्यांच्यासाठी तीन टक्के जागा सोडाव्यात. तसंच, भटक्या जमातींसाठी तीन टक्के सोडाव्यात. भटक्या जमाती बावीस आहेत. खरं म्हणजे, आमचंच खाता आणि आमच्यावर दादागिरी करता. जे नंतर आलेले आहेत त्यांचं काय करायचं? त्यांनाही ह्या यादीत टाकावं, म्हणजे विमुक्त जमातींसाठी वेगळी टक्केवारी, भटक्या जमातींसाठी वेगळी टक्केवारी व निमभटक्या जमातींसाठी वेगळी टक्केवारी करावी. त्यांना आपण पाहिजे तेवढं देऊ. मी त्यांना सांगितलं, की त्यांना दोन टक्के द्यावेत.

वंजारी समाज हा ट्राइब नाही. त्यांच्यासाठी आमच्या यादीत जागा नाही. उरलेल्या जागा त्यांना द्याव्यात. वंजारी समाजाबरोबर आमचं भांडण नाही. वंजारी वेगळा समाज आहे. बंजारा वेगळा समाज आहे. त्यांना द्यायचं असल्यास एक टक्का वाढवावा.

राखीव जागांसाठी तो दुसऱ्याचा फायदा घेत आहे. आम्ही भांडणार नाही. गरिबाचं भांडण सरकारशी होतं. आमच्यात भांडण व्हायचं नसेल तर आम्हाला वेगवेगळं करावं आणि होणारं आक्रमण थांबवावं. आमच्या वाट्याला काही येत नाही. एक यादी नको आहे. वाटल्यास दुसऱ्या यादीमध्ये त्यांना द्यावं. तीन याद्या कराव्या व तीन टक्के राखीव करावे.

दुसरं म्हणजे, इथल्या विमुक्त जमाती आणि भटक्या जमाती यांचा तपशील मी दिलेला आहे. कोणत्याही परिस्थितीमध्ये या जमाती शेड्युल्ड ट्राइबमध्ये घाला. जे लोक डुकरं खाणारे आहेत, गाढवं पाळणारे आहेत, जे गावाच्या हागणदारीमध्ये राहतात त्यांना हा निकष लावा आणि त्यांना अस्पृश्य जमातींमध्ये सामील करा. कोणत्याही परिस्थितीमध्ये भटक्या-विमुक्तांची यादी शिल्लक राहता कामा नये; पण हे झाडावर वाढलेल्या बांडगुळासारखं आहे. त्याचा काही उपयोग होणार नाही. हे शेरडीच्या शेपटीसारखं आहे. अब्रूही झाकता येत नाही आणि माशीही उडत नाही. राखीव जागांच्या बाबतीत अशी परिस्थिती आहे. त्यामुळे, मला मंत्रिमहोदयांकडून ठोस आश्वासन पाहिजे.

कोणत्याही परिस्थितीमध्ये ही यादी आधी बदलून टाका; कारण आमचे हाल चालू आहेत. ही यादी जर बदलली नाही तर आम्ही आता सहन करणार नाही. कालपर्यंत आम्ही तुमचं खूप सहन केलं आहे, आता बिलकूल सहन करणार नाही. मी आपल्याला सांगू इच्छितो, की हे अधिवेशन संपण्यापूर्वी आपण जी.आर. काढला नाही तर मी इथं खुर्चीवर बसणार नाही, खाली जमिनीवर बसीन; कारण तुम्हाला असं वाटत नाही, की आम्ही तुमच्या बरोबरीचे नागरिक आहोत. हे अधिवेशन संपण्यापूर्वी जी.आर. काढणार असाल तर गोष्ट वेगळी; पण नुसत्या आश्वासनावर मी थांबणार नाही. जोपर्यंत जी. आर. काढत नाही तोपर्यंत मी खाली बसीन. खाली बसून कामकाजामध्ये भाग घेईन; कारण माझ्याजवळ आता दुसरा पर्याय राहिलेला नाही. एकतर आम्ही लहान असल्यामुळे सरकारचं फार नुकसान करू शकत नाही, सरकार पाडू शकत नाही. मतांच्या भाषेत बोलू शकत नाही. आम्ही असंघटित आहोत, गरीब आहोत, दुबळे आहोत; पण सरकारचा घोडा कसा अडवायचा हे आम्हाला माहीत आहे. रामायणातली एक गोष्ट मी मुद्दाम सांगतो. रामायण ऐकणाऱ्या माणसाला वाटतं, की रामाचा विजय रोज झाला पाहिजे; पण सबंध रामायणामध्ये एक क्षण असा येतो, त्या दिवशी सर्व लोक सांगतात, की आज वाटेल ते झालं तरी हरकत नाही; पण रामाचा पराभव झाला पाहिजे. हा क्षण म्हणजे रामाची मुलं जेव्हा अश्वमेधाचा घोडा अडवतात त्या दिवशी सर्व जनता लव-कुशाच्या बाजूला उभी राहते आणि आज रामाचा पराभव झाला पाहिजे, असं म्हणते. त्यावेळी त्या मुलांकडे फार मोठ्या हत्ती-घोड्यांचं सामर्थ्य असतं असं

नाही, तर नीती आणि नैतिकता त्यांच्या बाजूला असते. म्हणून मी निर्णय घेतला आहे, की या अधिवेशनात या सरकारचा घोडा कोणत्याही परिस्थितीत अडवायचा आणि त्या घोड्याला सांगायचं, की न्याय आणि नीतीच्या बाजूला राहा, नाहीतर दूर जा.

आता तुम्ही म्हणाल, की तुमच्या एकट्यानं काय होणार आहे? पण माझ्या एकट्यानं खूप काही होऊ शकतं हे मला माहीत आहे. म्हणून मी सरकारला सांगू इच्छितो, की हे अधिवेशन संपण्यापूर्वी शासनानं जी. आर. काढला पाहिजे. जोपर्यंत तुम्ही जी. आर. काढत नाही तोपर्यंत मी या खुर्चीवर बसणार नाही; कारण आमची सगळीकडे फरपट झाली आहे. आमच्याकडे कुणी डी. एड. नाही, बी. एड. नाही, काही नाही. आम्हाला कुणी सामाजिक न्यायाची अक्कल शिकवण्याची जरुरी नाही. आम्हाला सर्व कळतं. सामाजिक न्यायाची भाषा करणारी माणसं पायांवर पाय देऊन उभी राहतात. आपल्या पायांखाली कोण मरत आहे, चिरडलं जात आहे याची चिंता करत नाहीत, विचार करत नाहीत आणि वर, सामाजिक समानतेच्या आणि सामाजिक न्यायाच्या गप्पा मारत असतात. त्यांना मला एवढंच सांगायचं आहे, की मेहेरबानी करा आणि आम्ही सांगतो त्या पद्धतीनं ही यादी दुरुस्त करा. हे सर्व करताना सामाजिक न्याय तुडवला जाणार नाही, असं पाहा. आम्ही कधीही कुणाच्या ताटात माती कालवण्याचा विचार केलेला नाही. आमच्या बाबतीत मात्र उलट स्थिती आहे. म्हणून मला सांगायचं आहे, की ही यादी मोडा.

दुसरं म्हणजे, प्रमाणपत्रांच्या संदर्भात आमची अवस्था वाईट आहे. आम्ही साधं जातीचं सर्टिफिकेट मागायला गेलो तर ते आम्हाला मिळत नाही. तलाठी सांगतो, की शाळा सोडल्याचा दाखला द्या. परवा माझ्याकडे एक म्हातारी आली होती. तेव्हा ती म्हणाली, की जन्मात कुणी शाळेतच गेलं नाही तर दाखला कुठून देणार? शाळा सोडल्याचा दाखला दिल्याशिवाय तलाठी जातीचं प्रमाणपत्र देत नाही. मी म्हटलं, की नातवंडं असतील तर काहीतरी कर. ती म्हणाली, की आताच मुलाचं लग्न झालं आहे आणि आता मूल व्हायचं माझं वय नाही. आता त्या घरामध्ये नातवंडं जन्माला आल्यानंतर त्याला शाळेत घालायचं आणि मग रेशनिंग कार्डासाठी जातीचा दाखला द्यायचा! कुठलं राज्य चाललं आहे?

हे प्रमाणपत्र मिळण्यासाठी बाकीचे निकष ठरवता येणार नाहीत का? चाळीस वर्षं या राज्यात राहता असा दाखला आणा असं सांगितलं जातं; पण आमची माणसं तीन दिवस एका गावाला राहत नाहीत, तर चाळीस वर्षं इथे राहिल्याचा दाखला कुठून आणणार? कोणता तलाठी यांना दाखला देणार आहे? कोणत्या गावातला तलाठी सांगणार आहे, की हे पारधी माझ्या गावात राहतात. यांना कुणी दारात उभं करत नाही. अशा समाजाला व्यवस्थित सर्टिफिकेट मिळालं

पाहिजे. तलाठ्याकडे गेल्यावर त्याला काहीतरी मिळेल असं करा.

रेशनिंगवर रॉकेलचा पुरवठा केला जातो. रेशनिंगचं रॉकेल स्वस्त असल्यामुळे बाई ते विकत घेण्यासाठी जाते. बाजारात गेलं तर तिला रॉकेल परवडत नाही, रेशनिंग परवडत नाही. यांच्याकडे रेशनकार्ड नाही. तेव्हा, जातीचा दाखला मिळण्यासाठी यंत्रणा निर्माण करणं आवश्यक आहे. चोऱ्या कुणामुळे झाल्या? किती झाल्या? कुणीही जोशी उठतो आणि म्हणतो, की मी कुडमुडा जोशी. डोक्याला ताप नाही. यासाठी काय करायचं, तर कंसामध्ये कुडमुड्या असं लिहायचं. खाडाखोड नाही. खाडाखोड केली तर रेकॉर्ड बदललं असं होईल. आधी जोशी हे आडनाव असतंच, मग कंसामध्ये कुडमुडा असं लिहिलं की काम झालं.

सवलती कोणालाही मिळतात. खाली प्राथमिक शिक्षणामध्ये एक टक्कासुद्धा आमचे लोक नाहीत; परंतु मेडिकल कॉलेजमध्ये पाहिलं तर आमचा कोटा पूर्ण भरलेला; कारण असं की प्राथमिक शिक्षणामध्ये नाही, माध्यमिक शिक्षणामध्ये नाही आणि एकदम मेडिकल कॉलेजला मुलं कुठून जातात? इंग्रजीमध्ये भट आणि भाट या आडनावांचं स्पेलिंग एकच आहे. पूर्वी मी एकदा विनोदानं असं म्हणालो होतो, की बिनबापाच्या मुलांनासुद्धा सवलती मिळतील; कारण माझा बाप कोण हे मला माहीत नाही, आईलाच ते माहीत असेल... असो.

एकूण मुद्दा काय आहे, की इतकं अरिष्ट आलं आहे आणि आर्थिक अरिष्टामुळे हे झालेलं आहे. तेव्हा, हक्क असूनसुद्धा या लोकांना हक्क मिळत नाहीत आणि ज्यांना हक्क नाहीत ते खाऊन जात आहेत. जातीची प्रमाणपत्रं आजही लोकांना मिळत नाहीत. चाळीस वर्षांनंतर बजेटमध्ये आमच्यासाठी कोणत्याही प्रकारची तरतूद नाही. जातीच्या प्रमाणपत्रांच्या बाबतीत आमच्या ज्या जातीच्या पंचायती आहेत त्या चांगल्या आहेत. जातीच्या पंचायतीमध्ये आमचे पंच आहेत ते कोणत्याही माणसाला खोटं सर्टिफिकेट देणार नाहीत; परंतु नुसत्या पंचांना जातीचं सर्टिफिकेट देण्याचे हे अधिकार दिले तर गडबड-घोटाळा होईल. म्हणून समाजकल्याण खात्याचा एक अधिकारी त्या ठिकाणी द्या; परंतु त्या समाजकल्याण खात्याच्या अधिकाऱ्याला, एकट्याला हे अधिकार देऊ नका. यासाठी जिल्ह्यातल्या लोकांची एक समिती तयार करा. त्यात आमच्यातले जे राहणारे लोक असतील, चांगले कार्यकर्ते असतील त्यांना घ्या. जर एखाद्या सर्टिफिकेटच्या संदर्भात वाद निर्माण झाला तर बरोबर आहे की चूक आहे हे ते ठरवतील...

सध्या काय परिस्थिती आहे? पुण्याला एक अधिकारी आहेत. त्यांच्याकडे या संदर्भातली बरीच प्रकरणं आहेत. त्यामुळे निर्णय वेळेत कळत नाहीत आणि मेडिकल किंवा इंजिनिअरिंगला ॲडमिशन घ्यायची वेळ निघून जाते! अशी परिस्थिती आहे. दोन वर्षांनंतर या प्रकरणाचा निकाल लागतो. तेव्हा, माझी अशी मागणी आहे

की यासाठी पुरेशी यंत्रणा निर्माण करा. कार्यकर्ते तयार करा. महाराष्ट्रात पूर्वी आमचे लोक नव्हते हे मान्य आहे; परंतु आज तशी परिस्थिती नाही. मी तोंडानंसुद्धा हजार-दोन हजार माणसांची नावं सांगू शकीन. पूर्वी अशी परिस्थिती नव्हती. आज परिस्थिती वेगळी आहे. तेव्हा, जातीचं सर्टिफिकेट द्यायला आपणास तरतूद करता येईल.

आमच्यासाठी वेगळं बजेट नाही. ज्यावेळी जवाहरलाल नेहरू होते त्यावेळी केंद्र सरकारच्या बजेटमध्ये आमच्यासाठी तरतूद होती. त्यावेळी आम्हा लोकांना संरक्षण होतं; परंतु जवाहरलाल नेहरूंच्या निधनानं आम्ही बेवारशी झालो. जवाहरलाल नेहरूंसारखा नेता त्यांच्यानंतर दिल्लीत आला नाही आणि या राज्यातसुद्धा आला नाही. जवाहरलाल नेहरूंनी आमच्या लोकांना विचारलं होतं, की तुम्हाला कोणत्या यादीत घालू? अनुसूचित जातींमध्ये की अनुसूचित जमातींमध्ये? कुठे घालायचं ते तुम्ही सांगा.

त्यावेळी आमची माणसं अडाणी होती. ती म्हणाली, ऐंशी वर्षं आम्ही तारेच्या कम्पाउंडमध्ये राहिलो आहोत, आमच्यासाठी काहीतरी वेगळं करा. आम्हाला काहीतरी चांगलं करायला पाहिजे आहे. आम्ही काय महार, मांग आहोत? आमची तर त्यांच्याहीपेक्षा फार वाईट अवस्था आहे. ऐंशी वर्षं आम्ही बडवले गेलो आहोत.

जोपर्यंत नेहरू होते तोपर्यंत राष्ट्रीय पातळीवर बजेटमध्ये आमच्याकरता तरतूद होती. त्यानंतर म्हणजे नेहरूंच्या नंतर केंद्र सरकारच्या बजेटमधली ही तरतूद गेली. राज्यात तर काय, पूतना मावशीचंच प्रेम आहे. राज्यात शिक्षणावर जो खर्च केला जातो त्याच्या एक टक्काही तरतूद आमच्याकरता केली जात नाही. आमच्याकरता सब-प्लॅन नाही. आम्हाला आदिवासींमध्ये घाला अशी आमची मागणी आहे; परंतु जोपर्यंत आम्हाला आदिवासींमध्ये घातलं जात नाही तोपर्यंत आमच्यावर उपकार करत नाही. आम्हीसुद्धा या देशाचे नागरिक आहोत. आमच्या खिशातून देशासाठी पैसा जात आहे. रॉकेल, मीठ घ्यायचं झालं तर आम्हालासुद्धा पैसे द्यावे लागतात. आम्ही या ठिकाणी राहणारे आहोत, तेव्हा आमचं पुनर्वसन झालं पाहिजे आणि ती व्यवस्था कायद्यानं झाली पाहिजे; परंतु तसा कायदा नाही. धरण फुटलं. ज्याचं काही होतं त्याचं वाहून गेलं आहे; परंतु त्याच्यापलीकडे आता आमच्या हातात काहीच नाही. आपण आमचं पुनर्वसन करत नाही, कायदा नाही, आम्हाला राहायला जागा नाही म्हणून आम्ही जर सरकारी जमिनींवर अतिक्रमण केलं तर आम्हाला उठवलं जातं. आम्हाला कोणी कर्ज देत नाही. झोपडी बांधायला कर्ज मिळत नाही; कारण आम्ही एका गावात राहणारी माणसं नाही. आज या गावात तर उद्या दुसऱ्या गावात असतो. बेघरांना घर देण्यासाठी इंदिरा आवास योजना आहे; परंतु आम्हाला त्यासाठी तलाठ्याचा दाखला नसल्यामुळे आमच्या

वाट्याला त्यातली घरं येत नाहीत.

तेव्हा, आमच्या समाजासाठी एक स्वतंत्र प्लॅन तयार केला पाहिजे आणि हा सब प्लॅन या समाजाला कशा तऱ्हेनं लागू करायचा यासंबंधी तातडीनं निर्णय घ्यायची गरज आहे. बजेटमध्ये पैसा नाही असं सांगितलं जातं; परंतु ते कारण आम्हाला सांगता कामा नये. म्हणून माझी अशी सूचना आहे, की आमच्यासाठी एक तर सब-प्लॅन तयार करा. तसंच, आमच्यासाठी पुनर्वसनाचा कायदा करा. पुनर्वसनाचा कायदा केल्याशिवाय, आम्हाला मोकळ्या जागा मिळणार नाहीत. पूर्वी गायरानामध्ये आम्हाला जागा मिळत होती; परंतु आता गावातली माणसं आम्हाला गायरानामध्येही थांबू देत नाहीत; कारण जमिनीला सोन्याच्या किमतीचा भाव आला आहे. त्यामुळे आम्हाला गावाच्या आसपास कुणी थांबू देत नाही. तेव्हा, आमचं पुनर्वसन करण्यासाठी कायदा करावा. त्याचबरोबर हौसिंग सोसायट्या करून आमच्या विकासासाठी जे करणं शक्य आहे ते करावं.

मी मंत्रिमहोदयांना या ठिकाणी सांगतो, की या सभागृहानं यासंबंधी या ठिकाणी खूप काही ऐकलेलं आहे. या सभागृहानं व सभागृहाच्या छतानं पूर्वीचा इतिहास पाहिलेला आहे, पूर्वीची बोलणारी माणसं पाहिलेली आहेत, आम्हाला पाहिलं आहे आणि तुम्हालाही पाहिलं आहे. त्याला जर वाचा असती तर त्यानं सारं काही सांगितलं असतं. तुम्ही नेहमी वर छताकडे बघून बोलता आणि सरकारी अधिकारी हे कागदावर बोलत असतात. तुम्ही आमचे मित्र आहात. आपण तुरुंगामध्ये एकत्र दिवस काढलेले आहेत. तेव्हा या प्रश्नावर आम्हाला पुन्हा तुरुंगात जावं लागणार नाही हे बघावं. जर मित्रांबरोबर या प्रश्नावर इतक्या कटकटी कराव्या लागत असतील तर संघ आणि बी.जे.पी.चं राज्य आलं तर आमची काय तऱ्हा होईल याचा विचार करा. त्यांचं राज्य येणार नाही हे खरं आहे; परंतु तुमचंही टिकणार नाही. खालच्या माणसाला मारून तुमचं राज्य कसं टिकणार? तेव्हा, तुम्ही भ्रमात राहू नका. जर तुम्हाला राज्य टिकवायचं असेल तर तळागाळातल्या माणसाला बरोबर घ्या. त्यांना बरोबर घेऊन तुम्हाला राज्य करावं लागेल. या माणसांची ही मागणी आहे. तुम्ही गेली चाळीस वर्षं जागे झाला नाहीत, तेव्हा आता तरी जागे व्हा. जर तुम्ही आता जागे झाला नाही तर आम्ही तुम्हाला शांत बसू देणार नाही. तेव्हा, ते आम्हाला करायला लावू नका. एवढं बोलून मी माझं भाषण संपवतो.

२७.७.१९९३

शिक्षणात लोकसंख्येनुसार राखीव जागा

अध्यक्ष महोदय, भटक्या आणि विमुक्त जमातींच्या अडचणींच्या दृष्टीनं मी हा प्रस्ताव सभागृहासमोर मांडला होता आणि या ठरावाला ज्या सन्माननीय सदस्यांनी पाठिंबा दिला आणि चर्चेत भाग घेतला त्या सर्वांचा मी अतिशय आभारी आहे. मंत्रिमहोदयांचं भाषण ऐकल्यानंतर, आज जर डॉ. बाबासाहेब आंबेडकर असते तर त्यांनी याचं काय केलं असतं याचा मी विचार करत होतो. ते माझे मित्र आहेत म्हणून; पण त्यांच्या जागी जर दुसरे कोणते मंत्री असते तर मी त्यांचं काय केलं असतं याचा मी विचार करत होतो, इतका संताप यावा अशा प्रकारचं उत्तर या ठिकाणी देण्यात आलं आहे. त्यांची एकही घोषणा पॉझिटिव्ह नाही. ज्या प्रश्नांच्या बाबतीत कोणाचाही आक्षेप नाही, दुमत नाही अशा प्रश्नांना तरी समाधानकारक उत्तरं द्यायला पाहिजे होती; परंतु उत्तर देताना त्यांच्या तोंडाला कोणी चावतंय की काय असं वाटत होतं. मुख्यमंत्री, समाजकल्याण मंत्री, सभागृहातले सदस्य यांच्यापैकी कोणाचंही काही प्रश्नांच्या संदर्भात दुमत नसताना उत्तर मात्र समाधानकारक दिलं गेलं नाही. तेव्हा, मंत्र्यांचं इतकं सरकारीकरण का झालं हे मला कळत नाही. सरकारी अधिकाऱ्यांनी जे लिहून दिलं त्याच्या पलीकडे जायचं नाही असं नाही. राज्याच्या मुख्यमंत्र्यांनी शिष्टमंडळाला असं सांगितलं होतं, हे करायचं आहे. तर मग आपली काय अडचण आहे हे कळत नाही. आपण नेहमी होय म्हणता, नाही म्हणत नाही; परंतु काही करत नाही. म्हणून मी सांगितलं होतं, की या अधिवेशनाच्या अगोदर, आमचं बायफर्केशन करून आमच्या मुलांना प्रवेश मिळण्याच्या बाबतीत आपण जोपर्यंत प्रयत्न करणार नाही तोपर्यंत मी या खुर्चीवर बसणार नाही, तर याही बाबतीत आपलं काही उत्तर नाही. आम्ही त्या दृष्टीनं काही करत आहोत हे निश्चित सांगितलं जायला पाहिजे होतं; कारण हा मुलांच्या प्रवेशाचा प्रश्न आहे. आपण जर रूटीनप्रमाणे जी.आर. काढला तर या मुलांचं हे वर्षसुद्धा वाया जाईल. मागच्या दोन वर्षांपासून बी.एड., मेडिकल किंवा इंजिनिअरिंग कॉलेजला आमच्या जाती-जमातींच्या मुलांना प्रवेश मिळालेला नाही. याबाबत काहीतरी बोला; पण त्यालाही पॉझिटिव्ह उत्तर दिलं गेलं नाही. आपला अवमान करण्यासाठी किंवा राज्य सरकारचा अवमान करण्यासाठी मी हे करतो आहे असं नाही; परंतु आपण जर उद्यापर्यंत काही केलं

नाही तर मी या सभागृहाच्या फ्लोअरवर बसीन. तेव्हा आपण काहीतरी करा. वंजारा-बंजारा हा जो वाद आहे तो कोर्टाच्या निर्णयाप्रमाणे जेव्हा सुटेल तेव्हा सुटेल; परंतु वेगवेगळी शेड्यूल करण्याच्या बाबतीत खात्याची अडचण असण्याचं कारण नाही. त्याचा निर्णय लागल्यानंतर तिसरं शेड्यूल करता येईल; परंतु या सगळ्यामुळे आमची जी कोंडी झाली आहे ती थांबली पाहिजे, आणि ती जर थांबली नाही तर मग यासाठी काहीतरी कडक उपाययोजना करावी लागेल. तेव्हा कृपा करून असं करायच्या भरीस आम्हाला पाडू नका.

काल दि. बा. पाटील म्हणाले, की आपण बंड का करत नाही? परंतु आमच्यासारख्या गरिबांना कशाला यात पाडता? ऐंशी वर्षं आम्ही तारेच्या कम्पाउंडमध्ये अटकाव करून होतो, जन्मजात आम्ही गुन्हेगार आहोत; परंतु बंडखोर म्हणून या समाजाचा इतिहास कुणी लिहिणार नाही. तेव्हा, आम्हाला आणखी बंड करायला सांगू नका आणि हे बंड शेवटी आम्हाला आमच्या मित्रांबरोबर, आमच्या स्वकीयांबरोबरच करावं लागणार आहे.

मी या संदर्भात मुख्यमंत्र्यांकडे मागणी केलेली आहे- तीन जमातींच्या याद्या करा. १. विमुक्त जमातींसाठी, २. भटक्या जमातीसाठी आणि ३. निमभटक्या जमातींसाठी. त्यांचे सेन्सस करा आणि लोकसंख्येच्या प्रमाणात जागा द्या. विमुक्त जातींना दोन टक्के करा, भटक्या जमातींना तीन टक्के करा. सेन्सस करून लोकसंख्येच्या प्रमाणात हे करा. तेव्हा, जोपर्यंत त्यांना हे देत नाही तोपर्यंत आम्ही स्वस्थ बसणार नाही. म्हणून, हे आपण किती दिवसांत करणार ते सांगा. दोन दिवसांत मुख्यमंत्र्यांबरोबर टेलिफोनवर बोला. तुम्हाला आता निकाल घेता आला नाही तर दोन दिवसांत घ्या आणि जाहीर करा.

२८.७.१९९३

आदिवासी जीवनसंस्कृती

महाराष्ट्र महानगरपालिका व नगरपरिषदांचं सुधारणा विधेयक सभागृहासमोर मांडण्यात आलेलं आहे आणि त्या विधेयकावर माझे विचार व्यक्त करण्याकरता मी इथं उभा आहे.

यापूर्वी यासंबंधीचं एक अशासकीय विधेयक मी सभागृहासमोर आणलं होतं, त्यावेळी त्यावेळच्या राज्य सरकारनं मला आश्वासन दिलं होतं, ते शासनानं व्यवस्थित पाहून घ्यावं. मंत्रिमहोदय अरुण गुजराथी यांनी हे आश्वासन तपासून पाहायला माझी बिलकूल हरकत नाही. त्यावेळी अशा प्रकारचं आश्वासन देण्यात आलं होतं, की योग्य वेळ आल्यानंतर सरकार यासंबंधीचं विधेयक आणील. अशा प्रकारे, त्यावेळी मला आणि सदनाला अभिवचन देण्यात आलं होतं. आता हे सभागृहासमोर मांडण्यात आलेलं विधेयकदेखील सरकारी पद्धतीनं आणलेलं आहे. सरकारला एक वाईट खोड असते. हे सरकार कागदावर चालतं, तसंच अधिकाऱ्यांमार्फत चालतं. यापूर्वी काय सांगितलं होतं हे काही त्यांना आठवत नाही. त्यामुळे आमचं वाटोळं होत असतं. आम्हाला यामधून का गाळण्यात आलं? आमचं जे वाटोळं झालं आहे त्याला शासन कारणीभूत आहे की प्रशासन? तेव्हा, आमचं जे काही वाटोळं झालेलं आहे त्यामध्ये दुरुस्ती करायचा प्रयत्न झाला पाहिजे. या संदर्भात मी यापूर्वीदेखील अनेक वेळा स्पष्टपणे बोललो आहे. आमच्यावर सतत अन्याय होत आलेला आहे. सरकारसुद्धा सांगतं, की अन्याय कमी करायचा आहे; परंतु ज्यावेळी आमच्यासमोर कागदपत्रं येतात त्यावेळी त्यामध्ये उलटं लिहिलेलं असतं.

म्हणजे, तुम्ही सगळ्यांना देऊ करता. आम्हालाही देऊ करता, मग आमच्यापर्यंत ते पोचत का नाही? हे न पोचवणारे हात एकतर कलम करा, नसतील करता येत तर निदान बाजूला तरी करा. त्यामुळे आमच्यापर्यंत जे यायला पाहिजे ते येऊन पोचेल. नगरपालिका असोत, महापालिका असोत, स्थानिक स्वराज्य संस्था असोत, यांमध्ये आता आपण मंडल आयोगाप्रमाणे सत्तावीस टक्के जागा राखून ठेवल्या आहेत. त्याबद्दल आम्हाला अतिशय आनंद आहे. त्याबद्दल मी या सरकारचं अभिनंदन करतो. पुढे जाऊन माझं असं म्हणणं आहे, की हे जे काही आपण करत आहात ते वेगवेगळं करा. सन्माननीय सदस्य अरुणभाई म्हणतात त्या पद्धतीनं करू

नका. अन्यथा आमचं फार नुकसान होईल; कारण समाजाचा विकास हा आपल्याकडे एका पद्धतीनं झालेला नाही. समाज वेगवेगळ्या पातळ्यांवर आहे आणि त्यामुळे प्रत्येकाची पळण्याची ताकद, ही वेगवेगळी आहे. यातले काही समाजघटक बलिष्ठ आहेत. ते जरी ओबीसींमध्ये असले, मंडल आयोगामध्ये असले तरी त्यांच्याबरोबर आमची शर्यत लावली तर धडधाकट आणि पांगळ्या माणसांची शर्यत लावल्यासारखं होईल. असं होऊ द्यायचं नसेल तर आम्हाला वेगळा मतदारसंघ द्या, आमच्या प्रमाणामध्ये द्या. जिथं आदिवासी नसतील त्या ठिकाणी विमुक्त जाती-भटक्या जमातींना द्यायला काही हरकत नाही.

मोठ्या शहरांमध्ये; अगदी महापालिकेपासून ग्रामीण भागात सर्वदूर असलेल्या खेड्यापर्यंत हे लोक आता राहत आहेत. त्यामुळे मतदारसंघ ठेवत असताना ते बदलता येतील असे असले पाहिजेत, तसंच ते त्यांच्या टक्केवारीवर ठेवले गेले पाहिजेत. म्हणजेच, या नोकरशाहीला आपण कुठेही डोकं वर काढायला जागा ठेवू नका, इतकं ते स्पष्ट करा; कारण तेवढ्याचासुद्धा फायदा घेऊन आमचं बरोबर वाटोळं कसं करायचं ते या नोकरशाहीला पक्कं माहिती आहे. आमचा त्यांच्यावर बिलकूल विश्वास नाही. ते आम्हाला सातत्यानं या पद्धतीनं डावलत आलेले आहेत. त्यामुळे तुम्ही आताच काटेकोर शब्दरचना करा, ज्यामुळे आमच्यावर अन्याय होणार नाही; कारण शेवटी त्या शब्दांचा आधार घेऊनच ही माणसं कामं करतात. एक शब्द इकडचा तिकडे केला तरी तेवढाच चुकीचा अर्थ ते लावतील आणि आमच्या ताटात माती टाकतील. चाळीस वर्षं आम्हाला काही मिळालेलं नाही. बाकीच्यांचं आता खाऊन झालं आहे. बहुसंख्य घोडे हे थोडे थोडे का होईना, सशक्त झालेले आहेत. आम्हीच असे आहोत, की आमच्या ताटापर्यंत अजून काही आलेलं नाही. हे विधेयक आणत असताना किंवा आता, नाही म्हणत असाल तर मग आम्हाला आपण वचन दिलं त्याचं काय करणार आहात? त्याबद्दल आम्हाला अगदी स्पष्टपणे सांगा आणि त्याप्रमाणे या विधेयकात दुरुस्ती करून सरकारनं पुन्हा विधेयक आणलं तर मी सरकारचा आभारी होईन.

आपण ते शब्द सदनाच्या कार्यवाहीतून काढून टाकल्याबद्दल मी आपलं अभिनंदन करतो. खुनाची परंपरा या सरकारपासून सुरू झाली असं नाही. पांडवांनी खांडववन जाळून तिथं इंद्रप्रस्थाची आखणी केली, त्या दिवसापासून आदिवासींच्या खंडनाला सुरुवात झाली. हा इतिहास आम्ही वाचतो. हे आदिमांचे खून झाल्यानंतर इंद्रप्रस्थ निर्माण झालं. सर्व जंगलं जाळली गेली. आदिवासींचा संहार झाला. त्यातला मयासुर जिवंत राहिला. तो शरण आला आणि त्यानं पांडवांना इंद्रप्रस्थ निर्माण करून दिलं.

मी इतिहास सांगत आहे. मी कुणाबद्दल बोलत नाही. रामानं तर शंबुकाचा

डायरेक्ट खून केला. त्याला उत्तर देण्याचीसुद्धा संधी दिली नाही. वालीलासुद्धा रामानं असंच मारलं. रामानं त्याला सांगितलं, की मृगाबरोबर लढायचं नसतं. मृग म्हणजे हरिण. अशा प्रकारे आमचं मनुष्यत्व वर्षानुवर्षं नाकारण्यात आलं आहे. डॉ. बाबासाहेब आंबेडकर यांनी ज्या दिवशी घटना लिहिली त्या दिवशी ही परंपरा खंडित झाली. त्या दिवशी खऱ्या अर्थानं हात कलम करण्याचं सामर्थ्य आमच्या हातांत आलं. बाबासाहेबांनी सांगितलं की, या देशात जन्माला येणारा प्रत्येक माणूस हा भूमिपुत्र आहे आणि परंपरेनं, तो या देशाचा समान नागरिक आहे. तोपर्यंतची समाजव्यवस्था ही विषमतेवर उभी होती. आतादेखील वेगळं काय चाललेलं आहे?

मेळघाटचा परिसर अतिशय सुंदर आहे. आपण सर्वांनी आवर्जून त्या ठिकाणी जा. तो नितांतरम्य परिसर आपण पाहून या. जंगलांमधून वाघ तिथं मोकळेपणानं फिरत आहेत, मुक्त आहेत; परंतु ते उपाशी मेल्याची जाहिरात अद्यापपर्यंत कुणालाही करावी लागली नाही. त्या ठिकाणी अतिशय सुंदर पक्षी आहेत. इथले मोर, चिमण्या, कावळे कुणीही उपाशी मेलं नाही, विष ओकणारा सापदेखील उपाशी मेल्याचं कुणाच्या ऐकिवात नाही; परंतु माणूस नावाच्या जनावराची पिल्लं मात्र तिथं उपासानं मेली आहेत. कुणामुळे? हे जे साडेतीन टक्के लोक आज राज्य करत आहेत, त्यांची ही जी राज्यव्यवस्था आहे त्याचं पातक म्हणून ही माणसं मेली आहेत. आज जर राम असता तर त्याला मी सांगितलं असतं, की बाबा रे, तुझ्याजवळ असतील ती शस्त्रं घे आणि ती सचिवालयाच्या दिशेनं रोख; परंतु तो आमच्यासाठी कधीच जागा झाला नाही. त्याला आमच्यासाठी कधी वेळच मिळाला नाही. मध्यंतरी, काही लोक त्याला जागवत होते; परंतु त्यांच्यासाठीदेखील तो जागा झाल्याचं दिसलं नाही. इथं फक्त बोललं जातं, कृती काहीच होत नाही. या भागातली पोरं आणि माणसं पाहिली तर आपल्या डोळ्यांमध्ये पाणीच उभं राहील. आपल्या डोळ्यांतून पाण्याच्या धारा लागल्याशिवाय राहणार नाहीत. काय पाहाल आपण त्यांच्याकडे? नुसतेच हाडांचे सांगाडे आहेत. बाकी काही नाही. अंगावर धड वस्त्रंदेखील नाहीत. अब्रूदेखील झाकायला वस्त्रं नाहीत. त्यांना अर्धनग्न असं म्हणणं हा अर्धनग्न या शब्दाचा अपमान आहे. अशा अवस्थेमध्ये इथली माणसं राहत आहेत. या माणसांचं मनुष्यत्व या देशानं अद्याप मान्य केलेलं नाही. त्यांच्यासाठी सचिवालयामध्ये बसून कागदावर केवळ योजना आखायच्या आणि त्यातला तीनचतुर्थांश भाग आपल्या खिशात कसा घालायचा याचा विचार करायचा. हे काय चाललं आहे? हेच लोक या राष्ट्राचे खरे शत्रू आहेत. हे कुठे कमिशन खात नाहीत? रस्त्यापासून कमिशनं सुरू होतात. रस्ता कसा तयार करायचा? मी हे केवळ राज्यापुरतं बोलत नाही. हा एवढा छोटा विषय नाही. तुमच्या मनात आमच्याबाबत माया नाही, प्रेम नाही... ज्या माणसांबाबत आपल्याला माया आणि प्रेम वाटत नाही

त्यांचा विकास आपण कसा काय करणार आहात?

आम्ही या देशाचे मालक आहोत. असंच जर होत राहिलं तर झारखंडमध्ये जे झालं आणि नक्षलवादी आज जे काम करत आहेत ते या देशात वेगानं होईल; आणि तेवढी एकच भाषा तुम्हाला समजू शकते. या ठिकाणची माणसं उपाशी मेली. आम्ही तिथल्या लोकांना भेटायला गेलो होतो. त्यांनी आम्हाला सांगितलं, की आम्हाला जिवंत राहण्याचा एकच मार्ग होता. तो म्हणजे सुकडी खाणं. त्या ठिकाणी खायला नियमित अन्न मिळत नाही. वास्तविक पाहता डिंक खाता येत नाही; परंतु लोक तो खात होते आणि जिवंत राहत होते; कारण त्यांच्यापुढे दुसरा मार्ग नव्हता. आता ते म्हणतात, की आम्हाला तो डिंकदेखील खाता येत नाही, गोळा करता येत नाही; कारण त्याचा ठेका गावातल्या लोकांना दिलेला आहे.

ही जंगलं पूर्वापार आमच्या मालकीची आहेत. यापूर्वी इथं कुणी उपासमारीनं मरत नव्हतं; परंतु आता तुमच्या राज्याच्या कायद्याच्या आक्रमणामुळे ही माणसं बेचिराख झाली आहेत. आतापर्यंत आमचे कोणीही पूर्वज उपासानं मेले नाहीत. आता, आमच्यावर उपासमारीची वेळ आली; कारण तुम्ही आम्हाला जंगलातला डिंक, मधदेखील गोळा करू देत नाही. तेंदूची पत्ती आम्ही गोळा करू शकत नाही; कारण या सगळ्यांचं कॉन्ट्रॅक्ट तुम्ही गावातल्या ठेकेदारांना दिलं आहे. जंगलाच्या या संपत्तीपैकी आम्ही कशालाही आता हात लावू शकत नाही. निसर्गाच्या कृपेमुळे ज्याची उपलब्धता आहे तेदेखील आम्ही घेऊ शकत नाही. तुम्ही आम्हाला त्यापासून वंचित ठेवत आहात. तुम्ही आम्हाला अन्नधान्य तर देतच नाही. आम्ही खायचं तरी काय? मग आम्ही जगायचं तरी कसं?

मुख्यमंत्र्यांनी त्या भागाला भेट दिल्यानंतर ताबडतोब ऑर्डर दिल्या, की प्रत्येक मृत मुलाच्या घरी दोन पोती धान्य द्या. दिलं धान्य. पिचडसाहेब, मी तुम्हाला उद्या ते धान्य दाखवायला घेऊन येईन. या धान्यात तीन चतुर्थांश भुसा आहे. तुम्हाला मुख्यमंत्र्यांनी धान्य द्यायला सांगितलं; पण तुमची अपेक्षा काय होती? मुख्यमंत्र्यांनीच त्या ठिकाणी पोती घेऊन जायला पाहिजे होतं काय? आपण जे धान्य दिलं ते काय लायकीचं होतं ते आपण पाहिलं नाही. ते धान्य कुणालाही खाता आलं नाही. या ठिकाणी बालवाड्या बंद झाल्या, खावटी बंद झाली, सुकडी बंद झाली. या ठिकाणी मरणाचा पाऊस कोसळत होता आणि तुम्ही काय सांगता?

या ठिकाणच्या लोकांनी सांगितलं, की एके दिवशी इथं रस्ते तयार होऊ लागले. मुख्यमंत्री त्या ठिकाणी जाणार म्हणून रस्ते तयार होऊ लागले. मुख्यमंत्री ज्या ज्या गावांना भेट देण्याची शक्यता होती त्या सर्व गावांमध्ये रस्ते तयार करण्याचं काम सुरू झालं. त्यानंतर एके दिवशी तिथं नेमलेला मास्तर आला आणि त्यानं मुलांची शंभर टक्के हजेरी लिहिली. या भागामध्ये शाळा भरते किंवा नाही

हे माहीत नाही. मास्तर शाळेत महिन्यातून एकदा येतो आणि हजेरी भरून जातो.

या ठिकाणच्या मुलांना सुकडी जरी दिली असती तरी जी मुलं मृत्युमुखी पडली ती मृत्युमुखी पडली नसती; पण राजा उदार झाला आणि त्यानं हाती काय दिलं? आपण जे काही देता ते त्या लोकांपर्यंत जात नाही. मी स्वत: त्या भागामध्ये जाऊन आलो आहे. या प्रशासनानं आमचे प्रश्न चांगल्या रीतीनं सोडवावेत म्हणून या ठिकाणी मी काही सूचना करणार आहे. त्या भागामध्ये असलेले सगळे पाडे एकत्र करा आणि त्यांना एकत्र आणून शहरीकरण करा. आपण इतर ठिकाणी लोकांचं पुनर्वसन करता, त्याप्रमाणे या आदिवासी पाड्यांना एकत्र आणा. मेळघाटातल्या आदिवासींना एकत्र आणा. तुमचा डॉक्टर या ठिकाणी जात नाही; कारण या लोकांची सेवा करण्यास तो बांधलेला नाही. तो केवळ पगाराशी बांधलेला आहे. त्यामुळे त्याच्याकडून या लोकांची सेवा होणार नाही. त्यामुळे तिथं डॉक्टर पाठवून कृपा करून आपण आमची फसवणूक करू नका. तिथल्या विखुरलेल्या आदिवासींना एकत्र आणून आपण तिथं शहरीकरण करा. त्याशिवाय त्यांना सर्व सुविधा उपलब्ध होणार नाहीत. आमच्या डॉ. बाबासाहेब आंबेडकरांनी असं सांगितलं आहे, की 'शहरांकडे चला.' त्यामुळे आम्हाला डोंगरदऱ्यांमध्ये राहायचं नाही. तुमच्या स्वतंत्र योजना आम्हाला नकोत. आमचं शहरीकरण केल्याशिवाय, आमच्यासाठी टाउनशिप केल्याशिवाय या ठिकाणी रस्ते होणार नाहीत, आणि एस. टी. गाड्याही जाणार नाहीत. एके काळी पाच नद्यांच्या काठी संस्कृती नांदत होती; पण आज त्याच पाच नद्या आमच्या दु:खाला कारण झाल्या आहेत. आम्हाला जंगलामधून बाहेर काढल्याशिवाय तुम्ही आमचा विचार करू शकत नाही. आयसोलेशन करून आमचा विकास होणार नाही. हे आयसोलेशन कशाचं? संस्कृतीचं की दारिद्र्याचं? आमची संस्कृती उच्च आहे. या ठिकाणी आमची संस्कृती, आदिवासींची जीवनसंस्कृती काही लोकांना समजावून सांगायची गरज आहे. बारा वर्षांच्या मुलीला इथं चार मुलं असतात असं आपण खुशाल बोलता, याबाबत मी आपल्याला काय बोलावं? तुमच्या हिंदुत्वाच्या डोक्यातल्या ब्राह्मणी कल्पना घेऊन तुम्ही बोलता. तुम्हाला काय म्हणावं?

आमची समाजव्यवस्था अतिशय उत्तम आहे. स्त्री-पुरुषांच्या संबंधांबाबत आमच्याकडे आदर्श पद्धत आहे. तेव्हा, तुम्ही आम्हाला ती समाजशास्त्रात शिकवण्याची काही गरज नाही. तुमच्यापेक्षा आम्ही शंभर वर्षं पुढे आहोत. आमच्याकडे एकही बलात्कार होत नाही. विद्वान, सुसंस्कृत असून लिहिता-वाचता येतं म्हणून स्वत:ला शहाणी म्हणवणारी जी मंडळी आहेत त्यांना मी सांगू इच्छितो, की ज्यांना आमचं समाजशास्त्र शिकायचं आहे त्यांनी खेड्यांत, डोंगरदऱ्यांमध्ये जावं आणि आमचं समाजशास्त्र शिकून घ्यावं. जोपर्यंत तुम्ही आमचा अभ्यास करणार नाही, जोपर्यंत तुम्ही आम्हाला शिकून घेणार नाही तोपर्यंत तुमचं आणि आमचं जमणार नाही,

तुम्हाला आम्ही समजणं अशक्य आहे आणि तुमचे अशाच प्रकारे घोटाळे होत राहणार आहेत. तुमच्यापुढे केवळ आर्थिक पुनर्रचना हा एक प्रश्न आहे; परंतु आमच्यापुढे मात्र अनेक मोठे प्रश्न आहेत. आम्हाला वजा करून जर तुम्ही देश घडवणार असाल तर ते शक्य नाही. डॉ. बाबासाहेब आंबेडकरांनी एक 'बहिष्कृत' भारत सांगितला होता. या बहिष्कृत भारतापलीकडे एक आदिवासी भारत आहे, आणि त्याला तुम्हाला समजून घ्यावं लागेल. त्याबाबत केवळ उडवाउडवीची आणि मलमपट्टीची उत्तरं दिलीत तर तरुण पिढी ते सहन करणार नाही. त्यासाठी जी काही किंमत द्यावी लागेल ती द्यायची आमची तयारी आहे. एवढं बोलून मी माझं भाषण संपवतो.

१६.१२.१९९३

कुटुंबनियोजन आणि रोजगाराचा मेळ

माननीय सदस्य विजय मोरे यांनी या सदनात जो प्रस्ताव मांडला आहे त्याला पाठिंबा द्यायला मी उभा आहे. मी एका तांड्यावर गेलो होतो. त्या ठिकाणी मी फॅमिली प्लॅनिंगबाबत चर्चा केली. तेव्हा मी तिथल्या माणसांना सांगितलं, की लोकसंख्या वाढली तर हा देश महापुरात बुडून जाईल, माणसांच्या महापुरात बुडून जाईल. त्या ठिकाणी सर्वांनी माझं म्हणणं शांतपणे ऐकून घेतलं. त्यावेळी त्यांनी नंतर मला जे काही सांगितलं ते मी या सदनात सांगत आहे.

त्या तांड्यांवरच्या लोकांनी मला असा प्रश्न केला, की आंब्याच्या झाडाला आलेला सगळा मोहोर टिकतो काय? जर सर्व मोहोर टिकला तर त्या झाडाच्या फांद्या टिकतील काय? त्यांनी मला पुढे असंही सांगितलं, की ही सगळी तरतूद निसर्गानंच केली आहे. जेवढा मोहोर जगेल तेवढाच टिकतो, जेवढा झेपेल तेवढाच मोहोर त्या आंब्याच्या झाडाला टिकतो. सगळाच मोहोर राहत नाही. तुमच्या शहरातल्या लोकांचं बरं. मुलांना खोकला आला, पडसं झालं तर आपण मुलांना डॉक्टरांकडे ताबडतोब घेऊन जातो. त्यांची तब्येत बरी करतो. म्हणून ती मुलं व्यवस्थित जगतात.

आम्हाला दहा-बारा मुलं असतात. त्यातला एकदुसराच मुलगा शेवटी पाणी द्यायला राहतो. त्यांनी जो तर्क मांडला आहे, तो लक्षात घेण्यासारखा आहे. तांड्यावर राहणाऱ्या या आदिवासींची दोन मुलं जगवायचं आश्वासन आपण देत असाल तर ते स्वतःच कुटुंब नियोजनाचा कार्यक्रम राबवतील. त्यांना आज याबाबतची खात्री नसल्याने अशी परिस्थिती आहे. संध्याकाळच्या जेवणाची त्याला चिंता लागून राहते, ही चिंता दूर झाली तरच कुटुंबनियोजनाचा हा कार्यक्रम यशस्वी होऊ शकतो. श्रीमंत माणसं स्वतःच पदरचे पैसे खर्च करून ऑपरेशन करून घेतात; परंतु ज्याला अन्न मिळत नाही, संध्याकाळच्या जेवणाची चिंता आहे अशांसाठी सरकार हा कार्यक्रम राबवण्याचा प्रयत्न करत आहे. हा प्रयत्न उलट्या दिशेनं चालला आहे. आपल्याकडून या माणसाला अशी खात्री मिळणार आहे का, की त्याला रोजगार मिळणार आहे, संध्याकाळचं जेवायला मिळणार आहे?

२९.१२.१९९३

आरोग्याची परवड

तुझ्या मुलाला सर्दी झाली, तुझा मुलगा आजारी पडला तर त्याला औषध खात्रीनं मिळणार का? याची गॅरेंटी आहे का? या देशात माणसाचं जीवित आणि वित्त सुरक्षित नाही, दोन वेळच्या पोटाची व्यवस्था नाही, संध्याकाळी आपण काय खाणार हे माहीत नाही, आजारी पडला तर दवाखाना मिळणार नाही. प्रसूत झालं आणि आडवं आलं तर काय करायचं? एकतर बाई मरते, नाहीतर पोरगं मरतं. डोळे उघडे ठेवून ते बघत बसावं लागतं; कारण बाईला खांद्यावरून घेऊन जायचं तरी वीस-पंचवीस किलोमीटरपर्यंत या देशात दवाखाना नाही. आरोग्याच्या संदर्भात इथं खूप चर्चा झाली आहे. आरोग्य खातं आणि त्याचा सर्व कारभार हे एक अराजक आहे. मी संपूर्ण मेळघाट हिंडलो. किती ठिकाणी नर्सेस पोचल्या? किती ठिकाणी दवाखाने झाले? मरणारी माणसं किती? मघाशी विजयराव म्हणाले, की आमचं जन्माचं प्रमाण फार आहे. माझं असं म्हणणं आहे, की जन्माचं प्रमाण फार आहे आणि मरणाचंही प्रमाण फार आहे. कुठल्याही समाजातला माणूस ऑपरेशन करून घ्यायला नाही म्हणतो. ज्या समाजाला ऑपरेशनची सर्वांत जास्त गरज आहे, ज्या समाजातील लोकसंख्या कमी करण्याची जास्त गरज आहे, ती संख्या वाढवण्याचं काम तो करत आहे. ते म्हणतील, 'नारळात पाणी, देवाची करणी.' आपल्याकडे काय आहे? पाटीपाटी नवस केला त्याला काही होत नाही. आणि ज्याला नको म्हणतो त्याला पूर येतो. हा विचार त्या माणसाचा आहे.

दुसऱ्या बाजूला आर्थिक परिस्थिती इतकी विषम टोकाची आहे, की स्वातंत्र्याच्या एकोणचाळीस वर्षांनंतर या देशात एक समाज असा आहे, की त्याच्या कुत्र्यांना ब्रेड आहे, गादी आहे, त्याच्या इंजेक्शनची व्यवस्था आहे. आणि हजारो, लक्षावधी माणसं आहेत, की त्यांना दोन वेळ जेवायची पंचाईत आहे! कुणाला कुटुंब-नियोजन परवडेल आणि कशासाठी करायचं? आमच्या मुलाचं कमवायचं वय काय? आमच्याकडे 'वाढ गं माई' म्हणता आलं, की पोरगं स्वावलंबी झालं. तुम्ही कसलं सांगताय? माणसं उगाच जन्माला घालतात काय? त्याची गॅरन्टी काय? सकाळी जर पोरगं गावामध्ये गेलं. संध्याकाळी येताना वटाभर काहीतरी घेऊन येईल, संध्याकाळी जेवायची व्यवस्था होईल. परस्पर ॲडजेस्टमेन्ट होणाऱ्या या सर्व बाबी

आहेत. मग काय करायला पाहिजे? मघाशी चीनचं उदाहरण सांगितलं. त्याचं वेगळं आहे. त्या ठिकाणी लोकशाही नाही, त्या ठिकाणी हुकूमशाही आहे. दोन ते अडीच हजार रुपये देण्याच्या संदर्भातलं धोरण केंद्र सरकारनं घेतलं आहे. माझं म्हणणं आहे, की राज्य सरकार यामध्ये स्वत:चे पैसे घालणार आहे की नाही? त्यामुळे शिकलेली माणसं त्या ठिकाणी जातील, कार्यकर्ते असलेली माणसं त्या ठिकाणी जातील. त्यामध्ये पुढाकार घेतला नाही तर काही होणार नाही; परंतु तसं काही नाही. 'ठेविले अनंते' अशा प्रकारे हे चालूच आहे. तुमची प्रचाराची यंत्रणा राबत राहील, पैसे खर्च होत राहतील, त्यातून आउटपुट काही मिळणार नाही. राज्यात स्वयंसेवी संस्था आहे, असं सरकारला जर वाटत असेल आणि त्याला जर इन्सेन्टिव्ह द्यायचा असेल तर स्वयंसेवी संस्थांना तो दिला पाहिजे. सहकारी संस्था, स्वयंसेवी संस्था या सर्वांना कामाला लावावं लागेल. त्याशिवाय हा प्रश्न सुटेल असं मला वाटत नाही. त्यामुळे दलित समाजामध्ये, मागासवर्गीय समाजामध्ये, आदिवासी समाजामध्ये व भटक्या समाजामध्ये लोकसंख्यावाढीचं व मृत्यूचंही प्रमाण प्रचंड आहे. त्या ठिकाणी विकासाचा ठोस कार्यक्रम घेऊन जावं लागेल. त्यांच्यात दारिद्र्य विलक्षण आहे. ह्या सगळ्या गोष्टी अल्पसंख्याकांच्या धर्मामध्येच चालतात असं नाही. जे मूठभर हिंदू आहेत ते कसलं स्वत:चं ऑपरेशन करणार? त्यांना कसली चिंता आहे? चिंता आम्हाला आहे. रांगेत थांबून ऑपरेशन करून घेतो. हिंदूंना पटवून द्यावं लागेल, की हा धंदा बंद करावा. मुसलमानांचा द्वेष करून कसं होणार? आणि मुसलमानांची लोकसंख्या तरी किती आहे? अकरा टक्के आहे. देशावर ते काय आक्रमण करणार? आम्ही काय कमी आहोत काय? आम्ही हातपाय गाळून गप्प बसलो आहोत काय? लोकसंख्यावाढीच्या बाबतीतही आम्ही कमी नाही. त्यामुळे तसा कार्यक्रम केला पाहिजे. तो तळापर्यंत नेला पाहिजे. तिथल्या माणसाला सामर्थ्य दिलं पाहिजे. मला संधी दिली याबद्दल मी आपले आभार मानून माझं भाषण पूर्ण करतो.

२९.१२.१९९३

स्वयंसेवी संस्थांना प्रोत्साहन हवे

मग तुम्ही याची गॅरन्टी घेत असाल तर मी म्हणतो, त्या ठिकाणी सक्ती करावी लागेल. निदान, सरकारची परवानगी काढायला लावली तरी आमच्या पंचायती बसतील आणि मुलं होऊ द्यायची नाहीत असा निर्णय घेतील. हे सगळयात प्रभावी माध्यम आहे. भरवा पंचायती; पण तुमचं कुणी ऐकणार नाही. तुमच्या देशातला कायदा आम्ही मानत नाही. तुमचे जे काही तथाकथित कायदे आहेत त्यांनी आमचं जास्त वाटोळं झालं आहे, असा आमचा अनुभव आहे. आम्ही जगाच्या सोईचे नाही, आमची प्रजा तुमचं काही ऐकत नाही. त्याला कशाची गॅरन्टी नाही. त्याच्या शिक्षणाची गॅरन्टी आहे काय? नाही. रात ते चाळीस टक्के पोरं चौथीच्या खाली असतात. म्हणजे, तुम्ही आम्हाला सांगितलं, की शिकला तर पोरगा शहाणा होईल, ऑपरेशन करील; निदान, साधनं वापरेल. हा विचारच मुळी या ठिकाणी नाही, तो स्वीकारला जात नाही. याचं मुख्य कारण आर्थिक दारिद्र्य आणि अराजक आहे.

मी दोनच सूचना करून माझं भाषण संपवणार आहे. एक सूचना अशी आहे, की तथाकथित फॅमिली प्लॅनिंगच्या कार्यक्रमाचा या देशात बोजवारा उडाला आहे, त्याचा काडीचाही उपयोग सामान्य माणसाला झालेला नाही. म्हणून देशामध्ये आपण लोकसंख्या जास्त वाढवली. याचा सरळ अर्थ असा, की सरकार यामध्ये अपयशी झालं आहे. त्याकरता राज्यात जेवढ्या शिक्षणसंस्था आहेत, जेवढ्या स्वयंसेवी संस्था आहेत त्यांना टारगेट द्या. आम्ही जे काम करतो ते तुम्हाला करून दाखवतो. तुमची नोकरशाही काय काम करते? कशा पद्धतीनं ऑपरेशन करते? त्या माणसाच्या मनामध्ये जे भय निर्माण झालं आहे ते या सक्तीच्या ऑपरेशनमुळे झालं आहे. तुम्ही काय देता? सेविकेला दोनशेपन्नास रुपये देता. ती बाई फॅमिली प्लॅनिंगचा सर्वत्र प्रचार करते. कोण शहाणा माणूस त्या ठिकाणी जाईल? साधनं कशी वापरावीत याचा प्रभावी प्रचार करायचा असेल तर तुम्ही पंचायती पकडा. त्यात काम करणारे कार्यकर्ते आहेत, त्यांना पकडा. त्या कार्यकर्त्यांना तुम्ही व्यवस्था द्या, त्यांच्या हातामध्ये साधनं द्या. ही माणसं तांड्यावर किंवा गावावर जातील, वाडीवस्तीमध्ये जातील. तुमच्या सरकारी नोकरीतली माणसं हे काम

करतील यावर माझा बिलकूल विश्वास नाही. केंद्र सरकारनं आता एक धोरण हाती घेतलं आहे. वीस-पंचवीस गावांचा सर्व्हे करायचा, त्यामध्ये ज्या ठिकाणी जन्मदर जास्त आहे त्या विभागात स्वयंसेवी संस्थांना प्रोत्साहन द्यायचं.

२९.१२.१९९३

अनुदानातील वाटा

माननीय राज्यपालांनी केलेल्या अभिभाषणाबद्दल आभारप्रदर्शनाचा जो ठराव या ठिकाणी मांडण्यात आला आहे त्याला पाठिंबा देण्यासाठी मी उभा आहे.

मला आपल्याला एक छोटीशी गोष्ट सांगायची आहे. छत्रपती शिवाजी महाराजांच्या निधनानंतर महाराष्ट्रामध्ये ताराबाई आणि राजाराम या दोघांनी मराठी राज्याचा डोलारा सांभाळायचा प्रयत्न केला. त्यांच्याकडे संताजी आणि धनाजी हे दोन सरदार होते. मोगलांच्या घोड्यांनासुद्धा पाण्यामध्ये रोज संताजी आणि धनाजी दिसायचे. मला वाटतं, प्रकाश जावडेकर आणि धरमचंद चोरडिया या दोघांनाही स्वप्नात, जेवताना, पाणी पिताना दाऊद मेमन, त्यांचे सहकारी आणि शरदराव पवार एवढेच दिसतात. त्याच्यापेक्षा दुसरं काही दिसत नाही.

गेल्या अगदी बरोबर याच दिवशी, या देशात अभूतपूर्व अशी परिस्थिती निर्माण झालेली होती. उपेक्षित समाजात काम करणाऱ्या माझ्यासारख्या माणसाला असं वाटत होतं, की रामाबद्दलचा टाहो फोडणाऱ्यांचं राज्य खरोखर आलं तर आपल्या गळ्यात पुन्हा एकदा गाडगी बांधली जातील की काय! सामान्य, मागासवर्गीय माणसाच्या मनातसुद्धा अशा प्रकारची शंका होती; कारण तिकडे कुठेतरी मोठी आग लावायचा उद्योग झाला होता. त्यामुळे देशातल्या गरीब माणसाच्या मनात हे भय निर्माण झालेलं होतं आणि हे भय ज्यांनी निर्माण केलेलं होतं; रामाच्यासाठी जे धडपडले, उत्तरेकडच्या लोकांनी त्यांच्या कानफाटात दिली.

संस्कृतीचा सारा ठेका घेतलेल्यांना इतरांच्या शब्दांचा अर्थही कळत नसेल तर माझा इलाज नाही. यापेक्षा चांगला शब्द 'कानफाटात'च्या ऐवजी वापरता आला असता; परंतु हा शब्द मी मुद्दाम वापरला आहे.

या देशात अभूतपूर्व असं वातावरण निर्माण झालं होतं. राज्यात अतिशय भयानक असे बॉम्बस्फोट झाले. माणसं एकमेकांकडे संशयानं पाहू लागली. मी स्वतः अनुभवलं आहे. लोकलमधले दोन प्रवासी अनोळखी असतील तर ते एकमेकांकडे संशयानं पाहत होते. रेल्वेगाडीमध्ये कोणी गाठोडं, सुटकेस ठेवली असेल तर मुंबईतले नागरिक त्याकडे भयग्रस्त नजरेनं पाहत असत. अशा प्रकारचं वातावरण जातीयवाद्यांनी, परंपरावाद्यांनी या देशात निर्माण केलं होतं. ही संसद

आहे, ती आम्ही मानत नाही, आम्ही आमच्या धर्मसंसदेवर येऊ...

वऱ्हाडपांडे म्हणून एक गृहस्थ आहेत. त्यांनी लिहिलेलं आहे, की भारतीय संविधान आणि मनुस्मृती यांचाही सामाजिक अंगानं विचार करायचा असेल तर मनुस्मृतीपेक्षा भारतीय संविधान हे अधिक हिणकस आहे. कोणतं वातावरण होतं या देशात? भारतीय जनतेनं स्वतःच्या परिश्रमातून मिळवलेलं हे स्वराज्य आहे. संविधान, स्वराज्य हे आपल्याला कुणाच्या मेहेरबानीनं मिळालेलं नाही. कुणा विशिष्ट वर्गाची मक्तेदारी तहहयात चालू ठेवायचा हा कारखाना नाही. या संविधानाच्या आधारे राज्य चालतं, आपलं सभागृह चालतं आणि सामान्य लोकदेखील चालतात. या संविधानाची तुलना मनुस्मृतीसारख्या हिडीस ग्रंथाशी करायची बुद्धी यांना झाली आणि त्यामुळेच सामाजिक वातावरण कलुषित झालं. त्यामुळेच बॉम्बस्फोट झाले. मशीद पाडली नसती तर बॉम्बस्फोट झाले नसते. माझे मित्र – माननीय सदस्य आपल्याला विचारतात की, ज्यांनी हे कृत्य केलं त्यांचं काय करणार? त्यांचं पारिपत्य आपण सर्वजण, राष्ट्र मिळून करू; परंतु ज्यांनी मशीद पाडली त्यांचं आपण काय करणार? आम्ही सर्वजण गुन्हेगारांच्या बाजूला आहोत आणि हे मोठे राष्ट्रभक्त लागून गेले आहेत अशातला भाग नाही. मी या ठिकाणी काही वाक्यं काढलेली आहेत. शाहू छत्रपतींच्या राज्यातून इंग्रजांना काही कागद जात होते म्हणून ते इंग्रजांचे हस्तक होते असं लिहिलं गेलं की नाही? महात्मा फुले ख्रिस्ताळलेले होते, इंग्रजधार्जिणे होते असं म्हटलं गेलं की नाही? डॉ. बाबासाहेब आंबेडकर हे राष्ट्रीय चळवळीत नव्हते असं तुम्ही म्हटलं की नाही? बहुजन समाजातली ही माणसं जणू काही राष्ट्रद्रोही आहेत! त्यांच्या राष्ट्रभक्तीबाबत संशय निर्माण होईल असंच लिखाण सतत करण्यात आलं...

डांगे यांना मी कोणत्याही काळात अशा परंपरेत घालणार नाही. ते जरी लाख म्हणाले, की मी त्या परंपरेमध्ये बसतो तरीदेखील या राज्यातल्या धर्मपरंपरेमध्ये ते बसणारे नाहीत हे मला माहीत आहे...

आमच्याबाबत अशा प्रकारचा संशय निर्माण करायचं काम या देशात पिढ्यान्‌पिढ्या होत आहे, हे सांगण्यासाठी मी हे ऐतिहासिक संदर्भ दिले आहेत. हे सर्व आजच होत आहे अशातला भाग नाही. पूर्वीदेखील बहुजन समाजातल्या नेत्यांबाबत संशय निर्माण होईल असं लिखाण करण्यात आलं. आजदेखील तसंच चालू आहे. या देशात डॉ. बाबासाहेब आंबेडकरांचा कायदा चालूच नाही. मनूचा कायदा चालू आहे. अशी मानसिकता का बनते? आपण सांगितलं तरी ऐकायचं नाही अशी मानसिकता का घडते?

आपण मला सांगितलं आणि मी आपल्याला अरोगन्सी दाखवली असं एकदासुद्धा माझ्या हातून या सभागृहात घडलेलं नाही; पण सभागृहात काही प्रकार

घडतात. ते का घडतात? संस्कृतीचा टेंभा मिरवणारा जो वर्ग आहे त्याला असं वाटतं, की आपल्याला मक्तेदारी मिळालेली आहे. मी आपल्याला नम्रपणे सांगू इच्छितो, की या ठिकाणी मला ऐतिहासिक संदर्भ द्यावे लागतील. पण, गेल्या वर्षभरात काय काय झालं? त्यातली एकच घटना सांगितली गेली. फक्त बॉम्बस्फोटांच्या संदर्भात सांगितलं गेलं. आपल्या सगळ्यांच्या दुर्दैवानं भूकंप झाला. त्याच्या तपशिलात मी जात नाही. माझं एवढंच म्हणणं आहे, की बॉम्बस्फोट जेव्हा झाले तेव्हा मी मुंबईत होतो. ते मी डोळ्यांनी पाहिले आहेत. त्याही वेळा मुख्यमंत्र्यांचं वागणं मी पाहिलं आहे. भूकंप झाला तेव्हाही आठ-पंधरा दिवस कोणत्याही पक्षाचा झेंडा न लावता, कुठेही टोपी न घालता मी त्या परिसरात होतो. त्याही वेळी मी त्यांना पाहिलं आहे.

मी आपल्याला एवढंच सांगू इच्छितो, की गेल्या वर्षभरात अनेक संकटं आली. या राज्यावर आली, माणुसकीवर आली. आपल्या सगळ्यांची कसोटी पाहणारी संकटं आली. त्या सगळ्यांमधून आपण पुन्हा उभे राहिलो आहोत. यांचं केंद्र हे जरी शरदराव पवार असले तरी त्यांच्याबरोबर राज्यातल्या जनतेनं अभूतपूर्व काम केलं आहे. भूकंप झाला त्यावेळी त्या ठिकाणी इतकी माणसं धावून गेली, की त्यांना आवरावं लागलं. माणसांचे लोंढेंच्या लोंढे त्या ठिकाणी गेले होते. लोक तिकडे येऊ नयेत म्हणून रस्त्यावर पोलिसांना उभं करावं लागलं होतं. मला असं वाटतं, की हे राष्ट्रभक्त असल्याचं लक्षण आहे. बॉम्बस्फोटांच्या वेळी मी स्वत: पाहिलं आहे, की लिपस्टिक लावलेल्या महिलासुद्धा कोणाचा हात उचलत होत्या, तर कोणाचा पाय उचलत होत्या, माणसांचे विखुरलेले अवयव जमा करत होत्या. मिळेल ती टॅक्सी थांबवून तिच्यात जखमी लोकांना भरत होत्या. त्याअगोदरच्या पंधरा दिवसांपूर्वी या शहरात वातावरण असं, की दोन मुंबईकर एकमेकांकडे संशयानं पाहत असत आणि बॉम्बस्फोटांची आपत्ती आली त्यावेळी मुंबईच्या माणसांना एकमेकांबद्दलचा जिव्हाळा समजला. त्यामुळे एकदम, वरच्या वर्गातली स्त्री आणि एकदम तळातला माणूस यांचंसुद्धा नातं आहे हे आपल्याला त्यावेळी दिसलं.

मी आपल्याला प्रामाणिकपणे सांगू इच्छितो, की मला सतत असं वाटत राहिलं होतं, की आपण हयात असेपर्यंत मराठवाडा विद्यापीठाचं नामांतर होणार नाही; कारण नामांतरासाठी मी स्वत: कमीत कमी तीन वेळा तुरुंगात गेलो आहे. मध्यंतरीच्या काळात सामाजिक वातावरणात भय निर्माण झालं होतं. मराठवाड्यातले लोकनेतेसुद्धा हतबल होते. हे केलं तर काय होईल आणि केलं नाही तर काय होईल हे त्यांना कळत नव्हतं. नामांतर होणार म्हटल्यावर आम्ही सर्वजण घाबरलो होतो. पुन्हा नामांतर झालं तर १९७८ साली जशी दंगल झाली तशी दंगल

झाल्यास काय करायचं? नामांतर हा केवळ बोर्ड बदलण्याचा, पाटी बदलण्याचा विषय नव्हता. तो मूल्य बदलण्याचा विषय होता. गेल्या दहा-पंधरा वर्षांत या विषयावर सातत्यानं चर्चा झाली आहे. या चर्चेत अनेक लोकांनी भाग घेतला. या संदर्भात अनेक जणांनी तुरुंगवास भोगला. काहींनी आत्मबलिदान केलं. नामांतर व्हावं यासाठी अनेकांनी प्रयत्न केले. या सगळ्या लोकांबद्दल मी कृतज्ञता व्यक्त करतो.

या निर्णयामुळे सामाजिक समतेचं एक पाऊल पुढे पडलेलं आहे. त्यामुळे, मराठवाड्याची जी आम जनता आहे, त्या जनतेनं ज्या पद्धतीनं हे वास्तव स्वीकारलं आहे त्याबद्दलही मला कृतज्ञता व्यक्त केली पाहिजे. मराठवाड्याच्या गरिबातल्या गरीब समाजातील माणसालाही आधार मिळाला आहे. त्याला असं वाटतं, की मराठवाडा विद्यापीठाला डॉ. बाबासाहेब आंबेडकरांचं नाव दिलं; पण तरीही त्याच्या मनात असं भय होतं, की तिकडे नावाचा बोर्ड लागेल आणि इकडे माझं घर पेटेल; पण घर पेटलं नाही. ते गावानं राखलं, गावाच्या व्यवस्थेनं राखलं. त्या सर्व नागरिकांना आपण या निमित्तानं धन्यवाद दिले पाहिजेत. महाराष्ट्राच्या मुख्यमंत्र्यांनी हे काम केलं आहे, याचीही इतिहासात नोंद झाल्याशिवाय राहणार नाही. उद्या कोणी काहीही म्हणालं तरी मराठवाडा विद्यापीठाला डॉ. बाबासाहेब आंबेडकरांचं नाव दिलं ही ऐतिहासिक घटना आहे.

आमच्या दृष्टीनं त्यानंतर दुसरी आनंदाची घटना झाली आहे. - मंडल आयोग लागू केला जाईल असं बिलकूल वाटत नव्हतं. मी त्या चळवळीतला एक कार्यकर्ता आहे. म्हणून मी आपल्याला सांगू इच्छितो, की मंडल आयोग लागू करणं हे खूप अवघड होतं. उच्चवर्णीय समाजाचा इतका मोठा व्हेस्टेड इन्टरेस्ट बाजूला टाकून कोणी राज्यकर्ता मंडल आयोगाची अंमलबजावणी करील असं वाटलं नव्हतं. मंडल आयोगाच्या संदर्भात देशात पहिली परिषद एस.एम.जोशी यांच्या अध्यक्षतेखाली झाली होती आणि सेक्रेटरी म्हणून मी त्या परिषदेला उपस्थित होतो. त्यावेळी एस. एम. जोशी यांनी सांगितलं होतं, की जेव्हा केव्हा या शिफारशी लागू होतील तेव्हा या देशात सामाजिक क्रांती होईल. नामांतरासाठी जोड्यांच्या माळा गळ्यात घेणारे आणि देशात मंडल आयोगाच्या संबंधी पहिली परिषद घेणारे एस.एम.जोशी आज जर हयात असते तर त्यांचा ऊर अभिमानानं भरून आला असता. त्यांनी या देशाला सांगितलं असतं, की अरे, हाच एक माणूस असा आहे की ज्यानं मंडल आयोग लागू केला.

यानंतर मला दुसरा एक मुद्दा या ठिकाणी मांडायचा आहे. गेल्या वर्षभरात निवडणुका झालेल्या नाहीत; परंतु निवडणुका झाल्यानंतर आणखी एका घटनेचं महत्त्व आपल्याला पटेल. या आयोगाच्या शिफारशी लागू केल्यामुळे विमुक्त जाती

व भटक्या समाजाच्या लोकांना जिल्हा परिषदेमध्ये प्रतिनिधित्व मिळालं आहे. गेली चाळीस वर्षं आम्ही या देशात राहत असून आम्ही या देशाचे नागरिक आहोत; परंतु आम्हाला ग्रामपंचायतीत जाता येत नव्हतं, पंचायत समितीत जाता येत नव्हतं, नगरपालिकेत जाता येत नव्हतं. जिल्हा परिषदांमध्ये जाता येत नव्हतं. चाळीस वर्षांनंतर या वर्षी या राज्यानं असं करून दाखवलं आहे, की इथून पुढे ज्या ज्या निवडणुका होतील त्या निवडणुकांत विमुक्त जाती व भटक्या समाजासाठी सहा टक्के जागा राखीव ठेवल्या जातील. चाळीस वर्षांनंतर प्रथमच आमचे लोक ग्रामपंचायतीत जाणार आहेत, आणि ही एक ऐतिहासिक घटना असेल. त्याचबरोबर, महिलांसाठीसुद्धा तीस टक्के जागा राखीव ठेवण्यात आल्या आहेत. त्यांची स्थितीसुद्धा आमच्याप्रमाणे होती. आज महिलांची संख्या पन्नास टक्के असतानासुद्धा खालच्या सभागृहामध्ये आणि या सभागृहामध्ये महिला सदस्य किती आहेत हे दिसून येईल. जिल्हा परिषदांत, स्थानिक स्वराज्य संस्थांत आता तीस टक्के महिला राहणार आहेत. हे चित्र सामाजिक समतेच्या दृष्टीनं एक महत्त्वाचं पाऊल असून, त्यासंबंधी इतिहासात नोंद करावी लागेल. महाराष्ट्राच्या लोकप्रिय मुख्यमंत्र्यांनी अशा प्रकारे हे काम केलं आहे.

त्याचबरोबर, आणखी एका घटनेचा मला या ठिकाणी आवर्जून उल्लेख करायचा आहे. देशातल्या कोणत्याही राज्यात जे घडलं नाही ते आज आपल्या राज्यात घडलं आहे. आदिवासी कल्याण हे स्वतंत्र खातं तयार करण्यात आलं; परंतु त्या खात्याची अवस्था मात्र भिकाऱ्याप्रमाणे झाली. आज समाजकल्याण खात्याची जशी अवस्था आहे तशी त्या खात्याची अवस्था झाली. या राज्यात आदिवासींची जेवढी लोकसंख्या आहे तेवढ्या आर्थिक निधीची तरतूद त्यांच्यासाठी केली जाईल, असं राज्यघटनेत सांगितलं आहे आणि त्यासंबंधीचं धोरण या राज्य सरकारनं स्वीकारलं आहे. आता, आदिवासींसाठी स्वतंत्र योजना तयार केली आहे, तरीसुद्धा अर्थमंत्री जे ठरवतील त्याप्रमाणे त्यांना पैसे मिळत होते; परंतु हे वर्ष यासाठी अत्यंत महत्त्वाचं आहे, की या वर्षी आदिवासी कल्याण खात्याच्या मंत्र्यांनी आपलं बजेट केलं आहे. आदिवासींसाठी स्वतंत्र बजेट तयार करण्यात आलं असून, जिल्हा-योजनाही आदिवासी विकास मंत्र्यांच्या नेतृत्वाखाली त्यांच्या कचेरीत तयार करण्यात आली आहे. जवळजवळ ३३० कोटी रुपयांचं हे बजेट आहे. एकूण बजेटच्या मानानं ही रक्कम साडेसात टक्के एवढी आहे. अशा प्रकारे, ही रक्कम आदिवासी विकास विभागाच्या मंत्र्यांच्या ताब्यात आली आहे. त्यामुळे त्यांना भिकाऱ्यासारखी भूमिका घ्यावी लागणार नाही. या पैशाचे ते मालक झाले आहेत.

पूर्वी अशी अवस्था होती, की पाटबंधाऱ्याचं एखादं काम करायचं असेल तर पाटबंधारे खात्याच्या मंत्र्याकडे जावं लागत असे, गृहनिर्माणाचं काही काम करायचं

असेल तर त्या खात्याच्या मंत्र्याकडे जावं लागत असे; परंतु आता असे उद्योग न करता साडेसात टक्क्यांची रक्कम आदिवासी विभागाकडे स्वतंत्रपणे राहील. हा एक क्रांतिकारक निर्णय असून, हा निर्णय घेण्याचं काम राज्य सरकारनं केलं आहे, हे मला या ठिकाणी आवर्जून सांगितलं पाहिजे.

मघाशी वसंत चव्हाण बोलताना म्हणाले, की हे सामाजिक समतेचं वर्ष आहे. मी त्यांना सांगू इच्छितो, की खरोखरच, हे वर्ष सामाजिक समतेचं आहे अशाच प्रकारची नोंद इतिहासात होईल. या वर्षी अनेक संकटं आली होती आणि या संकटांवर मात करून दुबळ्या माणसाला काय दिलं पाहिजे, सर्वांत दबलेल्या माणसापर्यंत कसं पोचता येईल यासाठी महाराष्ट्र राज्याच्या मुख्यमंत्र्यांनी आणि महाराष्ट्र राज्याच्या कार्यकर्त्यांनी प्रयत्न केले आहेत. त्यांनी जे चांगले निर्णय घेतले आहेत त्याबद्दल मला सांगितलं पाहिजे की अमुक अमुक निर्णय हे चांगले घेण्यात आलेले आहेत. त्याचबरोबर, जे करायला हवं त्यासंबंधी मी सभागृहामध्ये अनेकदा बोललो होतो. मी इथं आल्यापासून त्यासंबंधी अनेकदा बोलतो; परंतु राज्यकर्ते बहिरे असल्यामुळे त्यांच्यापर्यंत माझं बोलणं पोचत नाही. मी इथं आल्यापासून नेहमी असं सांगत आलो आहे, की बालकल्याणासाठी स्वतंत्र खातं केलं, महिलांसाठी स्वतंत्र खातं केलं, माजी सैनिकांसाठी स्वतंत्र खातं केलं; आणि गेल्या एक-दोन वर्षांमध्येच हे स्वतंत्र खातं करण्यात आलं आहे; परंतु विमुक्त जाती आणि भटक्या जमातींच्या लोकांसाठी स्वतंत्र मंत्री द्या. त्यांच्यासाठी स्वतंत्र खातं करावं, त्यांच्यासाठी स्वतंत्र पोर्टफोलिओ द्यावा, असं वारंवार सांगूनसुद्धा त्याप्रमाणे करण्यात आलेलं नाही. जोपर्यंत त्यांच्यासाठी स्वतंत्र तरतूद होणार नाही तोपर्यंत त्यांच्यासाठी स्वतंत्र बजेटमध्ये तरतूद केली जाणार नाही. तोपर्यंत समाजकल्याण खातं आमच्याकडे सातत्यानं उपेक्षेनं पाहत राहील. समाज कल्याण खात्याच्या एकूण अनुदानात आमच्याकरता स्वतंत्र वाटा आम्हाला दिला नाही तर आमच्या वाट्याला काहीही येणार नाही, हा आमचा गेल्या चाळीस वर्षांतला अनुभव आहे. आमचं लोढणं त्यांच्या गळ्यात अडकवण्यात आलं आहे, त्याबद्दल माझी काही तक्रार नाही. माझी तक्रार एवढीच आहे, की ज्यांच्या गळ्यात हे लोढणं अडकवण्यात आलं आहे त्यांना याचं भान नाही, की आपल्या गळ्यात कोणाचं तरी लोढणं अडकलेलं आहे. आमच्याकडे कुणी बघत नाही. समाजकल्याण खात्यानं आमच्यासाठी काय दिलं आहे याबाबतीत राज्यपालांनी आपल्या अभिभाषणात सांगितलं असतं तर बरं झालं असतं.

आमच्यासाठी वसंतराव नाईक भटक्या व विमुक्त जाती विकास महामंडळ स्थापन करण्यात आलेलं आहे. त्यासाठी इतकी कमी तरतूद करण्यात आलेली आहे, की या तरतुदीमधून इथल्या कामगारांचे पगारसुद्धा होत नाहीत. त्यामुळे

आमच्या लोकांना कर्जाकरता काहीही रक्कम मिळत नाही. या महामंडळासाठी जेवढा निधी ठेवण्यात आलेला आहे त्यामधून एक टक्कासुद्धा आमच्या कर्जासाठी किंवा आमच्या उद्योगांसाठी मिळत नाही. पैसा येतो आणि गुंतवणूक होत असते, यासंबंधी आम्ही वारंवार ऐकतो; परंतु आमच्या पदरात प्रत्यक्षात काही पडत नाही अशी परिस्थिती आहे. आम्हाला असं सांगितलं जातं, की स्वर्गात अमृताच्या नद्या वाहतात; त्याचबरोबर दुधा-तुपाच्या नद्या वाहतात; मात्र इतके कोटी रुपये तुमच्यासाठी येणार आहेत असं राज्यकर्त्यांनी आम्हाला सांगितलं तर त्यामुळे आमचं पोट भरणार नाही. जी काही रक्कम येणार आहे त्यापैकी आमच्यासाठी किती रक्कम मिळणार आहे? जी गुंतवणूक करण्यात येणार आहे त्यामधून आमच्या वाट्याला काय येणार आहे, हा महत्त्वाचा मुद्दा आहे. विकास केवळ भांडवलदारांचा होणार असेल आणि विशिष्ट वर्गातल्या मक्तेदारांचा होणार असेल, आणि हा पैसा खालच्या स्तरापर्यंत जर जाणार नसेल तर मी आपल्याला सांगू इच्छितो, की या देशाला मोठ्या गुलामगिरीला सामोरं जावं लागेल. सामान्य माणसांनी परकीयांचं स्वागत अनेक वेळा केलं आहे. या देशातल्या लोकांचं राज्य या देशात फार कमी काळ राहिलं आहे. त्यात चाळीस वर्षं गेली आहेत. हे राज्य जर बुडवायचं नसेल तर पैशांची वाटणी समर्थ हातानी केली पाहिजे आणि खालच्या माणसापर्यंत ते पैसे कसे जातील याचा निर्णय घेतला पाहिजे. आता म्हातारी माणसं असं सांगतात, की राणीचं राज्य सोन्याचं होतं. आम्ही म्हातारे झाल्यावर आम्हाला असं सांगावं लागू नये, की बरं झालं यांचं राज्य गेलं आणि ब्रिटिशांचं किंवा इतरांचं राज्य आलं. अशा प्रकारे सांगायची पाळी आमच्यावर येऊ नये, याची काळजी घेण्यात यावी. एवढं बोलून मी माझं भाषण संपवतो.

१७.३.१९९४

स्वतंत्र खात्याची गरज

सभापती महोदय, मी नियम ९७अन्वये आपल्या अनुमतीनं पुढील विषयावर अल्पकालीन चर्चा करतो.

''राज्यातल्या भटक्या व विमुक्त जमातींच्या विद्यार्थ्यांकरता असलेल्या आश्रमशाळांच्या बाबतीत निर्माण झालेली गोंधळाची परिस्थिती, उदाहरणार्थ, अपुऱ्या व सदोष नियंत्रणामुळे विद्यार्थ्यांची तसंच शिक्षकांची व कर्मचाऱ्यांची असलेली संख्या कालबाह्य ठरली असून, या आश्रमशाळांच्या बाबतीत आर्थिक निधी उपलब्ध करून देण्याबाबतची जबाबदारी जिल्हा नियोजन व विकास मंडळावर सोपवण्याऐवजी हा विषय राज्याच्या नियोजनात (स्टेट सेक्टर) घेण्याची आवश्यकता, या संदर्भात शासनानं केलेली वा करायची कारवाई.''

राज्यातल्या भटक्या व विमुक्त जमातींच्या विद्यार्थ्यांच्या शिक्षणासंबंधी ही अत्यंत महत्त्वाची चर्चा मी या सदनात उपस्थित करत आहे. १९५३ साली भटक्या व विमुक्त जमातींच्या विद्यार्थ्यांच्या शिक्षणाची खास तरतूद करण्यासाठी राज्य सरकारनं आश्रमशाळांची योजना लागू केली होती. खरं म्हणजे,यापूर्वी ब्रिटिशांच्या काळात गुन्हेगारांच्या ज्या वसाहती होत्या त्या वसाहतींमध्ये इंग्रज अधिकाऱ्यांनी अशा स्वरूपाच्या आश्रमशाळा चालवल्या होत्या, असं आपल्याला इतिहासात वाचायला मिळेल. हा एक वर्ग असा आहे, की ज्या वर्गाला स्वत:चं गाव नाही किंवा गावकूसही नाही. गाव नसलेला, गावकूस नसलेला हा वर्ग पाठीवर बिऱ्हाड घेऊन सतत हिंडत राहतो. अशा प्रकारे पाठीवर बिऱ्हाड घेऊन सतत हिंडणारा हा वर्गसमूह किंवा हातावर पोट घेऊन हिंडणारी ही मंडळी एका जागेवर स्थिर होऊ शकत नाहीत. या मुलांच्या शिक्षणाची सोय करता येत नाही म्हणून पुढची पिढीसुद्धा याच लोकांप्रमाणे हिंडत राहते, हे लक्षात घेऊन राज्य सरकारनं आश्रमशाळांची योजना आखली आहे.

या योजनेचं मूळ स्वरूप असं होतं, की मूलोद्योग आश्रमशाळा अशा स्वरूपाच्या या शिक्षणसंस्था असतील आणि या शिक्षणसंस्थांत बालवाडी- पासूनच्या सर्व मुलांनी राहिलं पाहिजे व शिक्षण घेतलं पाहिजे. या ठिकाणी हे विद्यार्थी शिकत असताना शासनानं त्या संस्थांना जमिनी द्याव्यात, शेती द्यावी, त्याचबरोबर काही

उद्योगधंदा उभा करून द्यावा. तसंच या मुलांना शिकवताना अशा पद्धतीचं शिक्षण दिलं जावं की शाळा सोडून ही मुलं जेव्हा बाहेर पडतील तेव्हा ती भीक मागायला निश्चितपणे जाणार नाहीत.

ही मुलं चोऱ्या करायला जाणारच नाहीत अशी व्यवस्था केली जावी. ज्यांनी चोऱ्या केल्या आहेत, ज्यांची पोलिसांकडे चोर म्हणून नोंद आहे, ज्यांना पोलिसांकडे दिवसातून तीन वेळा हजेरी द्यावी लागते, अशा मुलांना अगदी कोवळ्या वयात त्यांच्या पालकांपासून तोडलं पाहिजे. आजही समाजात चोऱ्या करणं, दरोडे घालणं यासाठी या जमाती प्रसिद्ध आहेत. आजही, पोलीस आणि गाव त्यांना एका जागी राहू देत नाही.

दुसरा जो घटक या चर्चेमध्ये आहे तो भटक्या जमातींबद्दलचा. धर्मानं त्यांना देव घेऊन हिंडायला सांगितलं आहे : मग ते पोतराज असोत, मगरअम्मा असोत, गोंधळी असोत वा अशाच प्रकारची अन्य मंडळी आपापले देव घेऊन त्या देवाच्या नावानं भीक मागत फिरत असतात. समाजात या दोन्ही प्रकारचे लोक आहेत. त्यांपैकी एकाला १८७१चा गुन्हेगारी जमातीचा कायदा लागू करून गुन्हेगार जमात म्हणून ओळखलं जात होतं. दुसरे देवाच्या नावानं हिंडत-फिरत-भीक मागत होते. या दोन्ही जमातींतली जी लहान मुलं आहेत त्यांना त्यांच्या आई-बापांपासून तोडलं पाहिजे. जेणेकरून ती पुढे भविष्यात चोऱ्या करायला जाणार नाहीत, भीक मागायला जाणार नाहीत. आमच्यामध्ये कमावतं वय हे 'वाढ गं माय' असं म्हणायला यायला लागल्यापासून ओळखलं जातं. मूल तसं म्हणू लागलं म्हणजे ते स्वावलंबी झालं, कमावतं झालं असं मानलं जातं. इतर समाजातल्या मुलांचे डोळे उघडण्यासाठी पाच-दहा वर्षं लागतात, तर आमच्याकडच्या मुलांचे डोळे एक-दोन वर्षांतच उघडले जातात; कारण त्याला माणसं ओळखू यायला लागली, भीक मागता यायला लागली की त्याच्या आई-बापांना मूल भार वाटत नाही. म्हणजे, त्यानं भीक मागायचीच गरज त्यांना असते. ते मूल शिकावं, इतर उद्योग करण्यापुरतं तरी त्यानं शिक्षण घ्यावं वगैरेची गरज त्याच्या पालकांना भासत नाही. त्यामुळेच, या मुलांना अगदी लहान वयात त्यांच्या पालकांपासून तोडण्याची गरज आहे.

माझ्या पुस्तकांमध्ये व लेखांमध्ये चोऱ्यामाऱ्या करायचं प्रशिक्षण कसं दिलं जातं वगैरे सर्व काही मी सांगितलं असल्यानं ते सांगून मी आपला वेळ घेऊ इच्छित नाही; पण आमच्याकडे चोऱ्या कशा कराव्यात याचं ट्रेनिंग मुलांना अगदी वयाच्या पाचव्या-सहाव्या वर्षापासून दिलं जातं, तसंच पाकिटमारीचं ट्रेनिंग किंवा हातचलाखीचं कामही शिकवलं जातं. गोपाळ व कोल्हाटी यांना कसरतीचं शिक्षण तर अगदी जन्माच्या दुसऱ्या-तिसऱ्या दिवसापासून सुरू केलं जातं. अगदी लहान-कोवळ्या

वयात त्यांचे सारे स्नायू जणू निखळले जातात. आपल्याला रस्त्यांवर डोंबारी-कोल्हाटी लोक कसरतीचे जे खेळ दाखवतात, अगदी, एका फुटाच्या व्यासाच्या कड्यातून या समाजाचे स्त्री-पुरुष बाहेर पडत असल्याचे खेळ आपण पाहतो. हे प्रशिक्षण या समाजातल्या मुलांना वयाच्या अगदी दुसऱ्या-तिसऱ्या दिवसापासून सुरू होत असतं; नव्हे, तसं त्यांना करावं लागतं. त्यांची सुईण एकवीस दिवसांपर्यंत मुलाला अंघोळ घालताना त्या दृष्टीनंच व्यायाम देत राहते. सांगण्याचा उद्देश हा, की भीक मागणं, चोऱ्या करणं हेच कसब आहे. हे आमच्या समाजातल्या मुलांना अगदी लहानपणापासून शिकविलं जातं. म्हणून त्यांच्यासाठी आश्रमशाळांची आवश्यकता आहे.

ही मुलं लहान वयातच आई-वडिलांपासून तोडली पाहिजेत आणि त्यांची वेगळी व्यवस्था केली पाहिजे. स्टार्ट नावाचा ब्रिटिश अधिकारी होता. त्यानं या संदर्भातल्या आपल्या अहवालात सांगितलं आहे की, शासनानं यांची अशा पद्धतीनं शिक्षणाची व्यवस्था केली पाहिजे, की आश्रमशाळांतून बाहेर पडल्या- नंतर एकही मुलगा उपाशी राहणार नाही. त्याला काही कामधंदा हा आलाच पाहिजे, तो बेकार होता कामा नये; कारण तसं झालं तर चोऱ्या करणं, भीक मागणं यांसारखे बेकायदेशीर उद्योग तो करील. तसं होऊ नये यासाठी त्यांच्या उद्योगाची, शिक्षणाची व्यवस्था केली गेली पाहिजे. केवळ शिक्षण दिलं एवढ्यापुरतं याकडे पाहून चालणार नाही, तर त्यांच्यासाठी सरकारनं असं शिक्षण दिलं पाहिजे, की शाळेच्या शिक्षणाबरोबर या मुलांना उद्योगांचंही शिक्षण मिळेल. म्हणून सोलापूरचे असो वा मुंढवा वा अन्य कुठलेही सेटलमेन्ट असो, त्या ठिकाणी उद्योगधंदे आणि शिक्षण अशा दोन्ही सोयी आहेत.

बारामतीची आपणाला माहिती आहे. तिथल्या टकारी समाजाची माणसं आपल्या खांद्यावर टेलरिंग मशीन घेऊन रस्त्याच्या कडेला बसलेली असतात. कुणीही त्या ठिकाणी येतं आणि आपले कपडे शिवून जातं. हे लोक टेलरिंगचा व्यवसाय करतात ते शिक्षण न घेताच. ब्रिटिशांच्या काळी ज्या कार्यशाळा बांधल्या होत्या, त्यांच्यामधून हे लोक शिक्षण घेऊन बाहेर पडले होते. सोलापूरच्या सूत गिरण्यांमध्ये सर्वाधिक लोक भटक्या आणि विमुक्त समाजाचे आहेत. धागा करण्यापासून ते कपडे विणण्यापर्यंतचं सर्व शिक्षण यांना मूलोद्योगाच्या स्वरूपात दिलं पाहिजे.

या समाजाची लहान मुलं त्यांच्या आई-वडिलांपासून तोडावी लागतील. नंतर या मुलांच्या शिक्षणाची व्यवस्था करावी लागेल. या मुलांना व्यावसायिक शिक्षण द्यावं लागेल. ब्रिटिशांच्या काळात पतसंस्था तयार करण्यात आल्या होत्या, आणि या संस्थांतून पतपुरवठा करण्यात येत होता. आम्हाला याबाबतची लाज वाटते, की

या संस्थेत असणारा आमचा सगळा पैसा गेला आहे. याबाबतची चौकशी करण्यासाठी अंत्रोळीकर यांच्या अध्यक्षतेखाली एक समिती नेमण्यात आली होती. ब्रिटिशांच्या काळात जो पैसा जमा झाला होता तो त्यांनी गोठवला. या सरकारनंसुद्धा आपल्या तिजोरीत हा पैसा तसाच जमा केला. या पैशाच्या व्याजावर या लोकांची कारखानदारी उभी राहील इतका पैसा आज सरकारी तिजोरीत आहे, आणि आम्ही तो पैसा परत मागितला नाही याची आम्हाला लाज वाटते. तसंच, सरकारला हा पैसा परत द्यावा असंही वाटत नाही हे आमचं दुर्दैव आहे. अंत्रोळीकर समितीनं अशी शिफारस केली होती, की या सेटलमेन्ट शाळा बंद झाल्या असतील तर वेगळ्या पद्धतीनं त्या तयार कराव्या लागतील. त्याप्रमाणे त्यावेळचे राज्याचे मुख्यमंत्री चव्हाणसाहेबांनी या शाळा पुन्हा सुरू केल्या. या समाजातली माणसं पुढे येतील आणि या शाळा चांगल्या पद्धतीनं चालवतील अशी कल्पना त्यावेळी होती; परंतु यामध्ये असा अनुभव आला, की ज्याच्या हाती ससा तोच पारधी. जी माणसं सत्तेच्या जवळपास गेली त्याच माणसांना या शाळा मिळाल्या आहेत. आता या शाळा कशा चालतात हे मी नंतर सांगीन.

राज्यात एकूण २६९ आश्रमशाळा चालवल्या जात आहेत. यांची जमातीवार आकडेवारी मंत्रिमहोदयांनी या ठिकाणी सांगावी, म्हणजे या समाजावर किती अन्याय झाला आहे हे आपल्याला दिसून येईल. स्वातंत्र्य मिळाल्यानंतर इतक्या वर्षांनी तीच परिस्थिती असेल तर त्याची काळजी आमच्या माननीय मंत्रिमहोदयांनी करावी. या राज्यात २६९ आश्रमशाळा चालतात, तसेच, ७३ पोस्ट -बेसिक आश्रमशाळा चालतात. तीन टक्के विमुक्त जाती, अडीच टक्के भटक्या जमाती, साडेतीन टक्के धनगर आणि दोन टक्के वंजारी असे एकूण अकरा टक्के लोक भटक्या आणि विमुक्त जमातींचे आहेत. त्यांच्या लोकसंख्येचा आणि या टक्केवारीचा विचार केला तर एक टक्का आश्रमशाळा देण्याचं या शासनानं ठरवलं आहे. या समाजाची लोकसंख्या जर अकरा टक्के आहे तर या समाजाला अजून किती शाळा द्यायची गरज आहे याचा विचार शासनानं करावा; परंतु शासन याकडे लक्ष द्यायला तयार नाही. आश्रमशाळांची इतक्या मोठ्या प्रमाणात आवश्यकता असताना मंत्रिमहोदयांना भांडून फक्त बारा ते तेराच आश्रमशाळा मिळतात हे आम्ही पाहिलं आहे. या वर्गाला शिक्षण द्यायची जबाबदारी या शासनाची आहे. भारतीय राज्यघटनेनं ही जबाबदारी या शासनावर टाकलेली आहे. दहा हजार लोकसंख्येला एक आश्रमशाळा द्यायची असेल तर प्रत्येक वर्षी दोनशे ते तीनशे आश्रमशाळा द्याव्या लागतील. अशी परिस्थिती असताना तेरा आश्रमशाळा मंजूर करून घेण्यात मंत्रिमहोदयांना काय पळापळ करावी लागली आहे हे आम्ही पाहिलं आहे. अशी परिस्थिती असतानाही या गोष्टीकडे हे शासन लक्ष देत नाही.

यामध्ये निवासी विद्यार्थ्यांची संख्या ३५१५६ आहे. ही सर्व मुलं राहणारी आहेत. यामध्ये चाळीस मुलांना एक शिक्षक दिला जातो. जिल्हा परिषदेच्या शाळा सकाळी साडेदहाला सुरू होतात व संध्याकाळी साडेपाचला सुटतात. त्यानंतर पोरं, मास्तर घरी निघून जातात. त्यांना जबाबदारी नसते; परंतु या निवासी शाळा असल्यामुळे इथल्या शिक्षकांना चोवीस तास काम करावं लागतं, ते जाऊ शकत नाहीत. किंबहुना, ते गेले तर त्या पोरांचं काय करायचं? एक रेक्टर एकशेवीस मुलांना सांभाळू शकत नाही. म्हणून मुलांबरोबर शिक्षकांना राहावं लागतं, चोवीस तास नोकरी करावी लागते. अशा प्रकारे जवळपास ८५४ मान्यताप्राप्त शिक्षक इथं काम करत आहेत. शिक्षकेतर कर्मचाऱ्यांची संख्या ३३१४ आहे. प्रत्येक विद्यार्थ्याला भोजनासाठी अडीचशे रुपये अनुदान दिलं जातं. १९५३ साली ठरवण्यात आलं, की आश्रमशाळेसाठी एकशेवीस मुलं पाहिजेत. १९५३ साली राज्याची सामाजिक परिस्थिती काय होती? आज ९४ साल उजाडलं तरी आम्ही हा आकडा बदलायला तयार नाही. १९५३मध्ये १२० विद्यार्थी होते, आणि १९९३ सालामध्येही एकशेवीस आहेत. हा एकशेवीस आकडा कसा काय आणला? पहिलीत वीस विद्यार्थी, दुसरीत पंधरा विद्यार्थी, तिसरीत पंधरा विद्यार्थी, चौथीत पंधरा विद्यार्थी, पाचवीत पंधरा विद्यार्थी, सहावीत वीस विद्यार्थी व सातवीत वीस विद्यार्थी; अशा प्रकारे पहिलीपासून सातवीपर्यंत एकशेवीस विद्यार्थी दिले आहेत. राजा उदार झाला आणि हाती भोपळा दिला, अशी परिस्थिती आहे. त्याकाळी पोरं मिळत नव्हती, त्यामुळे एकशेवीस संख्या बरोबर होती. आता मुलं मिळतात म्हणून संख्या वाढणार की नाही? आठवी, नववी व दहावीच्या पोस्ट बेसिक-आश्रमशाळांना चाळीस,चाळीस,चाळीस याप्रमाणे एकशेवीस ही संख्या दिली आहे. तर मग हा आकडा वाढवण्यामागे अडचण काय?

आदिवासी विकास विभागातर्फे आदिवासी मुलांसाठी व्यवस्था केली आहे त्या ठिकाणी दोनशेऐंशी मुलं दाखवली आहेत. आदिवासी विभागात चालणाऱ्या आश्रमशाळांसाठी हे प्रमाण दिलं असताना समाजकल्याण विभागातर्फे चालवल्या जाणाऱ्या भटक्या व विमुक्तांसाठीच्या आश्रमशाळांसाठी एकशेवीस ही संख्या दाखवून आपण आम्हाला सापत्न भावाची वागणूक का देता? राज्याच्या तिजोरीतून आदिवासींच्या योजनांसाठी एक नियम असेल तर आमच्यासाठी वेगळा नियम का? तेव्हा कोणत्याही परिस्थितीत आदिवासींना ज्या पद्धतीनं संख्या दिली आहे, त्या पद्धतीनं मुलांची संख्या वाढवण्यास परवानगी दिली पाहिजे. आदिवासी विकास विभागाचा जी. आर. समाजकल्याण विभागानं स्वीकारला पाहिजे. आपण त्यांना जेवायचे अडीचशे रुपये देता. हे सरकार इतकं भारी आहे? संघटनेनं याबाबत फार मागणी केली. मुख्यमंत्र्यांनी ती मान्य केली व सांगितलं की हे करतो. सरकारने जी.

आर. काढताना सांगितलं, की शिक्षकांच्या पगाराच्या आठ टक्के वेतनेतर अनुदान मिळतं. मी अनुभवानं सांगतो, की एका वर्षात एका मुलाला कमीत कमी दोन वेळा गणवेश द्यावे लागतात. आठ टक्के अनुदानात पूर्वीच्या परिस्थितीनुसार वीस रुपयांत गणवेश करा असं आपण सांगत होतो. आज त्यासाठी वीस रुपयांपेक्षाही कमी पैसे मिळतात. शिक्षकांच्या एकूण पगाराच्या आठ टक्के मिळणाऱ्या अनुदानात पुस्तकं, वह्या, स्टेशनरी, अंथरूण-पांघरूण, गणवेश एवढ्या वस्तू बसवायच्या. त्यासाठी किमान पंधरा टक्के तरी अनुदान मिळालं पाहिजे. इतरांना तुम्ही देता, पोस्ट-बेसिकला बारा टक्के देता. आठवी, नववी, दहावीची मुलं मोठी आहेत. त्यांची जबाबदारी मोठी आहे, त्यांची वह्या-पुस्तकं जास्त आहेत. आम्हाला तुम्ही बारा टक्के, पंधरा टक्के अनुदान देऊ नका, शंभर टक्के अनुदान द्या. नाहीतर तुम्ही स्वत: पुरवठा करा, आमचा प्रश्न मिटेल. वह्या, पुस्तकं, गणवेश, अंथरूण-पांघरूण हे महाराष्ट्र सरकार जर देऊ शकत नसेल तर आम्हाला शंभर टक्के अनुदान दिलं पाहिजे. पाच-पंधरा टक्के, हे काय चाललं आहे? फळा, खडू, कपडे हे विकत घ्यायचे असल्यास आम्हाला बाजारात जाऊ देऊ नका. नाहीतर शंभर टक्के अनुदान द्या. तरच परवडेल.

एकशेवीस मुलांसाठी इथे तीन शिक्षक आहेत. ते या मुलांना शिकवू शकत नाहीत. शाळा सातवीपर्यंत असेल तर त्या ठिकाणी सात शिक्षक नाहीत. विद्यार्थ्यांची संख्या वाढवायला आम्ही सांगतो, त्याप्रमाणे शिक्षकांची संख्या असायला पाहिजे. दोन वर्गांसाठी एक शिक्षक आहे. दोन का नाही? मुख्याध्यापकानं सर्व हिशोब ठेवायचा, मुलांची जेवायची व्यवस्था ठेवायची, फळ्यापासून हिशोब ठेवीपर्यंतची कामं मुख्याध्यापकानं करायची. म्हणजे, कारकुनापर्यंतची सर्व कामं मुख्याध्यापकानं करायची. हिशोबासाठी दुसरा माणूस त्या ठिकाणी नाही. केव्हातरी सांगितलं गेलं की तीन शिक्षकांवर भागवावं. पंचेचाळीस वर्षं झाली तरी ही संख्या आपण वाढवत का नाही?

सरकार आश्रमशाळा चालवतं, सरकार वसतिगृह चालवतं; पण त्या ठिकाणी परिस्थिती अशी आहे, की तिथे सत्तर मुलांसाठी दोन स्वयंपाकी आहेत. दोन कामाठी म्हणजे मदतनीस आहेत. अशी चार माणसं आहेत; पण स्वयंसेवी संस्थांमध्ये एकशेवीस मुलांसाठी दोन स्वयंपाकी आहेत. मला वाटतं, हा अन्याय आहे. एकशेवीस मुलांच्या प्रमाणात तीन स्वयंपाकी पाहिजेत, दोन मदतनीस पाहिजेत. रात्री मुलं पळतात, चोऱ्या होतात, रात्री कुणी जागत नाही. त्यासाठी पहारेकरी आवश्यक आहे. म्हणजे मुलं पळणार नाहीत किंवा ती काय करतात हे समजेल. इथे सफाई कामगार नाही. लहान मुलांचे कपडे धुवायला माणूस नाही. औषधं द्यायला माणूस नाही. हे सर्व करायला आवश्यक तो कर्मचारी वर्ग पाहिजे.

रात्री १० वाजता ऑडिटर येतो आणि सांगतो की व्हाऊचर्स दाखवा. मुख्याध्यापकाला आपण शिक्षक म्हणून नेमतो, त्याच्यावर हिशोबाची जबाबदारी टाकतो. प्रत्येक आश्रमशाळेसाठी एक कारकून पाहिजे. एक अकौंटन्ट पाहिजे. पोस्ट बेसिक आश्रमशाळांना एक अकौन्टट पाहिजे.

परवा आमच्याकडे जिल्हा परिषदेत शिक्षकांच्या भरतीसाठी जाहिरात काढली. माझ्या माहितीप्रमाणे आश्रमशाळेचे पन्नास शिक्षक जिल्हा परिषदेत गेले. जिल्हा परिषदेत जेवढा पगार मिळतो तेवढा पगार आश्रमशाळेतल्या शिक्षकांना मिळाला असता तर ते जिल्हा परिषदेत गेले नसते. आश्रमशाळांमध्ये तेवढा पगार मिळत नाही म्हणून ते जिल्हा परिषदेकडे जातात. त्यामुळे त्यांच्यात ध्येयवाद राहत नाही. सायंकाळी ५.३० वाजेपर्यंत ते निघून जातात. म्हणून या शिक्षकांची वेतनश्रेणी १२००-२००० आहे. त्याऐवजी ती १८००-२६०० करावी. याप्रमाणे वेतनश्रेणी बदलली तरच ते या ठिकाणी काम करतील. जिल्हा परिषदेकडे जेवढा पगार मिळतो तेवढा इथं मिळाला तर ते जाणार नाहीत. त्यांच्या भविष्य निर्वाह निधीचं खातं उघडलं पाहिजे. याबाबत राज्य सरकार संस्थेला सांगतं आणि संस्था राज्य सरकारला सांगते. मुलांना निर्वाहभत्ता अडीचशे रुपये दिला जातो. त्यातही लबाडी होते.

सरकारनं मान्य केलं आहे, की दि. १-४-९१ पासून पैसे देऊ. प्रत्यक्षात मात्र १-११-९१ पासून पैसे दिले आहेत, म्हणजे सहा महिन्यांचं वेतन परस्पर कापून टाकलं आहे. असं का केलं, असं विचारलं तर सरकारी अधिकाऱ्यांकडे काही उत्तर नसतं. कॅबिनेटमध्ये यासंबंधांत जो निर्णय झाला आहे तो दि. १-४-९१ पासून पैसे देण्यासंबंधीचा असताना सरकारनं जी.आर. काढून प्रत्यक्षात दि. १-११-९१ पासूनच पैसे दिले. म्हणजे सहा महिन्यांचे पैसे बुडाले आहेत, ते पैसे परत द्या. इमारतींच्या भाड्याच्या बाबतीत तीच परिस्थिती आहे. १९९१मध्ये असं ठरवलं, की यांना १०० टक्के भाडं द्यायचं. माझ्या माहितीप्रमाणे आजही सरकार आम्हाला १०० टक्के भाडं देत नाही. इमारतीसाठी दिल्या जाणाऱ्या अनुदानाचं तेच आहे. प्राथमिक शाळेसाठी तीन लाख रुपये आणि पोस्ट - बेसिक आश्रमशाळेसाठी पाच लाख रुपये दिले जातात; पण हे पैसे देऊ नका. प्राथमिक शिक्षणाच्या बाबतीत शिक्षण विभाग दर मुलाला वीस हजार रुपये अनुदान बांधकामासाठी देतं. या सरकारचा जो जी. आर. आहे तो आपल्याला दाखवायला तयार आहे. हा जो शिक्षण खात्याचा जी. आर. आहे तो आम्हाला लावता का? अशा प्रकारे, एका मुलाला वीस हजार रुपये याप्रमाणे पैसे दिले तर शाळा बांधता येतील, नाहीतर बांधता येणार नाहीत. आता तीन लाख, पाच लाख रुपयांमध्ये काहीही होत नाही. पूर्वी होत असे. तसंच, या मुलांच्या खेळांच्या बाबतीत काय व्यवस्था आहे?

खेळांच्या बाबतीत तुम्ही काही करायला तयार नाही. या सभागृहात मी अनेक वेळा सांगितलं आहे, की ही मुलं आणि हा समाज खेळाच्या बाबतीत जगात विक्रम प्रस्थापित करील एवढ्या ताकदीचा आहे. पारध्यांच्या पाठीमागे मोटरसायकल लागली तरीसुद्धा पारधी पोलिसांना सापडत नाहीत. काय स्पीड असेल! मी अनेकदा सांगितलं, की या पारधी मुलांना ट्रॅक उपलब्ध करून दिला, सूट-बूट उपलब्ध करून दिले आणि संस्कार दिले तर माझी खात्री आहे, की या देशावर बक्षिसांचा पाऊस पडेल; पण हा करंटेपणा आहे. मग एखादा लिंबाराम सापडतो आणि देश अवाक् होऊन पाहू लागतो, की हा आदिवासी असा कसा काय? माझं असं म्हणणं आहे, की आम्ही पिढीजात व्यवसाय करणारे लोक आहोत. कसरतीच्या क्षेत्रात डोंबारी लोकांचा हात धरणारी माणसं कुणी नाहीत; पण यांना सुविधा नाहीत, त्यांना एका नव्या पैशाचं अनुदान शासन देत नाही. यांना बॉल द्यावा, यांना बॅट द्यावी, असे जे खर्चिक खेळ आहेत. या मुलांना दोरीवर उड्या मारायला दोऱ्यासुद्धा आपण देऊ शकत नाही. म्हणजे या मुलांच्या खेळांच्या बाबतीत समाजकल्याण विभागानं अभ्यास केला तर यामध्ये पैसे वाटवायची गरज आहे; पण यासाठी एक पैसाही देत नाहीत. तेव्हा, या मुलांच्या खेळाच्या बाबतीत वेगळा विचार करायची गरज आहे. आदिवासींच्या आश्रमशाळांमध्ये विद्यार्थ्यांची संख्या एकशेसाठ वरून दोनशेपर्यंत करावी असं आम्ही सुचवलं आहे. दुसरा महत्त्वाचा प्रश्न असा, की आश्रमशाळा म्हणजे पोट भरण्याचं साधन अशी सर्वसामान्य समजूत झाली आहे. आणि एक समजूत अशी आहे, की आश्रमशाळा म्हणजे बेरोजगारांना रोजगार उपलब्ध करून देण्याचं काम. त्यामुळे आज अशी परिस्थिती आहे, की राज्यातल्या आश्रमशाळा बदनाम झाल्या आहेत. माझ्या माहितीप्रमाणे त्यातल्या वीस ते पंचवीस टक्के आश्रमशाळा अशा आहेत की ज्या केवळ कागदावर आहेत. मी जबाबदारीनं बोलत आहे. अधिकारी आणि संस्था यांच्या संगनमतानं या आश्रमशाळा सुरू आहेत. तिथं मुलं नाहीत, शाळा नाहीत, मास्तर नाहीत, खडू नाही, काही नाही. केवळ कागदावर या आश्रमशाळा सुरू आहेत. या शाळा बंद करणार आहेत की नाही? जे चांगलं काम करत असतील त्यांना प्रोत्साहन दिलं पाहिजे; पण जे लोक काम करत नसतील त्यांच्या बाबतीत काय करणार? त्यांना पाठीशी घालणार आहात का?

मला मंत्रिमहोदयांना सांगायचं आहे, की आपण बिलकूल चिंता करू नका, महाराष्ट्रातले आम्ही सर्वजण तुमच्या पाठीशी उभे आहोत. आपण कणखरपणे उभे राहा आणि हे दुष्टचक्र मोडून काढा; कारण ज्या कारणासाठी आमचा समाज बदनाम झाला आहे ते सर्व प्रकार जर पुन:पुन्हा घडत असतील तर सरकारनं कठोरपणे या बाबतीत पावलं टाकायची गरज आहे आणि जर गरज भासली तर

यातल्या बहुसंख्य शाळा बंद कराव्या लागल्या तरी बंद करा. त्या चांगल्या प्रकारे चालवणाऱ्या माणसांकडे द्या. पुन:पुन्हा किती वेळा सांगायचं? माझं म्हणणं असं आहे, की याचा सविस्तरपणे विचार केला पाहिजे; कारण या शाळा सबंध राज्यभर आहेत आणि त्यांचा अभ्यास करायची गरज आहे. मंत्रिमहोदयांना माझी विनंती आहे, की या शाळांचा अभ्यास करायला लोकप्रतिनिधींची हाय पॉवर कमिटी नेमा, या कमिटीला अधिकार द्या आणि सबंध राज्यभर फिरून, अभ्यास करून या समितीला शिफारशी करू द्या. महाराष्ट्र सरकारनं त्या शिफारशी स्वीकाराव्यात. या बाबतीत स्वतंत्र धोरण अमलात आणलं पाहिजे. शाळा देताना ती कुणाला द्यावी याचे निकष ठरवा. ज्याच्याकडे किमान काही आहे, अशा माणसाला शाळा द्या. आज कोणीही अर्ज करतो आणि अर्ज केला, की त्याला शाळा दिली जाते. काहीही नॉर्म्स नाहीत. एक नॉर्म असा ठरवा, की दहा हजाराला एक देणार. हेही ठरवा, की त्या आश्रमशाळांमध्ये कोण काम करणार आहे? ते ट्रस्ट आपण तपासा. सगळ्यांच्या नातेवाइकांचे ट्रस्ट आहेत. त्यामध्ये कार्यकर्ते असतील, माझं काही म्हणणं नाही; परंतु सगळे स्वत:च्या घरातले नातेवाईक यात आहेत. कुणीही उठतो आणि आश्रमशाळा काढतो, आश्रमशाळा द्या म्हणतो. मग मंत्री म्हणतात, तेरा झाल्या आहेत, बारा झाल्या आहेत. तेव्हा, हे कुठेतरी थांबायला पाहिजे आणि याच्याकरता निकषांची आवश्यकता आहे. तेव्हा, यामध्ये जे बेकायदेशीर व्यवहार झालेले आहेत ते जर आपल्याला थांबवायचे असतील तर लोकप्रतिनिधींची एक समिती आपण निर्माण करावी.

याबाबत माझी दुसरी सूचना अशी आहे, की भटक्या आणि विमुक्तांसाठी एक स्वतंत्र खातं असलं पाहिजे. स्त्रिया, बालक व अपंग यांच्यासाठी आपण गेल्या वर्षी वेगळं खातं निर्माण केलं. माझा अनुभव असा आहे, की गेल्या वर्षी आपण स्वतंत्र खातं निर्माण केल्यामुळे या वर्षीच्या बजेटमध्ये त्यांच्याकरता अठ्ठेचाळीस कोटी रुपये आपण दाखवले आहेत. जर हे वेगळं खातं केलं नसतं तर या समुद्रामध्ये हे कुठे आहेत हे आपल्याला शोधावं लागलं असतं. भटक्या - विमुक्तांच्या बाबतची सर्व आकडेवारी माझ्याकडे आहे; परंतु ती वेळेअभावी मी देत नाही. तरीसुद्धा एक सांगतो, की एक टक्कासुद्धा निधी या भटक्या आणि विमुक्तांकरता आपण ठेवलेला नाही. ०.१८ टक्के एवढेच पैसे समाजकल्याण खात्यात यांच्याकरता ठेवलेले आहेत. तेव्हा, माझी मंत्रिमहोदयांना अशी विनंती आहे, की त्यांनी भटक्या आणि विमुक्त समाजासाठी एक स्वतंत्र खातं निर्माण करावं. माजी सैनिकांसाठी खातं आहे. तेव्हा, आमच्या नावानंसुद्धा खातं निर्माण करावं. मग किती पैसे द्यायचे हे आपण नंतर पाहू. राज्याच्या सबंध अर्थव्यवस्थेत भटक्या आणि विमुक्तांसाठी एका पैशाचीही तरतूद नाही. स्वतंत्र खातं नाही. आपण म्हणत असाल तर महाराष्ट्रातल्या भटक्या व विमुक्त जमातींच्या कार्यकर्त्यांचं

एक डेलिगेशन आपण मुख्यमंत्र्यांकडे नेऊ. गेल्या वर्षात अनेक क्रांतिकारक तरतुदी मुख्यमंत्र्यांनी केल्या आहेत. सामाजिक समतेच्या इतिहासात त्यांचं नाव सदैव कोरलं गेलं आहे. आपण दोघांनी काही केलं तर काही होऊ शकेल. स्वतंत्र खातं असल्याशिवाय बजेट मिळणार नाही. त्याशिवाय मार्ग निघू शकणार नाही. या समाजाच्या पुनर्वसनाची कामं होणार नाहीत. तेव्हा, मी ज्या दोन सूचना केल्या आहेत, त्यांचा शासनानं गांभीर्यानं विचार करावा आणि ब्रिटिशांपेक्षा चांगली व्यवस्था करावी. आज कोणतीही व्यवस्था नाही. इंग्रज राज्यकर्ते बरे असं वाटू नये. त्यांच्यापेक्षा चांगलं शिक्षण देण्याचा निर्धार आपण केला पाहिजे आणि आपला सहकारी म्हणून आपणास आवश्यक ती मदत मी करीन, असं सांगून मी माझं भाषण संपवतो.

५.४.१९९४

देवदासींचा प्रश्न

सन्माननीय सदस्य टाभजीभाई सोलंकी यांनी या सदनापुढे जो प्रस्ताव मांडला आहे त्यासंबंधी माझे काही विचार मी इथे मांडू इच्छितो. प्रस्तुत ठरावाचा विषय हा अतिव्याप्त झालेला आहे. देवदासी, परित्यक्ता आणि आदिवासी महिला; म्हणजे उपेक्षित समाजामधल्या जवळपास सर्व महिलांसंबंधीची चर्चा या प्रस्तावात आलेली आहे. मला उपलब्ध असलेल्या वेळेत मी या ठिकाणी केवळ देवदासींसंबंधी माझे विचार व्यक्त करणार आहे. परित्यक्ता आणि आदिवासी महिलांसंबंधात बोलण्यासाठी एक स्वतंत्र प्रस्ताव दिला पाहिजे असं मला वाटतं; मात्र आता या ठिकाणी हे तिन्ही विषय आलेले असल्यानं माझ्या सोईसाठी म्हणून त्यातल्या केवळ 'देवदासी' पुरते माझे विचार मी व्यक्त करू इच्छितो.

आपल्या देशाची सामाजिक परिस्थिती इतकी चमत्कारिक आहे, की आपले देव, आपला धर्म. आता सोलंकी यांनी सांगितलेले सर्व धार्मिक ग्रंथ हे सगळे खूप जुने प्रश्न आहेत. ते आपण कोणी निर्माण केले आहेत अशी परिस्थिती नाही. देवांनासुद्धा अप्सरा आणि गणिका हव्या होत्या, तेव्हापासून या प्रश्नाच्या मुळात जाता येतं. अप्सरांसाठी जे देव तळमळत होते त्यांनीच हा वर्ग तयार केलेला आहे आणि या दुनियेत कुठे घडलं नसेल ते इथं घडलं आहे. ते म्हणजे देवानंच स्वत:ची पूजा करण्यासाठी सुंदर मुली हव्यात याची धर्मातून व्यवस्था केलेली आहे. म्हणजेच, माणसांचा छळ आणि शोषण याला धर्म आधार बनतो. त्याला शास्त्र म्हटलं जातं, आणि या शास्त्राच्या आधारे शोषण केलं जातं. केवळ मनात आलं म्हणून कुणी देवदासी झालेल्या नाहीत, मनात आलं म्हणून कुणी भोगदासी झालेल्या नाहीत. गणिका, अप्सरा, दासी आणि अगदी पेशवाईच्या काळात अंगवस्त्रं अशी या बाबतीत या देशात परंपरा आहे. शोषकांनी मनात काही हेतू ठेवून हे सारं केलं आहे. कुणीही यामध्ये काहीही निर्हेतुक केलेलं नाही, झालेलं नाही; कारण कुणी देवाला नवस बोलायचा, मुली सोडायच्या. केवळ मुली नाही तर मुलंदेखील सोडायची. ज्याप्रमाणे जोगता आहे तसंच जोगतीण आहे, मुरळी आहे तर वाघ्या आहे. म्हणजे केवळ मुली सोडलेल्या नाहीत तर मुलंही सोडलेली आहेत. मूल होत नाही म्हणून यल्लमा देवीला नवस बोलायचा, की मूल झालं तर

माझं 'दर्शन' मी माझ्या मुलीच्या गळ्यात बांधीन.

म्हणून नागपूरच्या अधिवेशनात या प्रश्नावर मी विचारलं होतं, की आपण देवदासींसाठी आयोग स्वीकारला आहे; पण ज्या देवदासी आपलं 'दर्शन' सरकारला द्यायला तयार असतील त्यांचं पुनर्वसन शासन करील का? सरकार त्यांना पेन्शन देईल का? त्याला मुख्यमंत्र्यांनी होकारार्थी उत्तर देताना सांगितलं, की ज्या देवदासी आपलं 'दर्शन' परत करतील त्यांना पेन्शन देण्याचा विचार सरकार जरूर करील.

या देवदासींसाठी आपण आयोग नेमला, त्या कुठल्या भागात आहेत-किती आहेत वगैरे माहिती आपण घेणार होता. राज्यात ब्राह्मण जातीतली एक तरी देवदासी कुणी मला दाखवली तर मी तिचा जाहीर सत्कार करायला तयार आहे. ब्राह्मण जातीत देवदासी का नाही? कारण धर्मग्रंथांमध्ये व्यवस्थाच अशी केलेली आहे, की ब्राह्मणांनी मुली सोडायच्या नाहीत. त्या कुणी सोडायच्या? तर जे खंडोबाचे भक्त आहेत त्यांनी सोडायच्या; ज्याच्या देव्हाऱ्यात खंडोबा आहे, यल्लमा आहे; यल्लमा देवीची पूजा वगैरे करणारा हा वर्ग कोणता? त्यांचे पुजारी कोण आहेत? म्हणजे, ही यल्लमा इतकी कोपिष्ट देवता आहे की तिच्याबद्दल मी काही बोललो तरी तिचा माझ्यावर कोप होईल! अशी या लोकांची श्रद्धा असते. निपाणीला जेव्हा मी या महिलांची परिषद घेतली त्यावेळी मी बोलताना सगळ्या देवदासी महिला यायच्या आणि मला घेरून उभ्या राहायच्या. म्हणायच्या, की आता तुझी बाई होणार...

म्हणजे अशी समजूत आहे, की यल्लमाच्या विरुद्ध जर कुणी काही बोलला तर त्याची बाई होते. तो पुरुष लगेच लुगडं नेसायला लागतो. तो जोगत्यांच्या मेळाव्यात जातो. त्याच्या तोंडावर थुंकलं जातं. समजूत अशी आहे, की यल्लो आईचा कोप झाला की काही खरं नाही.

त्यांच्या मेळाव्यात आम्ही जटा काढायला जायचो. त्यांच्या जटांना हात लावला तर तो गुन्हा समजला जातो. रोज सकाळी या जटांवर हळदी-कुंकू टाकायचं. या जटांना उंबराचा चीक लावल्यानंतर त्या जटांचं पॅड होऊन जातं. काही किलोंचं पॅड घेऊन ही बाई आपलं जीवन जगते. त्यांच्या उवा काढायला जायचो तेव्हा आमच्या अंगावर खूप उवा पडायच्या. गोव्यात भाविणी, आमच्याकडे जोगतिणी; सातारा-सांगली-नगर-कोल्हापूर या ठिकाणच्या मुरळ्या किंवा कोलाटणी असतात.

या देशात अब्रू विकल्याशिवाय आम्हाला पोट भरता येत नाही. कुणी-काहीच मेहेरबानीनं देत नसतो. या समाजातल्या महिला असं सांगतात, की जो शेजेला घेईल तोच पेजेला देईल. यामध्ये आक्षेपार्ह असं काही नाही. आपण मला असा प्रश्न विचारला होता, की या लोकांसाठी काय करावं लागेल? माझं याबाबतचं उत्तर

असं आहे, की याबाबतचा आयोग नेमून काही होणार नाही. त्यासाठी स्वतंत्र खातं निर्माण केलं आहे, काही तरतूद केली आहे; परंतु त्यानं काहीच होणार नाही. राज्याच्या समाजकल्याण मंत्र्यांनी या सगळ्या क्षेत्रांत काम करणाऱ्या कार्यकर्त्यांना चर्चेसाठी बोलवावं. आम्हालाही बोलवावं. या समाजासाठी काय करता येईल ते आम्ही त्यावेळी सांगू. आज आम्ही या लोकांसाठी काही प्रयत्न करत आहोत. या महिला आज विडी कारखान्यांत काम करत आहेत. या महिला चांगल्या पद्धतीनं विड्या वळतात. या महिलांना रोजगार उपलब्ध करून देता येतो. या लोकांमध्ये शिक्षणाची मोठी बोंब आहे. या समाजातली कुणीच माणसं शिक्षण घ्यायला तयार होत नाहीत; कारण या पोरांना आपला बापच माहीत नसतो.

मी अशा पाच ते दहा पोरांचा 'बाप' आहे. नगरच्या महिला आपली पोरं आमच्या आश्रमशाळेत घेऊन येतात. छोटी छोटी, देखणी अशी मुलं असतात. या सर्व नाचणाऱ्या बायका असतात. त्यामुळे त्यांच्या मुलांना आपला बाप कोण आहे सांगता येत नाही. त्या आम्हाला म्हणतात, मास्तर तुमचंच नाव बाप म्हणून लावा. नारायण सुर्वे यांची याबाबत एक कविता आहे. 'मास्तर, तुमचंच नांव लिवा.' मुख्यमंत्री आमच्या संस्थेचे अध्यक्ष आहेत. मी त्यांना गमतीनं असं म्हटलं होतं, की यापुढे मी तुमचंच नाव त्या पोरांचा बाप म्हणून लिहितो. एकतर तुमचं नाव लिहिलं पाहिजे, नाहीतर माझं नाव लिहिलं पाहिजे.

यामध्ये महत्त्वाची बाब अशी आहे, की या मुलांसाठी आश्रमशाळा नाही. ज्याप्रमाणे भटक्या-विमुक्त जमातींसाठी, तसंच आदिवासी मुलांसाठी आश्रमशाळा दिल्या आहेत, तशाच आश्रमशाळा या वर्गासाठी आपण देणार आहात काय? मुरळ्या, जोगतिणी, भाविणी यांच्या पोरांना या आश्रमशाळांतून प्रवेश घ्यायला परवानगी देणार आहात काय? कारण आपल्याकडे जातीचा कॉलम आहे. हा मुलगा भटक्या जमातीचा नसेल तर त्याला आश्रमशाळेत प्रवेश देता येत नाही. जी कोलाटीण बोर्डावर नाचत आहे, तिच्या मुलाला या ठिकाणी प्रवेश मिळू शकत नाही. म्हणून आपण प्रथम यात दुरुस्ती करा. या मुलांना या आश्रमशाळांतून प्रवेश देण्यात आला पाहिजे.

देवदासींत मोठ्या प्रमाणात मातंग समाजाच्या मुली आहेत. या समाजातल्या बाईला तिच्या पोराला कुठेही शिकवता येत नाही. म्हणून यांच्यासाठी स्वतंत्र वसतिगृहं काढायची नाहीत काय? आपण ज्याप्रमाणे भटक्या - विमुक्त जमातींसाठी आश्रमशाळा काढतो, आदिवासींसाठी आश्रमशाळा काढतो, तशाच आश्रमशाळा जोगतिणींच्या मुलांसाठी काढल्या पाहिजेत. गडहिंग्लज, सातारा, नगर, पुणे या जिल्ह्यांत त्यांची संख्या मोठ्या प्रमाणात आहे. या ठिकाणी यल्लमाचं, खंडोबाचं प्रस्थ आहे; कारण बोर्डावर नाचणाऱ्या बाया आज जेजुरी आणि वाई या ठिकाणी

राहत आहेत. म्हणून या ठिकाणी यांच्या मुलांसाठी बोर्डिंगची व्यवस्था करा. या बायकांची पोरं त्या ठिकाणी राहतील. दुसरं असं, की महिला-बालकल्याण विभागामार्फत उद्योगांकडे चला.

मी कऱ्हाडला सर्व देवदासींची बैठक घेतली. या ठिकाणी पाचशे महिला होत्या. त्या असं म्हणाल्या, की आम्ही पर्याय शोधायच्या मागे आहोत. आम्हाला आता या पद्धतीनं जगायचं नाही. आमचं आता यानं पोट भरत नाही. त्या बायकांची तयारी आहे. मी पाचशे महिला देतो, त्यांची को-ऑपरेटिव्ह संस्था करून देतो, तुम्ही पैसे देता काय? उद्योग निवडायची जबाबदारी कार्यकर्ते म्हणून आम्ही स्वीकारतो. काही गुन्हेगार जमातीतील स्त्रिया पूर्वी मला असं म्हणाल्या, की पोलीस येतात आणि आम्हाला मारहाण करतात. आम्ही चोऱ्या करतो म्हणून आम्हाला मारतात. चोऱ्या करणं हा आमचा ट्रेन्ड आहे, चोरी करा असं धर्मानंच आम्हाला सांगितलं आहे. या स्त्रियांच्या उद्योगांसाठी आपल्याला स्वतंत्रपणे काहीतरी निर्माण करावं लागेल. केवळ बँका, वित्तीय संस्था किंवा वसंतराव नाईक महामंडळानी सांगितलं तरी आम्हाला कुणीही दारात उभं करत नाही. अशा या असंघटित मंडळींचा प्रश्न अतिशय जिकिरीला आला आहे. वेश्याव्यवसाय करण्याच्यापूर्वी या देवदासी देवाची पूजा करायच्या असं आता राहिलं नाही. पूर्वी पावित्र्य होतं, मंदिरात राहायचं, त्या ठिकाणी पुजाऱ्याची करमणूक करायची, पुजारीच मालक असायचा. आता, अख्खं गाव मालक आहे. आता, प्रश्न बदलला आहे. ती गावची मालकीण आहे, ती कुणालाही 'नाही' म्हणू शकत नाही. गावात राहायचं आहे म्हणून गावाची दासी म्हणून राहण्यापेक्षा उद्योग करणं चांगलं आहे. तिच्याबरोबर जोगती आहे. राजन गवसनं 'भंडारभोग' नावाची कादंबरी लिहिली. ती सर्व मंडळींनी आवर्जून वाचावी. राजन गवसनं या सबंध कादंबरीत कॅरेक्टर लिहिलं. हे पुरुषाची स्त्री होण्याचं किंवा तृतीयपंथी होण्याचं कॅरेक्टर आहे. त्यामध्ये बहुसंख्य लोक पुरुष आहेत; परंतु केवळ पोटाला काही मिळत नाही, कुणी रोजगार देत नाही यासाठी कित्येक पुरुषांनी लुगडी नेसली. यामध्ये बुवाबाजी मोठ्या संख्येनं वाढली. ज्यांना रोजगार नाही अशी माणसं बायकांच्या तांड्यात जाऊन राहतात. त्यांच्याबरोबर जग घेऊन हिंडलं तरी जेवायची सोय होते. या सर्व प्रश्नांची उत्तरं आज उपलब्ध आहेत.

राज्यकर्त्यांची इच्छा हा सर्वांत महत्त्वाचा प्रश्न आहे. आपल्या नोकरशाहीला त्याची चिंता नाही. त्यांना त्याची कळकळ, काळजी वाटावी असं त्यांचं काहीही नुकसान होत नाही. तेव्हा, ते आपणहून करतील किंवा त्यांच्या घरातल्या कुणाला सोडलं आहे अशी परिस्थिती नाही. मंत्रिमहोदय, आपण आणि कॅबिनेट मंत्री, दोघं एकाच गावचे आहात. सगळ्यांना माहीत आहे, आपल्या घरात काय जळतं ते. तेव्हा, आम्ही संघटित व्हायला तयार आहोत, एकत्रित होऊन आम्ही को-ऑपरेटिव्हमध्ये

जाऊ इच्छितो. तुम्ही प्रत्येक माणसाला मदत केली तर आनंद आहे; परंतु ती करता येत नसेल तर प्रथम आर्थिक व्यवस्था शोधली पाहिजे. पहिला प्रश्न त्यांना काम देण्याचा आहे आणि दुसरा प्रश्न त्यांच्या शिक्षणाचा आहे. या दोन्ही शिफारशींच्या संदर्भात ठोसपणे बोलावं यासाठी मी दोन कॉंक्रिट सूचना केल्या आहेत. एक म्हणजे, आश्रमशाळेच्या धर्तीवर त्यांच्यासाठी स्वतंत्र आश्रमशाळा काढाव्या काय? आज ज्या आश्रमशाळा आहेत त्या जेव्हा काढल्या तेव्हा काढल्या. दुसरं म्हणजे आजच्या आश्रमशाळांमध्ये बिनबापाचं पोर म्हणून आलं तर त्याला घ्यायला तुम्ही परवानगी द्यावी; कारण बिनबापानं कुणाला जन्म येत नाही हे तुम्हा-आम्हा सर्वांना माहीत आहे; परंतु वस्तुस्थिती अशी आहे, की ती महिला त्या पोराच्या बापाचं नाव सांगू शकत नाही. तेव्हा, असं पोर जर आलं तर त्याची जात-धर्म सोडून, बाकीचं सर्व सोडून त्याला परवानगी देणार काय? या दोन बाबी जर आपण स्वीकारल्या तर मी आपला अतिशय आभारी होईन. प्रत्यक्ष हे काम करत असताना ज्या अडचणी येतात त्यासंबंधी माझी सूचना आहे, की देवदासींच्या आयोगात केवळ देवदासींची व्यवस्था करताना यल्लमाची भक्त म्हणून देवदासी नाही तर मुरळी, भाविणी, कोलाटी, डोंबारी या सर्वांचा समावेश त्यामध्ये करण्यासाठी एक वेगळा आयोग सरकारने स्थापन केला तर मला वाटतं, की या प्रश्नाचं उत्तर शोधणं निश्चित शक्य होईल.

१२.४.१९९४

स्वतंत्र बजेट हवं!

अण्णा डांगे यांनी जो प्रस्ताव मांडला आहे त्याला पाठिंबा देण्यासाठी मी उभा आहे. अण्णा डांगे व धरमचंद चोरडिया यांचं प्रथम अभिनंदन करतो; कारण त्यांनी 'आदिवासी' असा शब्द या ठरावात जाणीवपूर्वक वापरला आहे. तुम्ही आम्हाला आदिवासी मानायला लागलात ही काही कमी गोष्ट नाही; कारण तुमची भावंडं आम्हाला वनवासी ठरवत होती, तुम्ही आम्हाला आदिवासी म्हटलं आहे. म्हणून मी तुमचं अभिनंदन करतो. या प्रश्नाच्या संदर्भात वेळोवेळी चर्चा झालेली आहे. नागपूरच्या हिवाळी अधिवेशनात चर्चा झालेली आहे. माननीय गवईसाहेबांनी या ठिकाणी काही महत्त्वाचे मुद्दे उपस्थित केलेले आहेत. मला वाटतं, ही सर्व चर्चा नियोजनाच्या अंगानं होण्याची आवश्यकता आहे; कारण जी लबाडी आहे ती सर्व त्या ठिकाणी आहे. गवईसाहेबांनी 'लिप सिम्पथी' सांगितली. म्हणजे ओठात एक आणि पोटात एक असं हे सगळं नियोजन आहे.

मला मंत्रिमहोदयांना असं सांगायचं आहे, की आतापर्यंत अशी परिस्थिती होती, की अनेक खाती आपल्याकडून पैसे घेत असत. सरकार आदिवासींच्या विकासाच्या वेगवेगळ्या योजना राबवत असते. त्यामुळे ज्याला या योजनेमध्ये आदिवासींसाठी जेवढा पैसा ठेवायचा तेवढा पैसा सरकार ठेवत असते. म्हणजे, गरजेप्रमाणे स्थानिक पातळीवर काम होत नव्हतं. लोकांना काय हवं याचं प्लॅनिंग प्राधान्यानं केलं जात नव्हतं; परंतु देशात आदिवासींच्या गरजेवर आधारलेलं बजेट या वर्षी या राज्यात पहिल्यांदा दिलेलं आहे. म्हणून अर्थसंकल्पाच्या भाषणाच्या वेळी मी सांगितलं होतं, की हे एकच राज्य असं आहे, की या वर्षी या राज्यात आदिवासी खात्याच्या मंत्र्यांसाठी स्वतंत्र बजेट ठेवलं असून, त्याचा विनियोग कसा करायचा हे आदिवासी खात्याच्या मंत्र्यांनी सांगितलं आहे. ही बाब त्याकडे जाण्याची सुरुवात आहे असं माननीय सदस्यांनी सांगितलेलं आहे. शेहेचाळीस वर्षांनंतर का होईना, हे झालेलं आहे.

माझं पुढचं म्हणणं असं, की हा अधिकार आम्हाला देणार काय? चोरडिया यांनी सांगितलं की रस्ते झाले पाहिजेत. ते कुठे द्यायचे हा अधिकार मुंबईला बसून ठरवायचा नाही. तर जव्हार, मोखाडा इथं बसून ठरवला पाहिजे. म्हणजे, स्थानिक

लोकांच्या गरजेला तुम्ही काही प्राधान्य देणार आहात काय हा खरा महत्त्वाचा प्रश्न आहे. आतापर्यंत आम्हाला अधिकार नव्हते. आता, डी.पी.डी.सी. वेगळी झाली असेल आणि सगळ्यांपेक्षा वेगळ्या प्रकारचं काम करणार असेल तर लोकांना काय देणार? गवईसाहेबांनी शिक्षणासंबंधी सांगितलं, की या बाबतीत वेगळा विचार करावा. माझं म्हणणं असं, की आदिवासींसाठी जादा आश्रमशाळा देता काय? आश्रमशाळेचा नॉर्म आहे तो खाली आणणार काय? लोकसंख्येच्या प्रमाणात आश्रमशाळा न देता जिथं मुलं आहेत त्या ठिकाणी आश्रमशाळा देण्याचं धोरण ठरवणार आहात का त्यानंतर स्टेट प्लॅनिंगमधून ज्या मोठ्या रकमा आदिवासींसाठी ठेवणार आहात, कोणत्या तऱ्हेनं खर्च करणार? रस्ते, महामार्ग यासंबंधीचं नियोजन जिल्ह्यात करणार काय? माझं दुसरं म्हणणं असं, की केवळ आश्रमशाळा देणं हे तोंडाला पानं पुसण्यासारखं आहे. आश्रमशाळा काढता, त्यानंतर टेक्निकल स्कूल काढणार काय? मेडिकल कॉलेज काढणार काय? इंजिनिअरिंग कॉलेज काढणार काय? आय.ए.एस. शिक्षण देणाऱ्या संस्था चालवणार काय? दुय्यम प्रादेशिक मंडळाकडे जी मुलं जातात, त्यांना ट्रेनिंग देणार काय?

साधा बसचा ड्रायव्हर, कंडक्टरदेखील आपल्याला या आदिवासींमध्ये मिळत नाही. वास्तविक पाहता, त्यांची क्षमता प्रचंड आहे; परंतु ती वापरण्यासाठी जे स्किल डेव्हलप व्हायला पाहिजे त्याच्यासाठी आपण प्रयत्न केले पाहिजेत. केवळ फॉर्मल एज्युकेशनचा विचार न करता या आदिवासींसाठी सरकार वेगवेगळ्या कोर्सेसची व्यवस्था करणार आहे का? आता तुम्ही स्वतंत्र संसार सुरू केला आहे. या सर्व प्रश्नांची उत्तरं आपण शोधली पाहिजेत. यांच्या गरजा काय आहेत? त्यांच्या बाबतीत नियोजन कसं करता येईल? त्यांच्या शिक्षणाकडे आपल्याला वेगानं कसं जाता येईल हेदेखील आपण पाहिलं पाहिजे.

एका गोष्टीबाबत बोलावं की नाही असा विचार मी करत होतो; परंतु गवई यांनी या ठिकाणी चांगली सुरुवात केली. भटक्या आणि विमुक्त जमातींना तम्ही जमाती मानणार आहात की नाही? त्यासाठी पाहिजे तर एक समिती नेमा आणि त्यांचे निकष ठरवा. या लोकांना आपण यादीत घालणार आहात की नाही? आदिवासींसाठी भारतीय राज्यघटनेनं नॉर्म्स ठरवून दिलेले आहेत. वाटेल त्याला आदिवासी ठरवण्यात आलेलं नाही. आदिवासी म्हणून ठरवण्यासाठी काही निकष वापरण्यात आलेले आहेत. हे निकष डॉ. बाबासाहेबांनी ठरवून दिलेले आहेत. अस्पृश्य माणसं ठरवण्यासाठी ज्याप्रमाणे निकष ठरवलेले आहेत त्याप्रमाणे ट्रायबलसाठीदेखील निकष ठरवलेले आहेत. पाच निकषांच्या आधारे या जमाती ठरवण्यात आल्या आहेत. या बाबतीत मी आपल्याशी चर्चादेखील करायला तयार आहे. असं केल्याशिवाय भागणार नाही. आपल्यापुढे दुसरा कोणताही मार्ग नाही. यांची स्वतंत्र

गरज भागली पाहिजे. त्याहीपेक्षा, जो तळातला उपेक्षित समाज आहे त्याला आपण फायदा देणार का? एरिया रिस्ट्रिक्शन उठवणार आहात का? एक जमात एका प्रांतात एका लिस्टमध्ये आहे, तर तीच जमात दुसऱ्या प्रांतामध्ये दुसऱ्या लिस्टमध्ये आहे. माझे काका अकोल्याला राहतात. ते अस्पृश्यांच्या लिस्टमध्ये आहेत आणि मी साताऱ्याला राहतो . मी ट्रायबलच्या लिस्टमध्ये आहे. एरिया रिस्ट्रिक्शन उठवल्याशिवाय हे प्रश्न सुटणार नाहीत. व्ही.जे.एन.टी.च्या संदर्भात राज्यानं काही सबप्लॅन केले पाहिजेत. आम्हाला जर आपल्याला आदिवासी प्लॅनमध्ये घेता येणार नसेल तर आपण आमच्यासाठी वेगळी योजना करणार आहात काय? तुम्ही दिलेल्या लिस्टपेक्षा अकरा टक्के लोक सेमी ट्रायबल आहेत. त्यांना आपण कसं विचारात घेणार याचा खुलासा मंत्रिमहोदयांनी केला तर मी त्यांचा आभारी राहीन.

१३.४.१९९४

नामांतर

सन्माननीय मंत्रिमहोदयांनी या ठिकाणी हे विधेयक मांडलं आहे. त्यावर माझे विचार व्यक्त करण्यासाठी मी इथे उभा आहे. महाराष्ट्र राज्याच्या मुख्यमंत्र्यांनी हा जो निर्णय घेतला आहे तो निर्णय खरं म्हणजे आता घेतलेला नाही. हा निर्णय पंधरा वर्षांपूर्वी घेण्यात आला होता. या निर्णयाची अंमलबजावणी करण्याकरता बरेच फाटे फुटले आहेत, त्यामुळे मागे सभागृहामध्ये बोलत असताना मी असं म्हणालो होतो, की मराठवाडा विद्यापीठाचं नामांतर होईल असं मला वाटत नाही. मीसुद्धा नामांतराच्या चळवळीमध्ये सत्याग्रह करून तुरुंगवास भोगलेला एक सत्याग्रही आहे. मराठवाडा विद्यापीठाचं नाव बदलायचं म्हणजे केवळ बोर्ड बदलायचा इतका अर्थ मला अभिप्रेत नव्हता. नाव बदलायचं म्हणजे केवळ पाटी बदलायची असाच जर प्रश्न असता तर एवढा विरोध झाला नसता.

महाराष्ट्र विधिमंडळाच्या दोन्ही सभागृहांनी १९७८मध्ये नामांतराचा ठराव एकमतानं पास केला. हा ठराव संमत झाल्यानंतर त्याची अंमलबजावणी करायला पंधरा वर्षे लागली. याचा अर्थ माझ्यापुरता मी असा घेतो, की त्याही काळात डॉ. बाबासाहेबांच्या नावाला मराठवाड्यातल्या जनतेचा विरोध नव्हता, महाराष्ट्राच्या जनतेचा त्या काळात नामांतराला विरोध नव्हता. आजही, मराठवाड्यातल्या जनतेनं नामांतर म्हणा किंवा नामविस्तार म्हणा मनापासून स्वीकारला आहे; कारण सर्वसामान्य माणसाला डॉ. बाबासाहेब आंबेडकरांबद्दल खरोखरच प्रेम आहे. मराठवाडा विद्यापीठाला त्यांचं नाव देऊ नये असं मराठवाड्यातल्या जनतेला वाटत नव्हतं. मराठवाड्यातल्या जनतेचा नामांतराला विरोध होता असं मला वाटत नाही. अनेक सभांमधून भाषण करत असताना मागे मराठवाड्यात झालेल्या दंगलीचा कालावधी सोडता मराठवाड्यात अन्य वेळी मी सातत्यानं फिरलो आहे. मराठवाड्यातल्या जनतेनं नावाला विरोध केलेला नाही. जो विरोध झाला तो काही प्रमाणात राजकीय स्वरूपाचा होता. सन्माननीय सदस्य गवईसाहेब यांनी या संदर्भात उल्लेख केला आहे. डॉ. बाबासाहेब आंबेडकर सत्तेच्या संघर्षात अडकले अशी अवस्था होती. राजकारणातल्या लोकांनी काही भूमिका घेतल्या नसत्या तर काय झालं असतं? नामांतर हे त्याच काळात झालं असतं; पण ते त्या काळात झालं नाही. आता, पंधरा वर्षांनंतर झालं आहे.

ज्या परिवर्तनवादी संघटना आहेत त्या गेली पंधरा वर्षं यासाठी संघर्ष करत होत्या. त्यामध्ये रिपब्लिकन पक्षाचे गट असतील, परिवर्तनासाठी काम करणाऱ्या समतावादी अन्य संघटना असतील. या सर्व संघटनांनी, भीमसैनिकांनी व समतासैनिकांनी घरावर सातत्यानं तुळशीपत्र ठेवून नामांतराची लढाई हिरिरीनं लढवली आहे. यासाठी ऐंशी वर्षाच्या स्त्रियासुद्धा पायांना फोड येईपर्यंत, पाय सुजेपर्यंत चालत होत्या. नामांतर झालं पाहिजे म्हणून सर्वसामान्य माणसं रस्त्यावर आली होती. मला असं वाटतं, की या निर्णयाच्या मागे त्यांचे कष्ट, त्यांनी सोसलेल्या हालअपेष्टा कारणीभूत आहेत आणि महाराष्ट्र राज्याच्या या मुख्यमंत्र्यांनी सर्वांच्या भावनांची दखल घेतलेली आहे. याबद्दल परिवर्तनाच्या चळवळीतला एक कार्यकर्ता म्हणून महाराष्ट्राच्या मुख्यमंत्र्यांनी घेतलेल्या निर्णयांसंबंधी महाराष्ट्र सरकारला मी धन्यवाद देतो. डॉ. बाबासाहेब आंबेडकर यांनी आमच्यासाठी काय केलं हे रा. सु. गवई यांनी सांगितलं असल्यामुळे या संदर्भात बोलण्यासारखं काही शिल्लक राहिलेलं नाही; परंतु या ठिकाणी मला आवर्जून असं सांगायचं आहे, की या महापुरुषानं या देशाला संविधान दिलं, मूलभूत अधिकार दिले. डॉ. बाबासाहेब आंबेडकरांखेरीज अन्य कुणी घटना लिहिली असती तर ती माझ्यापर्यंत पोचली असती काय? या देशाचा इतिहास पाहता आणखी कितीतरी वर्षं आम्हाला थांबावं लागलं असतं. या ठिकाणी टाटा-बिर्ला यांना एक मत आणि माझ्यासारख्या दलिताला एक मत असा न्याय असतो. वन मॅन, वन व्हॅल्यू. हे जर झालं नसतं तर काय दृश्य दिसलं असतं? पशू, पक्षी, झाडं, वेली या जशा असतात तसेच आम्ही आहोत, अशी त्यांच्याबरोबर मनुस्मृतीनं आमची तुलना केली.

आताच दि. बा. पाटील यांनी सांगितलं, की तो ट्रेन्ड पुन्हा आणावा असा धर्मसंसदेचा ठराव झाला आहे. या बाबतीत मी पुन्हा कोणताही वाद उपस्थित करू इच्छित नाही. या विधेयकाला सर्वांनी पाठिंबा दिलेला आहे. आमच्या विरोधी पक्षनेत्यांनी जर या विधेयकाला मनापासून पाठिंबा दिला असता तर आम्हाला बरं वाटलं असतं. वास्तविक पाहता, त्यांचाही याला मनापासून पाठिंबा आहे; परंतु पक्षाची काही वेगळी भूमिका आहे म्हणून त्यांनी याला खोटा विरोध केला आहे. मी त्यांचं भाषण ऐकत होतो. त्यांना बोलायचं एक होतं आणि ते दुसरंच काही बोलत होते. त्यांना याला वरकरणी विरोध करावा लागला. तो त्यांनी मनातून काढून टाकावा. महाराष्ट्रानं सुजाणपणानं, समंजसपणानं जो निर्णय घेतला आहे तो सर्वांनी एकमतानं मान्य करावा. हे विधेयक चिकित्सा – समितीकडे पाठवण्याची काही गरज नाही. आपण सर्वांनी मिळून, सर्व राजकीय पक्षांनी मिळून जो निर्णय घेतलेला आहे आणि नामांतराला पाठिंबा दिलेला आहे त्यामुळे मला मनापासून आनंद होत आहे. या घटनेला उशीर झाला, कटकटी झाल्या, आपल्याला अनेक दिव्यांतून जावं

लागलं तरीदेखील आपण हा निर्णय एकमतानं घेऊन सभागृहाची आणि आपल्या राज्याची शान वाढवली आहे. प्रदीर्घ भाषण न करता, माझ्या सर्व सहकारी मित्रांनी राजकीय पक्षाभिनिवेश न ठेवता या विधेयकाला पाठिंबा द्यावा, अशी विनंती करून आणि या विधेयकाला ते पाठिंबा देतील अशी आशा व्यक्त करून, मी माझं भाषण संपवतो.

२५.४.१९९४

स्त्रियांची उपेक्षा

एका अतिशय क्रांतिकारी अशा कायद्याच्या समर्थनार्थ मी इथे उभा आहे. जगाच्या पाठीवर अतिशय विलक्षण असा कोणता देश असेल तर तो आपला आहे.

"ढोर गँवार, शुद्र, पशु, नारी
ये सब है, ताडनके अधिकारी"

असा कायदा या देशानं हजारो वर्षं राबवलेला आहे. एक, दोन, तीन, चार वर्षं नव्हे तर हजारो वर्षं.

ढोर, अडाणी, शूद्र, पशू, नारी या सर्वांना ठोकल्याशिवाय ते सरळ होत नसतात अशा स्वरूपाचा कायदा या देशानं हजारो वर्षं पाळला आहे, आजही हिंदू पुरुषाच्या मनात तो सुप्तपणे अस्तित्वात आहे, भारतीय संविधान काहीही म्हणत असलं तरीही... माझ्यासह हे सर्व हिंदू पुरुष धरून हिंदू पुरुष म्हणून जन्माला येणं ही जगातील एकमेव चैन आहे.

हे विधेयक हिंदू कायद्याच्या संदर्भातलं आहे, म्हणून जगातल्या सर्व पुरुषांच्या संदर्भात मी हे विधान केलं आहे. केवळ बोलल्याबरोबर हे लोक अंगावर कसे येतात हे आपण सर्वांनीच आता पाहिलं आहे. हा आमचा अनुभव आहे.

या देशाची बांधणी कोणत्याही स्वरूपाच्या कायद्यानं केलेली नव्हती. मानवी जीवनातल्या आचारविचारांचं नियंत्रण हे सुसूत्र पद्धतीनं संवैधानिक पद्धतीनं असलं पाहिजे; परंतु या देशात अशा प्रकारचा कोणताही कायदा नव्हता. या ठिकाणी वेद होते, स्मृती होत्या; पुराणं होती; आणि या सर्वांमधून चालत आलेली परंपरा होती, रूढी होत्या. त्या त्या समूहाचा, पंचायतीचा पुढारी, जातीचा पुढारी, गटाचा पुढारी समाजजीवनाचं नियंत्रण करत होता. स्त्रियांना कोणते अधिकार आहेत-प्रॉपर्टीचे, जमिनीसंबंधीचे, संपत्तीबाबतचे? काहीही नाहीत.

या देशात ब्राह्मणाच्या घरात जन्माला येणं म्हणजे इथला भूदेव होणं. तो ब्राह्मण पुरुष भूदेव आहे. या देशाचा मालक आहे. आम्ही जे खातो ते त्याच्या परवानगीनं. आम्ही कष्ट करतो, मेहनत करतो, पैसे मिळवतो तरीदेखील अधोरेखित असे आहे, की हे सर्व त्याच्या कृपाप्रसादानं चालतं; आम्हाला कोणताही अधिकार नाही. आम्ही आमच्या कष्टानं कितीही पैसा मिळवत असू, तो आमचा नाही.

आमच्या घरातल्या स्त्रिया... त्यांची इच्छा झाली, की आम्ही काही करू शकत नाही. हे सर्व आज हजारो वर्षं चाललं आहे. तेव्हा इथं कायदा नव्हता. या ठिकाणी असा कायदा आणला पाहिजे हे प्रथम ब्रिटिशांना सुचलं. ते येईपर्यंत आम्हाला वाटेल तो कायदा, आम्ही म्हणू तो कायदा, आम्ही सांगू तो वेदाचा अर्थ, आम्ही सांगू ते सत्य, बाकीचं सर्व मिथ्या, या तत्त्वज्ञानावर उभा राहिलेला हा देश हजारो जातींमध्ये वाटला गेला होता. हजारो जातींबरोबर स्त्रियांचीदेखील वाटणी झाली होती. स्त्रीला किती धन, संपत्ती दिली? मनूनं स्त्रीला फक्त धनाचा अधिकार दिलेला नव्हता. वडलांनी जेवढं काही दिलं असेल तेवढंच तिच्याबरोबर जातं, नाहीतर तिला एका दमडीला शिवण्याचा अधिकार नव्हता. ती एक क्षेत्र आहे... स्त्रीचा यापेक्षा अधिक अवमान जगाच्या पाठीवर कुणी केला नसेल! तिला क्षेत्र म्हटलं आहे.

पायातली वहाण पायात राहिली पाहिजे हा मनूचा कायदा आहे. तो कायदा आतापर्यंत सगळीकडे चालू आहे. या ठिकाणी आधी ब्रिटिश आले. त्यांनी कायदा करण्याचा प्रयत्न केल्याबरोबर या देशातल्या सनातनी लोकांनी बेंटिंगलासुद्धा रडकुंडीला आणलं होतं. महात्मा फुले यांनासुद्धा सळो की पळो करून सोडलं होतं. याचं कारण धर्मशास्त्रात अशी व्यवस्था केली आहे, की मी सांगीन तसं केलंस तरच तुझ्या आत्म्याला मुक्ती मिळणार आहे आणि तू स्वर्गात जाणार आहेस. मी जे सांगीन ते तू नाकारलंस तर तू नरकात जाणार आहेस. नरकात तुला नरकाच्या गाड्या ओढाव्या लागणार आहेत आणि तुझ्या पुढील कैक पिढ्या जन्म-मृत्यूच्या फेऱ्यात लटकत राहणार आहेत. यातून जर तुला मुक्त व्हायचं असेल तर मी सांगतो तेच तू ऐकलं पाहिजेस. का असा प्रश्न विचारायचा नाही. नवरा लाथा मारतो; पण बायको का म्हणून विचारत नाही. उलट ती असं म्हणते, की पायाला फारच लागलं असेल, तेल लावून चोळायला पाहिजे का? ती असं म्हणत नाही, की चला मी तुम्हाला, लागलेलं दाखवते. नवऱ्यानं दोन-दोन, तीन-तीन बायका केल्या तरीसुद्धा ही बाई सुखानं नांदते, याचं कारण काय आहे? तिला जर दुसरा पर्याय दिला असता तर ती कशासाठी नवऱ्याच्या लाथा खात बसली असती? गुलामाला सोन्याच्या उत्तम बेड्या करून द्यायच्या आणि त्या त्याच्या हातांत घालायच्या, त्या बेड्या कुरवाळत तो कसा जगेल याची तत्त्वज्ञानात व्यवस्था करायची. अशी व्यवस्था केल्यामुळे या देशात बंड झालं नाही; पण इथं माणसं टाचा घासून मेली आहेत. इथं कितीही अन्याय करा, ती माणसं अन्याय सहन करत राहतात. इथल्या पन्नास टक्के स्त्रिया गुलामापेक्षाही गुलाम आहेत. त्या कधी चळवळी करत नाहीत. त्या बोलायला कधीही पुढे येत नाहीत. मी आपल्याला सांगू इच्छितो, की ब्रिटिश आपल्याकडे आल्यानंतर त्यांनी सगळ्या कायद्यांचं एकत्रीकरण करायचा पहिला प्रयत्न केला. यांच्या रूढी आहेत, परंपरा आहेत या सगळ्या एकत्र

करावयात म्हणून प्रयत्न सुरू झाला आणि त्यातून दोन टीका लिहिल्या गेल्या.

विज्ञानेश्वर यांनी अकराव्या शतकात 'मिताक्षरी' हा ग्रंथ लिहून त्या दृष्टीनं पहिला प्रयत्न केला. हिंदूंचे विवाह कोणत्या पद्धतीनं व्हावेत, त्यांचा वारसा कोणत्या पद्धतीनं जावा, मुलांना वारसा मिळावा की मिळू नये, या प्रश्नांसंबंधीचा पहिला प्रयत्न या ग्रंथात कायद्याच्या भाषेत झाला. त्यानंतर पंधराव्या शतकात जामुवतरावांनी कायदा केला. हा कायदा फक्त बंगालमध्ये होता. बंगाल सोडून इतर कोणत्याही प्रांतात हा कायदा नव्हता. या कायद्यानुसार स्त्रीला वारसा नव्हता, संपत्तीत एक नवा दमडासुद्धा नव्हता. या कायद्यातली एक चमत्कारिक बाब अशी होती, की जर स्त्री विधवा झाली तर तिला पोटगी दिली पाहिजे. त्यावेळी जे तथाकथित उच्चवर्णीय होते त्यांना पोटगी दिली पाहिजे, ही बाब डोळ्यांत खुपत होती. त्यामुळे स्त्रीला पोटगी द्यायला लागू नये असा उद्योग त्यांनी केला. त्यावेळी बालविवाह तर होत होतेच; पण विधवा झाल्यानंतर स्त्रीला काहीही द्यायला लागू नये म्हणून तिला असं सांगण्यात आलं, की तू एकटी समाजात शिल्लक राहणार हे काही बरोबर नाही. पतीच्या बरोबर तू जर अग्निप्रवेश केलास आणि सती गेलीस तर जन्म-मृत्यूच्या फेऱ्यातून तू लगेच मुक्त होशील.

त्यामुळे बंगालमध्ये सतीची प्रथा सर्वांत अधिक फोफावली होती. स्त्रीला स्त्रीधन द्यायला लागू नये, तिला पोटगी द्यायला लागू नये हे त्यामागचं कारण होतं. म्हणजे संपत्तीचा कुठलाही वारसा विधवा स्त्रीला द्यायला लागू नये; पण बंगालमध्ये राजा राममोहन रॉय जन्माला आले आणि त्यांनी सतीची चाल उखडून काढली आणि ब्रिटिश सरकारनंही त्यांना पाठिंबा दिला. विज्ञानेश्वरांचा 'मिताक्षरी' हा कायदा पहिल्यांदा गुजरातेत होता आणि त्यानंतर तो क्रमाक्रमानं सबंध उत्तर हिंदुस्थानात पसरला. त्या कायद्यात एकत्र कुटुंब पद्धतीत येणाऱ्या पैशाची वाटणी आणि संपत्तीची वाटणी कशा प्रकारे करावी याचे नियम संकलित करण्यात आले होते. त्यातल्या नियमांनुसार पुरुषाला वडिलांच्या संपत्तीत अधिकार होता...

हे विधेयक फार क्रांतिकारक आहे, असं मी मानत नाही; कारण प्रथम त्या दृष्टीनं प्रयत्न केले गेले होते आणि ते अत्यंत महत्त्वाचे होते, असं मला सांगायचं आहे. 'मिताक्षरी'त विवाहपद्धतीचा उल्लेख करण्यात आला होता, त्याचबरोबर वारसासंबंधीचासुद्धा उल्लेख करण्यात आला होता. त्याप्रमाणे वडिलांचा वारसा मुलाकडे जात होता, हा वारसा वडील हयात असले तरी आणि वडील हयात नसले तरीसुद्धा मुलांकडे जात होता; मात्र मुलीच्या बाबतीत त्यात कुठलाही विचार करण्यात आला नव्हता. या सगळ्या कटकटीतून १९३७ साली महिलांच्या मालमत्तेसंबंधी ब्रिटिश सरकारनं प्रथम एक कायदा केला. त्यामुळे मी कधी कधी असं म्हणतो, की या देशात जर ब्रिटिश आले नसते तर या देशाची दक्षिण आफ्रिका

झाली असती. ब्रिटिश जर आले नसते तर या देशात कायदा व सुव्यवस्थेची संकल्पना आली नसती. १९४१ साली हिंदू वारशासंबंधी एक हिंदू कोड समिती नेमली होती आणि ब्रिटिशांनी नेमलेल्या या समितीद्वारे महिलांच्या संदर्भात काही कार्य करण्यात आलं होतं. १९४३ साली त्यावेळच्या पार्लमेन्टमध्ये यासंबंधीचा कायदा झाला होता. त्यावेळी प्रतिगाम्यांनी इतका दंगा केला, की त्यामुळे हे विधेयक जॉइन्ट सिलेक्ट कमिटीकडे पाठवावं लागलं होतं. जॉइन्ट सिलेक्ट कमिटीनंदेखील काही शिफारशी केल्या होत्या आणि त्यानंतर त्यांनी हे विधेयक पुन्हा पार्लमेन्टकडे पाठवलं होतं. पार्लमेन्टनं तो कायदा मंजूर करायच्या वेळी देशभर इतका दंगा झाला, की १९४३ साली जॉइन्ट सिलेक्ट कमिटीनं मंजूर केलेला हा कायदा पार्लमेन्टनं फेटाळला. आमच्या धर्मात ढवळाढवळ करायची नाही, तुम्हाला पाहिजे असेल ते घेऊन जा, असं त्यावेळी सांगण्यात येत होतं. हजारो वर्षं आमच्यावर राज्य करा; परंतु तेवढं मात्र करू नका, असं त्यावेळी सरकारला सांगण्यात आलं होतं. राणीनं १८५७ सालच्या बंडानंतर एक जाहीरनामा काढला. त्यातलं एक कलम असं होतं, की हिंदुस्थानतल्या हिंदू धर्माच्या एकूण व्यवस्थेत, धार्मिक संबंधात ढवळाढवळ करण्यात येणार नाही. आपल्या दृष्टीनं त्याला काही महत्त्व नाही; परंतु ज्यांचे हितसंबंध यात गुंतलेले होते त्यांच्या दृष्टीनं या घटनेला फार महत्त्व होतं. तेव्हापासून ब्रिटिश सामाजिक सुधारणेपासून दूर जाऊ लागले. यापूर्वी हेच ब्रिटिश अस्पृश्यांना शाळेत प्रवेश देत होते; परंतु १८५७ सालच्या बंडानंतर, अस्पृशांना शाळांत प्रवेश देऊ नका, असं ते सांगू लागले; कारण त्यामुळे हिंदू धर्मात हस्तक्षेप होतो.

१९४३ साली अशा प्रकारची परिस्थिती आपल्या देशात होती. त्यानंतर १९४४ साली सरकारनं हिंदू लॉ कमिटी नेमली. सर वेंगल नरसिंहराव यांच्या अध्यक्षतेखाली ही समिती नेमण्यात आली होती. ज्या बिलासंबंधी डॉ. बाबासाहेब आंबेडकरांना पार्लमेन्ट सोडावं लागलं होतं, मंत्रिपदाचा त्याग करावा लागला होता. त्यातून हिंदू कोड बिल जन्माला आलं होतं. त्या हिंदू कोड बिलाची ही सर्व पार्श्वभूमी आहे. त्यावेळी हिंदूंच्या विवाहपद्धती चमत्कारिक होत्या, त्याचबरोबर वारसा हक्कासंबंधीचे नियमसुद्धा चमत्कारिक होते. प्रॉपर्टीसंबंधीचे अधिकार वेगवेगळे होते. तेव्हा, हे सगळे अधिकार एकत्र करण्यासाठी सर वेंगल नरसिंहराव यांच्या अध्यक्षतेखाली समिती नेमण्यात आली होती. त्या समितीनं काही काम करण्याचा प्रयत्न केला होता. त्यानंतर केंद्र सरकारनं असा निर्णय घेतला, की स्वातंत्र्यानंतर हे काम डॉ. बाबासाहेब आंबेडकरांनी करावं. त्याप्रमाणे डॉ. बाबासाहेब आंबेडकरांनी हिंदू परंपरा, वेद, स्मृती, पुराण या सगळ्यांचा सविस्तर अभ्यास केला आणि हिंदू भगिनींना न्याय द्यायच्या दृष्टीनं एक कायदा तयार केला. त्यावेळी पार्लमेन्टनं आणि

त्यावेळच्या पंतप्रधानांनी देशाला आणि डॉ. बाबासाहेब आंबेडकरांना असं सांगितलं, की हिंदू कोड बिल कोणत्याही परिस्थितीत पास करण्यात येईल; परंतु पंडित जवाहरलाल नेहरू यांना त्यावेळी घूमजाव करावं लागलं. तेव्हा या सगळ्या उठाठेवी कुणी केल्या? डॉ. बाबासाहेब आंबेडकरांच्या विरोधी मोर्चे कुणी काढले? ज्या महिलांनी हे मोर्चे काढले होते त्या महिला डॉ. बाबासाहेब आंबेडकरांकडे जाऊन त्यांना असं म्हणाल्या, की आम्ही जर मोर्च्यात आलो नसतो तर आम्हाला आमच्या घरांमध्ये नांदता येणं शक्य झालं नसतं. आमच्या मनाविरुद्ध आम्हाला या मोर्च्यांमध्ये यावं लागलं.

त्यावेळच्या 'टाइम्स ऑफ इंडिया'तला सगळा पत्रव्यवहार मी वाचला आहे. मी जबाबदारीनं सांगतो; त्यावेळी १९५६ साली हिंदू कोड बिल मान्य केलं गेलं असतं तर त्यानंतरच्या आजवरच्या मधल्या काळात ज्या हजारो स्त्रिया अधिकारांपासून वंचित राहिल्या त्या राहिल्या नसत्या, ज्या हजारो स्त्रिया जळून मेल्या त्या मेल्या नसत्या. इतका क्रांतिकारक कायदा हिंदुस्थानात डॉ. बाबासाहेब आंबेडकरांनी तेव्हा केला होता; परंतु इथल्या सनातनी प्रवृत्तींनी तो मोडून काढला आणि त्याचे तुकडे केले. गेल्या तीस-चाळीस वर्षात त्या तुकड्यातुकड्यांनीच आम्ही येथे विधेयक मंजूर करत आहोत. त्यातलाच हा आजचा बारका तुकडा आहे आणि म्हणून मी सांगितलं, की या तुकड्याला माझ्या दृष्टीनं फारशी किंमत नाही.

हे जे त्यावेळी अनेक तुकडे झाले त्यातला एक नवा तुकडा महाराष्ट्राच्या मुख्यमंत्र्यांनी काढला, त्याबद्दल मी त्यांचं आवर्जून अभिनंदन करतो. त्यांनी हे एक क्रांतिकारक विधेयक आणलं त्याबद्दल त्यांचं अभिनंदन करताना दुःख इतकंच आहे, की हे १९५६ साली झालं असतं तर इस्टेटीसंबंधातले वारसाधिकार बदलले असते, हितसंबंध बदलले असते; परंतु ते झालं नाही; कारण हिंदू-हिंदू, बंधू-बंधू असं आपण तोंडानं म्हणत राहिलो. अर्थात, तसं म्हणण्यानं कोणाच्याच बापाचं कोणाला काही द्यावं लागत नाही. आपण सारे समतेकडे चाललो आहोत असं म्हणायला कोणालाच काही द्यावं लागत नाही. आमची भाषा, आमची कथनी आणि करणी यांमध्ये जमीन–अस्मानाचं अंतर आहे. त्यामुळे आम्ही काही बोलत राहिलो, काहीही कायदे पास करत राहिलो, तरी आमचं वर्तन बेहिशोबी राहिलं. त्याचा परिणाम गेल्या तीस-चाळीस वर्षांत आपण भोगलेला आहे. आताच्या कायद्यांत आपण काय केलं?

कायद्याच्या पातळीवर आम्ही स्त्री-पुरुषांची समानता मान्य केली आणि स्त्रीला सांगितलं, की वडिलांच्या इस्टेटीत तुलासुद्धा हक्क आहे. १९५६ साली तर नक्कीच गंमत होती, त्यात नुसता वाद होता. म्हणजे डाव्या हातानं दिलं आणि उजव्या हातानं काढून घेतलं अशा तऱ्हेनं १९५६पासून आतापर्यंत स्त्रियांच्या

वारसा हक्कासंबंधी वासलात लागलेली आहे. केले ते सारे काल्पनिक कायदे केले. वडलांची इस्टेट मुलीला मिळेल अशी तरतूद आहे; पण ही इस्टेट तिला कशी मिळणार? वडलांना तीन मुलं असतील तर त्या इस्टेटीतले पहिले तीन हिस्से मुलांना आणि एक वडलांचा म्हणून करायचा, आणि वडलांच्या त्या एका हिश्श्यात मुलींना अधिकार द्यायचा. सबंध संपत्तीवर आपण १९५६ पासून पूर्ण असा अधिकार दिलेलाच नाही. आपण जे अधिकार देत आहोत ते एवढ्यापुरते आहेत, की मुलांचे हिस्से जाऊन, वडलांचा जो हिस्सा राहतो, त्यात मुलींना हक्क देणार आणि चार बहिणी असतील तर प्रत्येकीच्या वाट्याला एक अष्टमांश हिस्सा येणार. काय क्रांतिकारक कायदा केला आपण? केवढी फसवणूक आहे ही? म्हणजे, एका बाजूला स्त्रीचं स्वातंत्र्य मान्य केलं, तिला पुरुषांबरोबर स्वातंत्र्य दिलं. मतपेटीसमोर नेऊन तिला सांगितलं, की तू आता पुरुषाबरोबरीची आहेस. आणि प्रॉपर्टीच्या बाबतीत मात्र काय सांगितलं? तर केवळ डबडं वाजवलं. तिला सांगितलं काहीही मिळणार नाही. काय दिलं तिला आपण? आता तरी असं काय मोठं दिलं आहे तिला? माझं म्हणणं असं आहे, की निदान, हा कायदा करताना तरी या काळाचं भान आपल्याला असायला पाहिजे होतं. आता, नवऱ्याच्या संपत्तीत पन्नास टक्के हक्क त्याच्या बायकोला मिळेल असं आपण करायला पाहिजे होतं. आपण असं का करत नाही? आपण केवळ पळवाटा शोधत आहोत. तिलाही आम्ही बरोबरीची मानतो. मुलांबरोबर तिलाही हिस्सा दिलेला आहे असं म्हणतो. व्यवसायातलं स्वतंत्र उत्पन्न मिळवलं असेल तर ते तिला ठेवलं आहे. पित्यानं काही पैसा ठेवला असेल तर त्यातल्या व्याजात तिला हक्क दिला आहे; परंतु त्यातसुद्धा अडचण करून ठेवली आहे.

आताच मला विद्याताईंनी सांगितलं आहे, की मुलगी पुण्यात जन्मली असेल आणि तिचं लग्न नागपूरला करून दिलं असेल आणि पुण्यात असलेली वडलांची प्रॉपर्टी तिच्या हिश्श्याला आली असेल व ती तिला विकायची असेल तर तिनं प्रथम आपल्या भावांना त्यासाठी अग्रक्रमानं विचारलं पाहिजे, की वडलांकडून वारसा अधिकारानं मला मिळालेली ही जी प्रॉपर्टी आहे ती मला विकायची आहे आणि त्या भावांनी ती घ्यायला नाही म्हटलं तर मग तिला 'ओपन'मध्ये जायला परवानगी आहे. म्हणजे, आम्ही एका बाजूला तिला सांगितलं, की तुला या संपत्तीमध्ये अधिकार दिला; पण तो बंधन घालून दिला आहे. मी तर विद्याताईंना म्हणेन, की तुमच्यासारख्या वकील असलेल्या स्त्रिया आमच्या समाजात हातांच्या बोटांवर मोजण्याइतपत आहेत. त्यामुळे बाकीच्या स्त्रियांची परिस्थिती व परवड अशीच होत राहिली आहे. ते सगळे भाऊ तिच्याकडून केवळ कागदावर लिहून घेतील आणि परिस्थिती पुन्हा जैसे थे राहील. त्यात बदल होणार नाही. आतापर्यंत तुम्ही वडलांची

प्रॉपर्टी म्हणत होता. आता संयुक्त कंटुंबपद्धतीतली म्हणाल. तर केवळ शब्दांमध्ये फरक झाला, इतकंच. त्यात तिला हक्क दिला आहे, भावाबरोबर अधिकार दिला; पण तो देताना तिच्या अधिकारांचं काय करावं?

तेव्हा, माझं मंत्रिमहोदयांना सांगणं आहे, की आपण या विधेयकाद्वारे अशी दुरुस्ती करू शकलात तर आम्हाला आनंद होईल. वडलांच्या प्रॉपर्टीची ती ज्या क्षणी जेवढ्या हिश्श्यांसाठी मालक होईल त्या क्षणापासून तेवढ्या हिश्श्याची प्रॉपर्टी; ती विकणं, गहाण ठेवणं वा अन्य काही करणं हे तिच्या इच्छेवर अवलंबून असलं पाहिजे. ती कोणताही अर्ज करणार नाही. वकिलाकडे जाणार नाही, पंचांसमोर जाणार नाही. भाऊ आत बसणार, सगळी कागदपत्रं पाहणार, ती बदलणार. तो शेतावरही बसणार. सर्वत्र त्याचा अधिकार चालणार. आमच्या या स्त्रीला काहीच मिळणार नाही. कायद्यात ही जी विसंगती आहे ती दूर झाली पाहिजे. स्त्रीला वडलांचा हिस्सा मिळाला पाहिजे, इतकंच नव्हे, तर नवऱ्याचाही हिस्सा मिळाला पाहिजे. महिलांबाबतचं धोरण महाराष्ट्राच्या मुख्यमंत्र्यांनी जाहीर केलं आहे. माझं याबाबत असं मत आहे, की सातबाराच्या उताऱ्याबरोबरच लग्नपत्रिका तयार झाली पाहिजे. आज पुरुषांची नुसतीच चैन चालली आहे. नवऱ्याच्या संपत्तीमध्ये कायद्यान्वये पत्नीला अर्धा वाटा मिळाला तर मला वाटतं, हुंडाबळींचं प्रमाण कमी होईल. आज आपण सिव्हिल हॉस्पिटलमध्ये पाहतो, की हुंड्यासाठी अनेक मुली जाळल्या जात आहेत. म्हणून या ठिकाणी मला असं सांगायचं आहे की स्त्रियांना नवऱ्याच्या संपत्तीत हक्क मिळाला पाहिजे. लग्नपत्रिका तयार होताना सातबाराच्या उताऱ्यात त्या मुलीचं नाव घातलं गेलं पाहिजे. मंगलाष्टकं संपल्याबरोबर तिला नवऱ्याच्या प्रॉपर्टीचा हिस्सा मिळाला पाहिजे. असं झालं तर विधवा स्त्रियांचा प्रश्न, परित्यक्ता स्त्रियांचा प्रश्न, तसंच हुंडाबळीचा प्रश्न सुटू शकेल.

महाराष्ट्र राज्य असं आहे, की या ठिकाणी सर्वांत प्रथम महिलांविषयीचं क्रांतिकारक धोरण जाहीर केलं आहे. हे राज्य असं आहे, की या ठिकाणी मी स्त्रियांविषयी बोलू शकतो. इतर राज्यांत मात्र तशी परिस्थिती नाही. महाराष्ट्र राज्य हे असं राज्य आहे, की ते महात्मा फुल्यांचं, शाहू महाराजांचं, डॉ. बाबासाहेब आंबेडकरांचं, तसंच छत्रपती शिवाजी महाराजांचं राज्य आहे. आपलं राज्य देशाला आदर्श निर्माण करून देणारं राज्य आहे. म्हणून या कायद्यात कोणत्याही प्रकारची उणीव राहता कामा नये. अशा प्रकारे, लोकशाही मार्गानं स्त्रियांना आपण नवऱ्याच्या प्रॉपर्टीमध्ये वाटा दिला पाहिजे. एवढंच मला या निमित्तानं सांगायचं आहे. पुन्हा एकदा या विधेयकाला पाठिंबा देऊन मी माझं भाषण संपवतो.

२९.७.१९९४

रोजगार हमी

सभापती महोदय, मंत्रिमहोदयांनी या ठिकाणी जे विधेयक आणलं आहे त्याला विरोध करण्यासाठी मी उभा आहे; कारण ज्या कारणासाठी रोजगार हमी योजनेचा कायदा केला त्या कायद्यामुळे सुरुवातीच्या काळात हजारो मजुरांना काम मिळत होतं हे चांगलं आहे. त्यानंतर पुढे या कामांमधून मिळणारे पैसे, रोजगार आणि बाहेर शेतावर काम करणाऱ्यांना मिळणारा रोजगार यांमध्ये खूप मोठी तफावत निर्माण झाली. असं असताना या योजनेतले सोळाशे कोटी रुपये पडून आहेत असं सांगितलं जात आहे. ते का पडून आहेत? तुम्ही ही पद्धत बदलत आहात म्हणून नव्हे, तर तुमचं जे सरकार आहे ते नीट काम करत नाही म्हणून ते पडून आहेत. आज या ईजीएसचा जो दर आहे तो का वाढवत नाहीत? बागायतदार जितक्या पटींनी रोजगाराचे पैसे देतो तेवढे पैसे तुम्ही मजुराला का देत नाही? उपयुक्त अशी चांगल्या पद्धतीची कामं व्हावीत यासाठी राज्य सरकारनं विहित केलेल्या अनुसूची कंत्राट पद्धतीच्या आधारावर ही कामं पार पाडण्यात येणार आहेत. मुळात, या कामांमध्ये कंत्राटदार आणावा लागत आहे, हे या कायद्याच्या विरुद्ध आहे. या कायद्याचा उद्देश असा, की माणसांच्या हाताला काम दिलं पाहिजे. ग्रामीण भागातल्या बेरोजगारांना रोजगार देणारं एक क्रांतिकारक पाऊल देशाच्या पातळीवर या सरकारनं उचललं असं पहिल्यांदा सांगितलं आहे. त्या ठिकाणी दोन-तीन कंत्राटदार काम करायला येतात, त्यांना कामाची जबाबदारी नक्की करता येत नाही. का येत नाही? कोणतं काम दिलं आहे याची त्यांना माहिती नसते, कोणत्या पोर्शनचं काम दिलं आहे याची माहिती ज्या अधिकाऱ्यांना नसेल, त्यांची जबाबदारी त्यांना नक्की करता येत नसेल तर त्या अधिकाऱ्याला त्या ठिकाणी ठेवायचं कारण उरत नाही. जे दिलेलं काम आहे ते नीट करायचं नाही. त्यामध्ये खोडा घालायचा प्रयत्न अधिकाऱ्यांनी करायचा. अधिकारी व कंत्राटदार यांचं पर्सेन्टेज त्यात ठरलेलं असतं. किती पैसे दिले जातात किती खाल्ले जातात हे सर्व आम्हाला माहीत असतं. म्हणून आपण सर्वांनी मिळून खाऊ या असं हे धोरण आहे. मग या ठिकाणी सांगायचं, की मजूर मिळत नाहीत आणि मागच्या दारानं कंत्राटदाराला आणायचं काम करायचं.

कॉन्ट्रॅक्टरला मागच्या दारानं आत आणायचं हे काम आहे. रोजगार हमी योजनेची ही सगळी कामं तकलादू असतात. एक पाऊस आला तरी दुसऱ्या पावसापर्यंत राहत नाहीत आणि कॉन्ट्रॅक्टरला तसंच कार्यकारी अभियंत्यालादेखील खात्री असते. साधा वळवाचा पाऊस आला तरी कॉन्ट्रॅक्टर काळजीत असतो. त्यांना ब्लॅक-लिस्ट नाही.

याचं एक काम फुटलं तरी जिल्हा परिषद त्याला पुन्हा दुसरं काम देते; कारण तो जास्त टक्के देत असतो.

अध्यक्ष महोदय, या विधेयकाच्या खंड तीनमध्ये पूर्वलक्ष्यी प्रभावानं १९९३पासून पैसे दिले जाणार आहेत. १९९३ ची कामं अजूनही पूर्ण झालेली नाहीत काय? कामं पूर्ण झालेली असल्यास त्यास पैसे द्यायचं कारण काय? त्याला मागचा इफेक्ट का देत आहात? याचा अर्थ अधिकारी, प्रशासन व कॉन्ट्रॅक्टर यांच्यात लागेबांधे आहेत. त्याला उघडपणे पैसे देता यावे यासाठी हे दुरुस्ती-विधेयक आणलं आहे.

५.४.१९९५

गारपीट

सभापती महोदय, दरवर्षी या सभागृहात आपण गारपिटीच्या प्रश्नावर चर्चा करतो. ही चर्चा गेली चार-पाच वर्षं मी त्या बाजूच्या बाकावरून ऐकली आहे. मंत्रिमहोदय या बाजूला असताना त्यांनी या विषयावर केलेली भाषणं मी ऐकली आहेत. या सरकारचं डोकं खरोखरच ठिकाणावर नाही! पश्चिम महाराष्ट्रात गारपीट झालेली आहे हे या सरकारला माहीत नाही. त्या ठिकाणी द्राक्षांचं नुकसान झालं आहे; पण पश्चिम महाराष्ट्रात अजूनपर्यंत मदत गेलेली नाही. त्या ठिकाणी अजून सर्व्हे झालेला नाही. त्या ठिकाणी सरकारची माणसं गेली नाहीत आणि कामाला लागली नाहीत. त्यामुळे सरकार केवळ कागदावर बोलतं. याला काही अर्थ नाही.

माझं असं म्हणणं आहे, की पश्चिम महाराष्ट्रात विदर्भाप्रमाणे पाहणी केली आहे काय? यासंबंधीचे आकडे मंत्रिमहोदयांनी या ठिकाणी सांगावेत. सरकार आकडे सांगत नसेल तर मग माझं म्हणणं बरोबर आहे.

सातारा जिल्ह्यातल्या माण तालुक्यात पिण्यासाठी पाणी नाही. तिथल्या शेतकऱ्यांनी डोक्यावरून हंड्यानं पाणी आणून फळबागा जगवल्या आहेत. या तालुक्यात द्राक्ष आणि डाळिंबं होतात. खटाव व माण तालुक्यांत या पिकांचं नुकसान झालेलं आहे. त्याचप्रमाणे गहू, हरभरा ही पिकंही जमीनदोस्त झाली आहेत.

मी या ठिकाणी असं म्हटलं, की सरकारचं डोकं ठिकाणावर नाही. पूर्वी परकी सरकारच्या संदर्भात असा शब्दप्रयोग केला गेला असेल; पण तो आता स्वकीय सरकारच्या संदर्भात करावा लागत आहे. सातारा, सांगली व कोल्हापूर या जिल्ह्यांत गारपीट झालेली आहे. या संदर्भात आम्हाला जिल्हावार माहिती मिळायची आवश्यकता आहे.

ही सगळी माहिती मिळाल्यावर मंत्रिमहोदयांना मला असं सांगायचं आहे, की आमच्या भागातल्या अनेक शेतकऱ्यांनी दहा ते पंधरा किलोमीटर अंतरावरून पाणी आणून जिरायती शेतातली आपली पिकं जगवली आहेत; परंतु गारपीट किंवा वादळ झाल्यामुळे या पिकांचं नुकसान मोठ्या प्रमाणावर झालेलं आहे. वादळ आणि गारपीट दरवर्षीच येणार आहे. तेव्हा अशा पिकांसाठी पीक विमा योजना करायचा

विचार शासन करणार आहे काय? प्रत्येक झाडाचा विमा काढण्यात आला पाहिजे. त्याचबरोबर गहू, ज्वारी इत्यादी पिकांच्या बाबतीत हेक्टरी पीक-विमा योजना लागू करण्यात आली पाहिजे. अशा प्रकारे प्रत्येक फळझाडाचा विमा काढणं शक्य आहे. संत्र्याच्या प्रत्येक झाडाचा विमा उतरवणं शक्य आहे. द्राक्षं, डाळिंबं इत्यादी पिकांच्या बाबतीतसुद्धा अशा प्रकारचा विमा उतरवण्यात आला पाहिजे, असं मला या निमित्तानं सांगायचं आहे. गारपीट आणि वादळ पंधरा मिनिटं होतं; परंतु या पंधरा मिनिटांत झालेल्या वादळामुळे त्या शेतकऱ्याच्या शेतातल्या सर्व पिकांचं नुकसान मोठ्या प्रमाणावर होत असतं. तेव्हा, फळझाडांच्या बाबतीत पीक विमा योजना लागू करण्याच्या बाबतीत निर्णय घेण्यात आला पाहिजे. गारपिटीमळे नुकसान झालेल्या शेतकऱ्यांना मदत करण्यासाठी अर्थसंकल्पातून पैसे काढण्यात येतात. तेव्हा, पीक-विमा योजनेकडे जर हे पैसे भरले तर दरवर्षी शेतकऱ्याला ते निश्चित फायद्याचं होईल. तेव्हा या ठिकाणी मी जी सूचना केलेली आहे त्याबाबत माननीय मंत्रिमहोदयांनी आपल्या उत्तराच्या भाषणात खुलासा करावा. एवढं बोलून मी माझं भाषण संपवतो.

५.४.१९९५

यज्ञसंस्कृती

सभापती महोदय, या विधेयकाला विरोध करण्यासाठी मी या ठिकाणी उभा आहे. यापूर्वीही मी या विधेयकाच्या संदर्भात माझं मत मांडलं आहे. या विधेयकाला विरोध करण्यासाठी या विषयावर माझे विचार मी पुन्हा व्यक्त करत आहे. आपण जर स्पर्धा लावली, की सर्वाधिक असत्य बोलणारे आणि सर्व समाजाला फसवणारे लोक जगात कोण आहेत तर त्यामध्ये या वर्णव्यवस्थेचे जे संस्थापक आहेत त्यांचा नंबर पहिला येतो. ते सतत असत्य बोलत राहतात. बुद्धिवादाचा प्रचार या पद्धतीनं करायचा की ही सर्व चर्चा अगदी गोल होत जाईल. स्वत:च्या भातावरचं तूप कोणत्याही पिढीत कमी होऊ नये हा त्यांचा उद्देश असतो. त्यांचा दुसरा उद्देश अधिरोत्तरता आहे. हे एकूण भांडण अधिरोत्तरतेसाठी आहे. भांडण गाय कापावी की बैल कापावा याबाबतचं नाही. मुंज करायची म्हटल्यावर कणकेची गाय तयार करायची आणि ती कापायची अशी परंपरा आजही आहे. त्याचे माझ्याकडे पुरावे आहेत. या देशातल्या गरीब माणसांचा बुद्धिभेद करणाऱ्यांचं नेतृत्व करणारा एक वर्ग आहे. त्यानं आपला ठेका कायम ठेवला आहे. ते लोक हजारो वर्षं, पिढ्यान्‌पिढ्या जनावरांच्या पातळीवर जगत आहेत. ते कसलाही उद्योग करत नाहीत, श्रमांची प्रतिष्ठा राखत नाहीत, स्वत: जनावरं पाळत नाहीत, शेती करत नाहीत, गोमूत्र काढत नाहीत. या देशात शेण खाणाऱ्यांची एक जात आहे. ते पंचगव्य असं म्हणतात. मूत्र, शेण, दूध, दही आणि तूप हे सारं एकत्र करायचं आणि श्रावण महिन्यातल्या श्रावणीला खायचं. अशा शेण खाणाऱ्यांनी जगाला तत्त्वज्ञान सांगितलं आहे.

इतकी भन्नाट जात दुनियेत कुठेही सापडणार नाही! ते काल काय बोलले आणि आज काय बोलत आहेत या दोन्हींचा संबंध त्यांच्या तत्त्वज्ञानात नाही. अनेक वेळा ते परस्परविरोधी बोलतात. एखाद्या ठिकाणी गाय कापा म्हणून सांगतात आणि पुढे, आणखी दोन पानं वाचली तर गाय कापू नका म्हणूनही सांगतात. गाईचं दोन दिवसांचं बछडं कापा म्हणूनही ते सांगतील. आज जन्मलेलं गाईचं बछडं दुसऱ्या दिवशीच कापलं पाहिजे असंही सांगतील. श्रीमती संजीवनी रायकरताई असं म्हणतात, की घर शेणानं सारवलं पाहिजे; पण त्या घर कशानं सारवतात? गाईला

पवित्र माना म्हणून तुम्ही आम्हाला सांगायची आवश्यकता नाही. शेतकऱ्यांसाठी गाय पवित्र असते. त्यांचं सगळं जीवन गाई-बैलांवर अवलंबून असतं. प्रसंग पडला तर शेतकरी स्वत:च्या मुलाबाळांना उपाशी ठेवील; पण स्वत:च्या जनावरांना, बैलांना खायला घालील; कारण त्याचा अख्खा संसार जनावरांवर चालतो. त्यांच्या धर्माचं रक्षण कोण करून राहिलं आहे? आम्हीच करून राहिलो आहोत.

पंचगव्य खाणाऱ्यांनी शेण काढायचं नाही. शेण खायचं; पण शेणात हात घालायचा नाही. त्यांच्या कोणत्याही पिढीनं शेणाला हात लावला नाही. कोणती जनावरं पवित्र आहेत आणि कोणती अपवित्र आहेत हे त्यांनी सांगितलं. पुण्याच्या सदाशिव पेठेतल्या अनेक लोकांची मुलं अमेरिका, इंग्लंड, युरोप या ठिकाणी आहेत. नागपूरमधली काही मुलंही त्या ठिकाणी आहेत. ते तिथं काय खातात? ते त्या ठिकाणी बीफ खातात की शाकाहार घेतात? त्या ठिकाणी ते काय खातात? त्यांनी गाय खाल्ली की ती पवित्र आणि ती खाल्ली नाही की ती अपवित्र. म्हणजे परलोकीचं सत्य वेगळं आणि इहलोकीचं सत्य वेगळं. या पंचगव्य खाणाऱ्यांच्या जाती. एवढी भन्नाट जात जगात कुठे आहे काय? ते काल जे बोलले ते वेगळं आणि जे आज बोलले ते वेगळं. इतकं असत्य कथन करणारी दुसरी कोणतीही जमात जगाच्या पाठीवर तुम्हाला कुठेही सापडणार नाही; पण ते सर्व शास्त्राधार काढणार. सर्व शास्त्रांच्या किल्ल्या हे लोक आपल्या कनवटीला बांधणार. या सगळ्या अभ्यासाकडे मी कुतूहल म्हणून पाहतो. मंत्रिमहोदय, अण्णासाहेब डांगे हे आमचे आहेत. ते आमच्याशिवाय इतर कोणाचेही असू शकत नाहीत.

दुनियेत अशा लोकांसारखा नंबरी नमुना कुठेही मिळणार नाही. पूर्वी यज्ञात काही गोष्टी सांगितल्या जात होत्या; पण आता तुम्ही तर आम्हाला संस्कृतसुद्धा शिकू देत नाही. ते सर्व तुम्ही दडवून ठेवलं आहे. म्हणून मी आपल्याला अत्यंत नम्रपणे सांगू इच्छितो, की महाराष्ट्रातल्या एकातरी विद्यापीठात त्यांनी हे वेद शिकवून दाखवावे. ज्यांना वैदिक धर्माचं पुनरुज्जीवन करायचं आहे त्यांना मला असं विचारायचं आहे, की महाराष्ट्रातल्या सर्व विद्यापीठांत आपण वेद शिकवू शकता काय? आमच्या गोरगरिबांच्या मुलांना कळू द्या, की वेद हे पवित्र कसे आहेत? माझ्याजवळ आता वेद आहेत. आपल्याला अश्वमेध यज्ञाचं वर्णन पाहिजे असेल तर ते मी सांगतो; पण हे सर्व मी या ठिकाणी वाचू शकत नाही. अश्वमेध यज्ञाचा हा घोडा काय आहे? ब्ल्यू फिल्मसुद्धा फिकी पडेल इतकं अश्लील वर्णन त्यात आहे. राजवाडे यांनी हे वर्णन दिलं आहे, ते आपण वाचू शकत नाही, दुसऱ्याला वाचून दाखवू शकत नाही. घोडे आम्ही पिढ्यान्‌पिढ्या पाहिले आहेत; पण त्यांचा उपयोग तुम्ही काय काय करावा? माणसं आणि घोडे यांच्यामध्ये फरक तरी करा ना! रामराव आदिकसाहेब यांना मी हे वर्णन वाचायला द्यायला तयार आहे. तुम्हाला हवं

असलं तरी मी देईन.

माझा मुद्दा इतकाच आहे, की हे नंबरी घोडं आहे. अण्णासाहेब डांगे हे माझ्यापेक्षा वयाने मोठे आहेत; पण मी या ठिकाणी सांगू इच्छितो, की त्या ठिकाणी घोड्याचा उपयोग काय केला हे कोणी-कधीच सांगितलं नाही. तो घोडा फिरून आल्यावर त्याचं काय करत होता हेही सांगितलं नाही. तुमचा जो कोणी मुख्यमंत्री आणि पंतप्रधान होणार असेल त्यानं घरात विचारलं पाहिजे आणि वाचून दाखवलं पाहिजे, की अशा प्रकारे मी घोडं सोडलेलं आहे. तेव्हा, ते आपल्याला चालेल का? ज्ञानाच्या सर्व प्रकारच्या किल्ल्या स्वत:च्या कनवटीला ठेवायचा प्रयत्न या लोकांनी केला आहे. इतरांना ज्ञान समजू नये असा प्रयत्न या लोकांनी केलेला आहे.

पां. वा. गाडगीळ यांनी आम्हा सर्व लोकांवर खरोखर खूप उपकार केले आहेत. त्यांनी या संदर्भात लिहून ठेवल्यामुळेच आम्हाला ते समजलं, अन्यथा आम्हाला काहीही कळलं नसतं. आम्हाला वेदसुद्धा कळला नसता. या चर्चेच्या निमित्तानं मी हे अत्यंत नम्रपणे सांगू इच्छितो, की राजवाडे यांनी आमच्यावर खरोखर उपकार केलेले आहेत. आम्हाला संस्कृत समजत नाही; परंतु त्यांनी प्राकृत मराठीत संस्कृतचं भाषांतर केलं आणि ग्रंथ लिहून ठेवला. या ग्रंथाला डांगे यांनी प्रस्तावना लिहिली होती. त्याचबरोबर, मी आपल्याला हेसुद्धा सांगू इच्छितो, की डॉ. रूपा कुलकर्णी, डॉ. आ. ह. साळुंके या लोकांनी जर काही लिहिलं नसतं तर आम्हाला काहीही समजलं नसतं. ते अजूनही पवित्र आहे असं मी समजत राहिलो असतो. कुणीही वाचू शकणार नाही अशा प्रकारचं वर्णन त्यांनी या पुस्तकात केलं होतं. यज्ञ म्हणजे काय? त्या ठिकाणी काय काय उद्योग सुरू होते? यज्ञ म्हणजे अग्नीभोवती एकत्र जमणं. त्या अग्नीत मारलेल्या पशूची चरबी टाकून तो अग्नी सतत चेतावायचा, सोमाची दारू प्यायची आणि जननेंद्रियासंबंधी अश्लील बोलायचं, अशा प्रकारचे उद्योग यज्ञ करत असताना त्यावेळी रानटी लोक करत होते. या सर्व उद्योगांना 'यज्ञ' असं म्हटलं जात होतं, अशा प्रकारचा उल्लेख वि. का. राजवाडे यांनी 'भारतीय विवाह संस्कृतीचा इतिहास' नावाचं जे पुस्तक लिहिलं त्या पुस्तकाच्या पान नंबर ८२ वर केलेला आहे.

हे सर्व उद्योग त्या लोकांचे आहेत. मी काहीही लिहिलेलं नाही आणि मी स्वत: यज्ञ केलेला नाही, त्याचं पावित्र्य मी मानत नाही. मी यज्ञ करणारसुद्धा नाही. पशूची हत्या केल्याशिवाय यज्ञ होऊ शकत नाही. त्यामुळे यात माझी काहीही चूक नाही. ज्यांनी यज्ञ केला होता त्यांनी हजारो प्राणी कापले होते. हे प्राणी कोणत्या खांबाला बांधायचे हेसुद्धा ठरवण्यात आलं होतं. हे लोक मोठ्या प्रमाणावर जनावरं खात होते. सर्व प्रकारची जनावरं त्यांनी खाल्ली आहेत. फक्त साप खाल्ला नाही. सर्व प्रकारची जनावरं खाऊन खाऊन दात किटल्यामुळे आता हे लोक असं सांगत

आहेत, की गाई कापू नका. हिंसेशिवाय यज्ञ नाही आणि प्रत्येक पशू ईश्वरानं निर्माण केलेला आहे. तो पशू यज्ञ नावाच्या संस्थेला द्यायचा असेल तर त्यात काहीही पाप नाही असं सांगितलं गेलं आहे. या लोकांना भूक लागल्यावर त्यांना जे मिळेल ते खायला त्यांनी सुरुवात केली. स्वतः खाल्ल्यावर इतरांना त्या बाबतीत ते तत्त्वज्ञान सांगणार. एखाद्यानं जर असं विचारलं की आतापर्यंत मी ते खात नव्हतो तर त्याला ते असं उत्तर देत होते, की आतापर्यंत जरी खाल्लं नसलं तरी आम्ही ते खाल्लेलं आहे आणि तुम्हीदेखील खा. या लोकांनी आम्हाला शेण चारलं नाही हे आमचं नशीब आहे. पंचगव्य खा, असं त्यांनी आम्हाला सांगितलेलं नाही.

गाईच्या संदर्भात जे प्रेम आता दाखवण्यात येत आहे ते अत्यंत तकलादू आहे. त्यांनी काय काय खाल्लं होतं यासंबंधी शुक्ल यजुर्वेदात उल्लेख करण्यात आला आहे. ब्राह्मण्य ग्रंथातील चोविसाव्या अध्यायात पाचव्या कंडिकेमध्ये उल्लेख करण्यात आला आहे. गाईंना कुठे बांधायचं याचा स्पष्ट उल्लेख त्यात करण्यात आला होता. आतापर्यंत ही पुस्तकं कुणीही वाचत नव्हतं, त्यामुळे या संदर्भात आम्हाला काही माहीत नव्हतं. एका ठिकाणी गाय या शब्दाचं भाषांतर बकरी असंसुद्धा करण्यात आलेलं आहे. बापटशास्त्री यांनी गाय या शब्दाचं भाषांतर बकरी असं केलं आहे. तीन बुटके बैल बांधावेत असं सांगण्यात आलं आहे; परंतु त्याचं भाषांतर असं केलं होतं, की तीन बकऱ्या बांधण्यात याव्यात. बकऱ्या, घोडे, बैल यांतला फरक आपल्याला कळत नाही काय? बकऱ्या गाड्या ओढतात काय? गाडी ओढणारे बैल बांधावेत असं म्हटलेलं असताना त्याचं भाषांतर मात्र बकऱ्या बांधाव्यात असं करण्यात आलेलं आहे. अशा प्रकारे यज्ञाला आहुती देण्यासाठी निरनिराळे प्राणी कापावेत अशा प्रकारचा उल्लेख करण्यात आलेला आहे.

हे प्राणी कापल्यावर कुणी कोणते भाग खावेत यावरूनसुद्धा आपापसात भांडणं होतात. इतकंच नव्हे, तर या संदर्भात लढायासुद्धा झालेल्या आहेत. जीभ कुणी खायची, मेंदू कुणी खायचा यावरूनही तलवारीनं लढाया झाल्या आहेत; मात्र यज्ञाला शेपूट, कातडी, खूर यांसारखे भाग देण्यात येत होते. मला या बाबतीत असं म्हणायचं आहे, की आपण देवासाठी यज्ञ करत आहात; तेव्हा यज्ञाला काळीज द्यायला पाहिजे, मेंदू दिला पाहिजे; परंतु प्रत्यक्षात तसं न करता यज्ञात शेपूट, खूर, चामडं देण्यात येतं. शेवटी, असंही सांगितलं गेलं, की यज्ञात चामडं टाकू नका. मी आपल्याला हे सांगू इच्छितो, की अकरा भागांमध्ये गाय कापण्यात येत होती. गाईच्या अवयवावरून यांची आडनावं ठरविली गेली आहेत. अग्निहोत्री हे नाव कशावरून आलेलं आहे हे जर आपण पाहिलं तर आपल्याला असं दिसून येईल, की अग्निहोत्र चालवणारा, म्हणजे यज्ञ सतत तेवत ठेवणारा तो अग्निहोत्री. अशा प्रकारे ही सर्व आडनावं यामधून आलेली आहेत.

या विधेयकाच्या निमित्तानं मला असं सांगायचं आहे, की इथं बनवाबनवी करण्यात येत आहे; परंतु महाराष्ट्रात आपलं कुणीही ऐकणार नाही. पूर्वी गाईचं मांस खाण्यात येत होतं, आजसुद्धा ते मांस खाण्यात येत आहे, पुढेसुद्धा खाल्लं जाणार आहे. तेव्हा, शासनानं जर अशा प्रकारचं विधेयक आणून कायदा केला तर मी स्वत: सत्याग्रह करीन. चाळीस टक्के लोक गाईचं मांस खाणारे आहेत. गाईचं मांस हे आमचं दररोजचं अन्न आहे. गाईच्या मांसाची किंमत चोवीस रुपये किलो आहे आणि शेळी-मेंढीच्या मांसाची किंमत १०० रुपये किलो इतकी आहे. गरीब माणसानं शेळी-मेंढीचं मांस कसं काय खायचं? या शासनाला गरिबाबाबत काही चिंता वाटत नाही. ज्या देशाला माणसं जगवता येत नाहीत, त्या देशातले राज्यकर्ते इतकं नादान होऊन जनावरं जगवण्याबाबत जर बोललेलं ऐकून घेत असतील तर मला त्यांना असं सांगायचं आहे की अगोदर माणसं जगवण्याचा विचार आपण करावा. एकही माणूस उपाशी राहणार नाही यासाठी आपण कायदा तयार करा. ही जनावरं मारायची किंवा नाही त्याचा विचार त्यानंतर करा. त्याचबरोबर, या जनावरांबद्दल शासनाला खूप प्रेम वाटत असेल तर टाभजीभाई सोलंकी यांनी सांगितल्याप्रमाणे ही जनावरं आपल्या घरी न्यावी आणि त्यांना खायला घालावं.

या संदर्भात प्रयोग करण्यात आलेला आहे असं सांगितलं जातं; परंतु यातसुद्धा सतत लबाड्या करण्यात येत आहेत. याबाबतीत मी एक उदाहरण देऊ इच्छितो. गोमूत्र पिणं शास्त्रीयदृष्ट्या चांगलं आहे असं सांगण्यात येत आहे; परंतु आपण बैलाचं मूत्र का पीत नाही? गाईचं मूत्र आरोग्यदृष्ट्या चांगलं आहे असं सांगण्यात येत असताना बैलाचं मूत्र का प्यालं जात नाही? बैलाची निर्मिती गाईपासून झालेली असताना बैलाचं मूत्र का प्यालं जात नाही? विटाळ झाल्यानंतर गाईचं मूत्र घरात सगळीकडे शिंपडण्यात येतं. डॉ. बाबासाहेब आंबेडकरांनी चवदार तळं बाटवल्यावर या लोकांनी त्या तळ्यात पंचगव्य ओतलं आणि सांगितलं, की आता हे तळं पवित्र झालं आहे. कोणत्याही जनावराचं शेण पवित्र असू शकतं काय? पावित्र्याच्या ज्या कल्पना सांगण्यात आल्या आहेत त्या केवळ स्वत:च्या उदरनिर्वाहासाठी सांगण्यात आलेल्या आहेत, असं मला या निमित्तानं सांगायचं आहे. या सर्व कल्पनांच्या संदर्भात तत्त्वज्ञान तयार केलं गेलं आहे, त्याचबरोबर यासंबंधीचे ग्रंथ लिहून ठेवण्यात आले आहेत. यासंबंधी आपल्याला जो पुरावा हवा असेल तो द्यायला मी तयार आहे.

पूर्वीच्या लोकांना वाचता येत नव्हतं. त्यामुळे या सर्व गोष्टी त्यांना समजू शकत नव्हत्या; परंतु आता आम्हाला वाचता येत असल्यामुळे आम्हाला ते समजत आहे. यज्ञाच्या वेळीसुद्धा प्राण्यांची हत्या मोठ्या प्रमाणावर केली जात असे. जवळजवळ ६०९ प्राणी हत्येसाठी वापरण्यात येत होते. प्राणी इतक्या मोठ्या

प्रमाणावर कापले जात होते!

केवळ यज्ञासाठी गाईला कापलं जात होतं असं नाही, तर एखादा पाहुणा आपल्या घरी आला तर त्याच्यासाठीसुद्धा गाय कापण्यात येत होती. 'अतिथी देवो भव' असं त्यांनी म्हटलं आहे. अतिथी आल्यावर त्याला काय काय दिलं जात होतं याबद्दल मी या ठिकाणी काही सांगत नाही. ते आपल्याला माहीत आहे. अतिथीसाठी सर्व काही दिलं जात होतं. त्याला सर्व ठिकाणी मोकळीक होती. कोणता ऋषी आपलं ब्रह्मचर्य सोडून कसा वागला याबद्दल मी नंतर केव्हातरी सांगीन. सध्या, त्याबद्दल काही सांगणार नाही. या विधेयकासंबंधी बोलत असताना मला एवढंच सांगायचं आहे, की वसिष्ठ मुनी आले तर त्यांच्यासाठी गाय कापल्याचा उल्लेख ग्रंथात करण्यात आलेला आहे. वसिष्ठांना तुष्ट करण्यासाठी गाय कापण्यात आली होती, म्हणजे हा प्रश्न वसिष्ठांना तुष्ट करण्याचा आहे. महाराष्ट्रातल्या आम जनतेच्या सोईचा आणि गैरसोईचा विचार करून हा कायदा करण्यात आलेला नाही, तर आपलं ब्राह्मण्य शाबित करण्यासाठी हे विधेयक या ठिकाणी मांडलं गेलं आहे. माननीय मंत्रिमहोदयांना मी सांगू इच्छितो, की कोणीतरी आपल्यामार्फत हे कारस्थान करणार आहे. आतापर्यंत त्यांनी आमचे हात वापरले आहेत आणि मेंदू मात्र त्यांचा वापरला आहे. आतापर्यंत त्यांनी कधीही स्वतःचा हात वापरलेला नाही. आतापर्यंतच्या दंगलींत त्यांनी कधीही भाग घेतला नाही. दंगलींमध्ये आम्हीच भाग घेतो आणि मरतो. त्यांनी आम्हाला फक्त सांगितलं, की आम्ही लगेच निघतो. मला या निमित्तानं असं सांगायचं आहे, की आपण कोणत्या प्रकारची तरतूद करत आहोत याचा थोडासा विचार करा. आपली संस्कृती वेगळी आहे. वैदिक संस्कृतीचे हे लोक हिंदू नाहीत, आपण मात्र सारे हिंदू आहोत. हिंदू ही शिवी आहे. वैदिक लोक काही हिंदू नाहीत, तेव्हा त्यांच्या नादाला लागू नका.

आलेल्या पाहुण्याला मधुपर्क द्या. त्यांनी मधुपर्काचं वर्णन असं केलं आहे, की हे मधुपर्क मांसाहाराशिवाय होत नाही, गाय कापूनच केलं पाहिजे. अशा प्रकारे गाई कापण्याचा त्यांनी जो तडाखा सुरू केला होता तो केव्हा बंद केला? त्यांना ही उपरती एकदम कशी झाली? आणि हे अहिंसावादी कसे आणि केव्हा झाले? त्यासाठी या देशात जैनांचा उदय व्हावा लागला. जैनांनी यज्ञसंस्कृतीला प्रथम विरोध केला आणि त्यानंतर गौतम बुद्धांनी विरोध केला. बुद्धांचा हा विरोध कन्याकुमारीपासून काश्मीरपर्यंत पोचला आणि सारा देश बौद्धमय झाला. ही सम्राट अशोकाच्या काळातील गोष्ट आहे. या देशात यज्ञसंस्कृती बदनाम झाली. या देशातली यज्ञसंस्कृती आणि वैदिकांचं वर्चस्व संपुष्टात आलं. सबंध जगभर बौद्ध धर्म गेला. लंकेतसुद्धा त्या सम्राटानं आपले प्रतिनिधी पाठवले. आजही गावोगावी जी मंदिरं आहेत त्यांची बांधणी आणि वास्तुशिल्पांचा विचार केला तर आपल्याला दिसून

येईल, की ती सारी बौद्धकालीन आहेत.

मंत्रिमहोदय, आपली संस्कृती ही बहुजनांची लोकसंस्कृती आहे. आपली संस्कृती वैदिक लोकांची, मूठभर लोकांची चंगळवादी संस्कृती नाही. आपली संस्कृती आम जनतेची संस्कृती आहे. या लोकांच्या जेव्हा हे लक्षात आलं, की आता आपलं काही चालणार नाही तेव्हा आद्य शंकराचार्यांनी हा उपद्व्याप केला. हे लोक अतिशय हुशार आहेत. अगदी लव्हाळ्यासारखे आहेत. पूर आला की झोपले. बौद्धांचा पूर आला तेव्हाही हे झोपले होते. पूर गेला, पुन्हा ताठ झाले. या जातीचं वर्णनच मोठं चमत्कारिक आहे. वर्तनही चमत्कारिक आहे. कुठलीही लाट आली की ही जात सपाटून जाते. मधल्या चाळीस वर्षांत ही सगळी मंडळी कॉंग्रेसमध्ये आली नव्हती काय? शत्रूच्या गोटात सामील होऊन काम कसं करायचं याचं शिक्षणसुद्धा यांच्याकडे जन्मापासून आहे. महापूर आल्यानंतर हे सपाट; सपाट कसं व्हायचं आणि आपल्या मतलबाचा मुद्दा आला की लाचार कसं व्हायचं याचं कसब यांच्याइतकं दुसऱ्या कोणालाही अवगत नाही.

मी त्यांचा गौरवच करत आहे. बौद्धांची लाट आल्यावर हे लोक सपाट झाले होते. ती लाट इतकी मोठी आहे असं समजल्यावर त्या लाटेत ते स्वत: दाखल झाले, हे लोक कॉंग्रेस पक्षात आले होते तसे. स्वातंत्र्य चळवळीत ते तसेच आले होते. उद्या समजा, शेतमजुरांची संघटना मोठी झाली तर त्यांचे नेतेही तेच राहतील! या देशातल्या यच्चयावत सर्व पक्षांचं आपण पाहा, या पक्षांचे सारे नेते कोण आहेत? तर हीच माणसं आहेत. हे डावे असतात, उजवे असतात, मध्यममार्गीसुद्धा असतात. अगदी त्रिशंकूसारखं गाडगं आहे. कुठंही ठेवा, सर्व ठिकाणी फिट बसणार. उद्या मुस्लीम सत्ता आली तर सर्वांत आधी त्यांच्या चाकरात हेच जातील आणि आम्ही मात्र इथं लढाया करत राहू. शिवाय, यांचं कॉम्प्रमाईज वरच्या पातळीवर होऊन जाईल आणि ते पुन्हा पदं ताब्यात घेऊन टाकतील व आम्हाला म्हणतील, बसा बोंबलत. दिलं तेवढं खात राहा, आम्हीही खात राहू. या देशाचं वाटोळं करणाऱ्या या मंडळींना मी एवढंच सांगू इच्छितो, की आता ऑक्टोपस खाली जागा झाला आहे. कृपा करून आपण या समजात राहू नका की, लव्हाळ्याच्या आत काय आहे हे आम्हाला कळणार नाही. आम्हाला तर तो गड्डाच उपटून काढायचा आहे. आतापर्यंत लव्हाळं टिकलं, ते बरोबर आहे; पण यापुढे ते टिकणार नाही. तुकारामानं असंही सांगितलं आहे, की 'पेरते व्हा.' तर, आम्ही आता पेरते झालो आहोत. पेरते झाल्यामुळे कुठलं बीज काढायचं आणि तण कसं काढायचं याची आम्हाला पिढीजात माहिती आहे.

आद्य शंकराचार्यांचं मी यासाठी सांगत होतो, की त्यांनी यांना सांगितलं, की तुम्ही मांसाहार वर्ज्य केला नाही तर या देशात तुम्हाला जगता येणार नाही. यज्ञयाग

आणि त्याच्या सगळ्या भानगडी बंद करा. पुढे कधीकाळी तुम्हाला वर्णवर्चस्वाचा धर्म पुढे आणायचा असेल तर आता प्रथम अहिंसावादी व्हा. तेव्हापासून ही मंडळी डाळ-भात .... डाळ-भात करून राहिली आहेत. एरवी यांचा डाळ-भाताशी काही संबंधच नव्हता. दोन दिवसांच्या बकरी-गाईपासून ते थेट दहा दिवसांच्या गाई-म्हशीपर्यंत कसं कापावं याच्याच हे नादात होते; परंतु जेव्हा रट्टा बसला तेव्हा हे सुधारले. हे केवळ एका गोष्टीला भितात. महात्मा फुले यांनी सांगितलं आहे, की हे रट्ट्यालाच भितात. दुसऱ्या कशालाही भीत नाहीत.

तुम्ही यांच्याबरोबर बौद्धिक वाद घालूच शकत नाही, इतक्या यांच्याकडे क्लृप्त्या आहेत. बुद्धाचा पराभव आम्ही केला ना, असंही ते म्हणतात. कसा केला तर, बुद्धाच्या सर्वधर्मामध्ये त्यांनी आपले प्रतिनिधी पाठवले आणि त्याचा पराभव केला. बुद्धाचा पराभव करायला बुद्ध कुठे होता तेव्हा? प्रचार लबाडीनं करणं हा तर यांचा हातखंडा प्रयोग, गोबेल्ससुद्धा यांच्यापुढे फिका. इतकी वर्षे यांनी या देशाला मूर्ख बनवलं आहे, ते उगीच नाही! म्हणून माझं म्हणणं असं आहे, की या विधेयकाला मी नुसता विरोध करत नाही, तर मी सांगतो, की तुम्ही जर हा कायदा पास केला तर तो भंग करायचं काम मी करीन. मी काय खावं हे ठरवण्याचा अधिकार तुम्हाला कुणी दिला? मी काय खावं हे मी ठरवणार. मी कोणतं जनावर पाळायचं हेही मी ठरवणार. तुम्ही काय खावं हे आम्ही ठरवतो का? तसं ठरवायचं असेल तर आम्ही सध्या जे खातो ते सर्व आम्ही सोडून देतो आणि तुम्ही आमच्या घरचं खा, आम्ही तुमच्याकडचं खातो. आजवर आम्हाला तुम्ही घारी-घुबडापासून खायला लावलं. अन्न मिळत नाही म्हणून तितर खाणारी आम्ही माणसं, तर आता आमचं अन्न तुम्ही खा; पण तुम्ही काही हे खाणार नाही, उलट आम्हाला शिकवणार, की आम्ही काय खावं, प्यावं, काय पाळावं? ते चालणार नाही. वा रे वा! सरकार आहे की विकार आहे?

बौद्धिक चातुर्य, स्वत:ला पिढ्यान्‌पिढ्या मिळालेल्या ज्ञानाचा वारसा, आपल्या स्वत:कडे असलेलं हजारो वर्षांचं संचित, हे सारं संचित दाबून टाकण्यासाठी वापरलेल्या सर्व क्लृप्त्या आणि हे दाबत असताना इतरांपर्यंत हे संचित पोचू द्यायचं नाही ही यांची वैशिष्ट्यं. मला आपल्याला सांगायचं आहे, की बहुजन समाजाच्या हातात चाळीस वर्षं सत्ता आहे; पण अजूनही ही विद्यापीठं त्यांनी मोकळी करून दिलेली नाहीत. मोकळं केलेलं हे धन ही विद्यापीठं आम्हाला दाखवूसुद्धा शकत नाहीत. आपले वेद जर इतके पवित्र आहेत, पावन आहेत तर ते आम्हालासुद्धा पाहू द्या. आम्हाला एकदा समजू तरी द्या, की ते काय आहे? हे समजलं तर आम्ही तुमची सारी व्यवस्था करू शकू; पण कळूच दिलं नाही तर आम्हाला तरी काय कळणार? अगदी खालच्या वर्गातल्या आमच्या मुलांना काही शिकवू नका. ती मुलं

लहान आहेत. त्यांना तुमचे वेद समजायचे नाहीत, पण पदव्युत्तर विभागात तरी शिकवायला काय हरकत आहे? का नाही तिथं आम्हाला शिकवत? तिथे एम.ए., पीएच.डी.ला हा विषय द्या. का देत नाही?

हे प्राण्यांचं रक्षणच चाललं आहे. त्याबाबत मी हे सांगतो आहे, की तुम्ही आम्हाला हे सांगा, शिकवा म्हणजे आम्हालाही कळेल, की तुम्ही प्राण्यांचे रक्षक आहात की भक्षक आहात. आता जो आव आणत आहात तोही आम्ही जाणून आहोत. यापूर्वीही आपण काय काय आव आणले ते आम्हाला कळून चुकलं आहे; मी एवढंच सांगतो, की जवळच चर्मवती नदी आहे. तिला आपण आता चंबळ नदी म्हणून ओळखतो. तर हे चंबळ म्हणजे काय आहे? यज्ञ-संस्कृतीवाल्यांनी हजारो जनावरं मारली. त्या जनावरांच्या रक्ताचा पाट म्हणजे ही नदी आहे. हे काही मी माझ्या पदरचं सांगत नाही. याची एक कथाच आहे.

काय, तर म्हणे, त्या ठिकाणी एक राजा होता आणि त्यानं या गाई मारल्या. कथा सांगण्यामध्येही यांचा हात कुणी धरणार नाही. तत्त्वज्ञान पराभूत होत आहे असं दिसलं की लगेच कथा सुरू. राजानं गाई कापल्याबद्दलचं समर्थन करण्यासाठी त्यांनी कथा तरी काय सांगावी? तर, या सर्व गाई त्या राजाकडे गेल्या आणि राजाला म्हणाल्या, की आम्हाला या जन्मापासून मुक्ती हवी आहे. आम्हाला या जन्माचा कंटाळा आला आहे. आम्हाला जन्म-मृत्यूच्या या फेऱ्यातून मुक्त करावं यासाठी आपण आमचा वध करावा, आम्ही स्वर्गात जाऊ. गाईंनी असं सांगितल्यावर त्या राजानं म्हणे, यज्ञ करण्याच्या निमित्तानं त्या सर्व गाई कापल्या. त्या गाईंच्या रक्तचा पाट वाहिला आणि त्यातून ही नदी झाली. तीच आजची ही चंबळ नदी आहे, राजाच्या देणगीतून निर्माण झाली आहे. हे सारं 'उत्तर रामचरितमानस'मध्ये सांगितलं आहे. मी माझ्या मनचं काही सांगत नाही.

माझा मुद्दा एवढाच आहे, की यांनी पिढ्यान्‌पिढ्या गाय खाल्लेली आहे. आम्ही आता १९७६ साली कायदा केला; परंतु यांचं समाधान झालं नाही. कायदा करावा ही यांची आताची मागणी नाही, तर १९४८ पासूनची आहे. राष्ट्रीय स्वयंसेवक संघ आणि तत्सम संघटनांनी याबाबतची मागणी फार पूर्वीपासून केली होती. याचं विधेयक फार पूर्वीपासून आलं होतं. पोपटलाल शहा नावाच्या विद्वान गृहस्थांनी याच सभागृहात ते विधेयक १९५२ साली आणलं होतं. त्यावेळी ते फेटाळलं गेलं. या विधेयकावर यशवंतराव चव्हाण, तुळशीदास जाधव यांनी भाषण केलं आहे. त्यावेळी त्यांनी सांगितलं, की यांच्यामागे अर्थशास्त्र आहे. त्यावेळचे आर.एस.एस.चे अध्यक्ष गोळवलकर गुरुजी असं म्हणाले, की हा भावनेचा प्रश्न आहे. कुणाच्या भावनेचा? हा त्यांच्याच भावनेचा प्रश्न आहे, आमच्या नाही; कारण आम्ही माणसं

नाही अशी त्यांची ठाम समजूत आहे. मुसलमानांबद्दल तुम्ही बोलूच नका. ते खाणं बंद करतील, परंतु आम्ही बंद करणार नाही. बंद करणं त्यांना परवडेल, आम्हाला ते परवडणार नाही. सगळे आदिवासी गोमांस भक्षण करतात, भटक्या जमातीचे लोक करतात. शूद्र समाजातले अस्पृश्य लोक करतात, त्यात बौद्ध थोडे अपवाद आहेत. उरलेले सगळे दलित करतात, पूर्वास्पृश्य लोक करतात आणि उरलेले लोक हायवेच्या कॅन्टिनमध्ये काय खातात? हे सारे लोक काय खातात? कोणत्याही पंचतारांकित हॉटेलात बकरं कापून देणं आता परवडणार नाही. सर्व हॉटेलमध्ये आता चालतं, फक्त, ते मागच्या दारानं येतं आणि हे सगळे खातात. त्यांची संख्या मी मोजत नाही. रक्तिदेव नावाचा जो राजा आहे त्याचा हा पराक्रम इथं सांगितला. गाईला कापत होते आणि बैलाला कापत होते. यज्ञासाठी कापत नव्हते, तर यज्ञ करायचा नाही; पण माणूस मृत झाला तर पशूच्या प्रेमाबद्दल बोलायचा यांना काय अधिकार? अरे, गाईचे इतके हाल हाल करून मारायचा माणूस! आपण माणसाला जाळतो, ते माणसाला पुरत असत. त्यांचा संबंध कॉकेशस पर्वतातून आलेल्या लोकांशी आहे, आमच्याशी नाही. ते आमच्यासारखे दिसत नाहीत, ते आमच्यासारखे असत नाहीत. आम्ही नेटिव्ह लोक आहोत, ते फॉरिनर आहेत. त्यामुळे त्यांचा दफनविधी आहे. त्यात सांगितलं, आहे की माणसाचं दफन करायचं, त्याला पुरायचं आणि गाईला टोचून टोचून मारायचं आणि मेलेल्या माणसाच्या अंगावर अंथरण्यासाठी त्या मेलेल्या माणसाच्या पायांवर गाईचा पाय अंथरायचा, त्या माणसाच्या पोटावर गाईचं पोट अंथरायचं, त्याच्या काळजावर गाईचं काळीज अंथरायचं. मृतात्म्याला शांती मिळण्यासाठी हे लोक गाईच्या अशा चिंध्या करत असत. त्या माणसाच्या प्रेतावर त्या गाईचं मांस झाकत असत व नंतर त्यावर माती टाकत असत. माझं असं म्हणणं आहे, की ज्यांनी उठता-बसता चोवीस तास गाई कापायचा हा उद्योग केला, त्यांनी हे विधेयक माघारी घेऊन पापक्षालन करावं आणि त्या गाईंना स्वर्गात पाठवावं.

सांगायचा मुद्दा असा, की हे सर्व हवन आहे. ते आपण थांबवा. चोरून मांस खायचं बंद करा. म्हणजे मांस स्वस्त होईल आणि ते स्वस्त झालं, की आम्ही ते खाऊ. मग जनावरं कापणार नाही. हे प्रायश्चित्त करत नाहीत. कुठेतरी चार राखीव जागा ठेवल्यानंतर त्यांना वाटतं, की हे भावलं? ते म्हणतात, तुम्हाला दिलं! अरे, आम्हाला काय दिलं? आम्हाला तिथं खोपट दिलं नाही, काही लोकांना अजून खोपट मिळालं नाही आणि लई दिलं म्हणून तुम्ही सांगायला लागला? त्यांना राज्य करायची ईर्ष्या आहे. मी त्यांना सांगितलं, की राज्य राजदंडासाठी नसतं. त्यांचं वर्चस्व त्यांना ठेवायचं आहे, हा संघर्ष त्यासाठी आहे. खुर्चीवर कुणीही बसलं तरी चालतं, त्यांच्या झारीत पाणी असतं. दि. बा. पाटील, यांनी विचारलं.

म्हणाले, की शिवाजी महाराजांचा पराभव व्हावा यासाठी पुण्याला किती दिवसांचा यज्ञ केला? यज्ञ तीन महिने चालला होता. पुरंदरच्या तहात शिवाजी महाराजांचा पराभव व्हावा म्हणून यज्ञ कुणी घातला? आणि त्याचं अग्निहोत्र करणारे कोण होते? त्या ठिकाणी कोण मांत्रिक बसले होते?

त्या यज्ञाची गंमत सांगतो. त्या यज्ञास बसताना त्या काळात कपडे नव्हते, नग्न बसत असत... त्यावेळी कापडं नव्हती. नग्न बसायचं, नंतर कापडं आली. ते तीन हातांचं धोतर नेसायचे. ते नेसताना गंमत अशी व्हायची की यज्ञाला बसले की काष्टा फिटायचा; कारण यज्ञाला मांडी घालून बसावं लागत असे. त्यामुळे काष्टा नसताना यज्ञाला बसायची पद्धत सुरू झाली. तीन हातांचं कापड गेलं, सहा हातांचं कापड आलं. नंतर बारा हातांचं आलं. तरी आताही यज्ञाला बसलं की काष्टा सोडून बसायचं. लोक विचारतात की काष्टा सोडून का बसता? त्यावेळी सांगत, की ही पूर्वीची परंपरा आहे. यज्ञात सांडलेले पदार्थ खायला पूर्वी मांजर येत असे. मांजर हादेखील प्राणी आहे. मी माणसाबद्दल बोलत नाही. एकदा एक ऋषी यज्ञ करत असताना मांजर आलं. ऋषीनं त्याच्या गळ्यात दोरी बांधून त्याला खुंटीला बांधलं. आजसुद्धा नागपूरला यज्ञ झाला त्यावेळी मांजर खुंटीला बांधलेलं होतं! त्याशिवाय यज्ञच होत नाही, यज्ञ पवित्र होत नाही; पण मांजर खुंटीला कशासाठी बांधलं आहे याचा विचारच नाही. विचार करू द्यायचा नाही व आपणही करायचा नाही. इतिहासाची चक्रं उलटी फिरवून पाठीमागे न्यायचं. ते दुसऱ्या बाजीरावापर्यंत मागे आणलं आहे. त्यांचे हे जे सामूहिक उद्योग चालले होते-पुत्रसुद्धा सामूहिक, पुत्रपौत्रसुद्धा सामूहिक, व्यक्तीचे नाही. बाप फार उशिरा आला. महाभारतात बाप म्हणून कोणीही दाखवावा. बाप नाही, आई आहे. तिचं नाव कसं पुढे आलं? हे पेशव्यांच्या काळापर्यंत चाललं होतं. घटकंचुकीसंबंधी मी सांगायला पाहिजे काय? नाही. आपल्याला माहीत आहे काय उद्योग होते? स्त्रियांची मर्यादा काय होती? आणि आता मोठ्या तोंडानं सांगता, की आमचे ग्रंथ पवित्र आहेत. काय लिहिलं आहे त्यांच्यात?

मधल्या काळात मी 'उपरा' लिहिलं. त्यावेळी ते सारखे म्हणत होते, की ह्या शिव्या आहेत, ह्या कशा शिकवायच्या? अरे, काय सांगू तुम्हाला, तुम्ही जे काही दिलं आहे ते साधा माणूस वाचू शकत नाही, असं अश्लील भाषेत लिहिलेलं वाङ्मय आहे तुमचं. तुम्ही वाचता आणि आम्ही दलित माणसं आमचं दुःख सांगतो. त्यात दोन-चार शिव्या आल्या तर नाकं मुरडता? आम्ही जी भाषा मानतो ती भाषा नाही म्हणून सांगता? हे वर्णव्यवस्थचे ठेकेदार धर्मव्यवस्थेच्या रक्षणासाठी बिल आणतात.

आज पंचतारांकित हॉटेलमध्येसुद्धा तेच चाललं आहे. त्यावेळी चोळ्या

बदलत, आता किल्ल्या बदलतात. मी जबाबदारीनं सांगतो आहे, त्यांना साधं वेड नाही. आपल्या संस्कृतीचं पुनरुज्जीवन करण्यासाठी त्यांचा आटापिटा चालला आहे. आपणसुद्धा माझ्याबरोबर माझ्या कबिल्यात चला. आपण कोणत्याही पक्षात राहा. मी मंत्रिमहोदयांनाही सांगतो, की तुम्ही अशा लोकांबरोबर खुशाल राहा; पण आपण आपल्या लोकांसाठी जगलं पाहिजे. जो सांगेल मी भारतीय आहे, त्याचा मला अभिमान आहे. माणसांचं रक्षण करायचा कायदा करा. जो हिंदू असून सांगील, की भारतीय म्हणण्यात मला कमीपणा वाटतो; मग तो हिंदू म्हणत असला तरी त्याला शिक्षा करा, मुसलमान म्हणत असेल तरी शिक्षा करा, यहुदी म्हणत असेल वा पारशी म्हणत असेल तरी त्याला शिक्षा करा... मी भारतीय राज्यघटना प्रमाण मानतो असं सांगणाऱ्या माणसांसाठी कायदा करा. जनावरांच्या मागे लागू नका. जनावरांच्या मागे लागलात तर हाताला शेणाशिवाय काही लागणार नाही.

२२.१२.१९९५

राजभाषा मराठी

माननीय सभापती महोदय, शासनानं आणलेल्या राजभाषा विधेयकावर विचार मांडण्यासाठी मी उभा आहे. 'बोले तैसा चाले, त्याची वंदावी पाऊले' असं संतांनी म्हटलं आहे; परंतु या ठिकाणी तशी परिस्थिती दिसत नाही. मुळात, सन १९६४ मध्ये शांतिलाल शहा यांनी हे विधेयक आणलं होतं. त्या बिलाची केवळ तारीख जाहीर करणं शिल्लक होतं. अमुक अमुक तारखेपासून मराठी भाषा ही 'राजभाषा' म्हणून जाहीर करायचं राहिलं होतं, तेवढं आपण केलं तर आपल्याला लोक अस्सल म्हणतील. आपण मराठी भाषिकांच्या संदर्भात जे प्रयत्न सातत्यानं करत आहात ते लोकांपर्यंत पोचले पाहिजेत. अचानक वाटलं म्हणून नव्हेच, तर गेल्या तीस-चाळीस वर्षांपासून राज्यात मराठी भाषेचा वापर आपण मोठ्या प्रमाणात करत आहोत. म्हणून मराठी ही 'राजभाषा' केली पाहिजे. तात्यासाहेब शिरवाडकर यांनी एके ठिकाणी असं म्हटलं आहे, की 'मराठी मायमाउली मंत्रालयाच्या बाहेर लक्तरलेल्या जीर्ण वस्त्रानं उभी आहे आणि इंग्रजी मड्डम मात्र नटूनथटून मंत्रालयात फिरत आहे.' या सगळ्यामुळे कदाचित उपरती झाली असेल तर मला माहीत नाही.

परंतु, माझ्या या संदर्भातल्या धारणा जरा वेगळ्या आहेत. राज्य शासन याबाबतीत खरोखरच किती गंभीर आहे याची मला शंका आहे; कारण त्यांनी कायद्यात 'परंतु का' आणलेले आहेत. मी आताच म्हटलं आहे, की 'बोले तैसा चाले, त्याची वंदावी पाऊले.' परंतु ज्यांच्या करणी आणि कथनीत अंतर असतं, त्यांचं काय करावं? एकीकडे तुम्ही सांगता, आम्ही मराठी भाषेचा मान ठेवतो आणि दुसरीकडे त्यात हा 'परंतु का' घालून तिचा सगळा चेहरा विद्रूप करता! एवढंच नाही, तर तुम्हाला मराठीचा जाज्वल्य अभिमान आहे, तर हा 'परंतु का' कशासाठी घातला? आपले सर्व व्यवहार उत्तम मराठीत झाले पाहिजेत, पारदर्शक स्वरूपात झाले पाहिजेत. त्यासाठी याच मराठीच्या नावानं आपण ऊर बडवलेलं असेल तर हे ऊर बडवणं काही खरं नव्हे. मराठी-मराठी म्हणता आणि दुसरीकडे आपण इंग्रजीला परवानगी देता. म्हणजे तुमचा हा व्यवहार स्वच्छ नाही. प्रांजळपणानं किंवा खरोखरीच, यांना मराठीचा पुळका आलेला आहे म्हणून हे झालेलं नाही, तर राजकारणात आपल्याला याचा उपयोग करता यावा म्हणून आपण हे केलेलं आहे;

कारण मराठी-मराठी करत आपण उभे राहिलात आणि पुढे आलात. ज्या तामिळी लोकांची 'लुंगी हटाव' म्हणून तुम्ही आंदोलनं केली, त्याच तामिळनाडूतल्या एल.टी.टी.ई.च्या लोकांचा तुम्हाला आता पुळका आलेला आहे. या राज्यात परप्रांतीय लोक येता कामा नयेत, असं एका बाजूला सांगता आणि वास्तवात दुसराच व्यवहार करता, हे तुमचं मराठीवरचं प्रेम! छत्रपतींचं नाव घेतलं, की जसे मनात वारे संचारतात तसं मराठी माणूस, मराठी माणूस म्हणून त्या वेळी तुम्हा लोकांच्या मनात वारं संचारलं होतं त्या मराठी माणसाचा आणि मराठी भाषेचा हाच आहे का तुम्हाला पुळका? कारण, सर्व व्यवहार मराठीत करणार असं म्हणता आणि यात इंग्रजीसाठी 'परंतु का' यावरच तुमचं मराठीप्रेम दिसून येतं. म्हणजे, मघाशी मी म्हटल्याप्रमाणे कथनी आणि करणीमध्ये अंतर आहे. एकाच वेळी चार-चार भूमिका घ्यायच्या आणि आपण आज काय बोलतो, काल काय बोललो याच्यामध्ये सुसंगती नसल्यासारखं बोलायचं, हे योग्य नाही.

माझा पुढचा मुद्दा असा आहे, की मराठी राजभाषा केली असं हे म्हणतात. ही मराठी राजभाषा कोणती? राज्यकर्त्यांनी याचा गंभीर विचार केलेला आहे की नाही याची मला माहिती नाही; कारण त्यांनी भाषेचा किती गांभीर्यानं अभ्यास केला आहे याबद्दल मला शंका आहे. भाषा कशी बनते, मग ती सुसंस्कृत कशी बनते आणि मग ती राजभाषा कशी बनते यासंबंधी या बिलात काही विचार दिसत नाही. मूळ मानव सांकेतिक भाषेतून एकमेकांना सांगू लागल्यानंतर तो स्वरांच्या भाषेत आला, आणि त्यानंतर त्याला शब्द उच्चारता आले; परंतु त्याला शब्द उच्चारता येऊ लागल्यावर काय झालं? पिढ्यान्‌पिढ्या शब्दांची माहिती त्याला होऊ दिली गेली नाही, शब्द उच्चारू दिले गेले नाहीत. मूळ मानव जो पहिला शब्द उच्चारू लागला त्याबाबत मराठीतल्या एका ख्यातनाम कवीनं असं म्हटलं आहे, की

शब्दांनीच पेटतात घरे, दारे, देश आणि माणसेसुद्धा,
शब्द विझवतात आगही शब्दांनी पेटलेल्या माणसांची
शब्द नसते तर पडल्या नसत्या डोळ्यांतून आगीच्या ठिणग्या,
वाहिले नसते आसवांचे महापूर

ही कविता मी यासाठी ऐकवली, की काही लोकांनी हजारो वर्षं शब्द नाकारले, शब्दांचं सामर्थ्य नाकारलं. शब्दांमागे काय सामर्थ्य आहे आणि ते काय उपक्रम करतात हे कवीनं सांगितलेलं नाही. हे सामर्थ्य त्यांनी मातीआड दडवून टाकलं. आज राजभाषेच्या संदर्भातल्या ठिकाणी विधेयक आलं आहे. आम्हाला ज्ञान नाकारलं याचं आम्हाला दुःख आहे. हे ज्ञान नुसतं नाकारलेलं नाही, तर आम्ही व्यक्त करत असलेली भाषाही नाकारली. आपण राजभाषा करणार आहात ती ही कोणती मराठी? जी मी बोलतो ती? तुम्ही शाळेत शिकवली ती? पण ती तर

तुमची एकट्याची भाषा आहे. ती या राज्यातल्या साडेतीन टक्के लोकांची भाषा आहे. तिला तुम्ही राजभाषा करणार आहात. ती भाषा किती लोक बोलतात? आपण ज्या भाषेला राजभाषेचा दर्जा मागत आहात ती भाषा आम जनतेची नाही. म्हणजे, आपल्याला लोकशाही मानायची नाही, ठोकशाही मानायची आहे. राज्यकारभारात ठोकशाही. मी माझ्या अनेक अग्रलेखांत तसं लिहिलं आहे. ज्या लोकांनी माझं 'उपरा' हे पुस्तक वाचलं आहे त्यांना माझी भाषा माहीत आहे. त्यातल्या मराठीत असलेले असंख्य शब्द अनेक प्राध्यापकांना कळले नाहीत. म्हणून त्यांनी त्या शब्दांचा अर्थ मला विचारला. मी अशा समाजात जन्माला आलो, की ज्या समाजात पूर्वी कुणीही शिकलेलं नाही. माझ्या पुस्तकातल्या या शब्दाचा अर्थ काय, त्या शब्दाचा अर्थ काय असे अनेक प्राध्यापक मला विचारत होते. या शब्दांचे अर्थ तुम्हाला खरोखर पाहिजे असतील तर माझा शब्दकोश सोपा आहे.

पुणे येथे साहित्य परिषदेत माझा सत्कार होता. त्यावेळी एका बाईंना मी अत्यंत नम्रपणे असं सांगितलं, की यामधल्या शब्दांचे अर्थ द्यावेत असं काहीही या पुस्तकात नाही. तेव्हा त्या म्हणाल्या, की यामधल्या शब्दांचे अर्थ आम्हाला मुलांना शिकवता येत नाहीत. यामधल्या शब्दांचे अर्थ शब्दकोशात शोधूनही सापडत नाहीत. त्यामुळे या पुस्तकाच्या शेवटी या शब्दांचे अर्थ आपण द्या. मी आपल्याला सांगू इच्छितो, की मराठीतले जवळजवळ दोनशे त अडीचशे शब्द मी मराठी विश्वकोशात दिलेले आहेत. मी ज्या लोकांत वाढलो त्यांचे अनेक शब्द आहेत. मी या ठिकाणी 'खर्डा' या शब्दाबाबत बोलतो. मी ज्या लोकांत-समाजात वाढलो त्या समाजात 'खर्डा' हा शब्दही आहे. भाकरीबरोबर खायचा तो खर्डा; पण हा खर्डा आमच्याशिवाय दुसऱ्या कुणालाही माहीत नाही. यांना फक्त खर्डेघाशीतला खर्डा माहिती आहे. मी जो खर्डा सांगितला तो त्यांना माहिती नाही. तेव्हा, कोणती भाषा राजभाषा करायची? तुम्ही बोलता ती? पण ही तर आमची भाषा नाही, असं माझं म्हणणं आहे.

आम्हा लोकांची, शेतकऱ्यांची, गरीब-दुबळ्या माणसांची, उपेक्षित माणसांची भाषा वेगळी आहे. तुम्ही बोलता त्या भाषेशी आमचा काहीही संबंध नाही. आमची भाषासुद्धा मराठीच आहे; पण ती वेगळी मराठी आहे. तिला तुम्ही गावंढळ म्हणता. आमची भाषा मराठी नाही असं म्हणता. आम्ही गावंढळासारखं बोलतो म्हणजे गावातल्या माणसांसारखं बोलतो. बहिणाबाईंची भाषा आपल्याला माहिती आहे. मराठी भाषा कुणाची आहे? संतांची आहे, पंतांची आहे की अनाथांची आहे? संतांचं वाङ्मय, पंतांचं वाङ्मय यापलीकडेसुद्धा आता दलितांचं आणि अनाथांचं वाङ्मय निर्माण होत आहे. कोणती भाषा आपण प्रमाण मानणार आहात? जी प्रस्तावित भाषा आपण प्रमाण मानत आहात ती मराठी भाषा नाही. ती मराठी भाषा संस्कृतमधून

जन्माला आलेली आहे. वसंत चव्हाण यांनी या विधेयकावर बोलत असताना असं सांगितलं होतं, की या विधेयकात अनेक संस्कृत आणि अवघड शब्द आहेत. आपण जर हे विधेयक पाहिलं तर आपल्याला असं दिसून येईल, की त्यातले पाच-पन्नास शब्द हे संस्कृतोद्भव असलेले शब्द आहेत. तेव्हा, विधेयकात शब्द वापरत असताना शासनाने अधिक जागरूकपणे विचार करायला पाहिजे, असं मला या निमित्तानं सांगायचं आहे. प्रत्येक दीडशे किलोमीटवर भाषा बदलत असते. पुण्याला जी भाषा बोलली जाते ती भाषा कराडला बोलली जात नाही. कराडला जी भाषा बोलली जाते ती भाषा सोलापूरला बोलली जात नाही; आणि सोलापूरला जी भाषा बोलली जाते ती कोल्हापूरला बोलली जात नाही. कोल्हापूरला जी भाषा बोलली जाते ती भाषा जळगाव, धुळे, नगर या भागांत बोलली जात नाही; आणि जळगाव, नगर इथे जी भाषा बोलली जाते ती भाषा विदर्भात बोलली जात नाही. आपण मराठीला राजभाषा करायचं ठरवलं आहे. त्याकरता आपल्याला शब्दकोश तयार करावे लागणार आहेत. सर्व ठिकाणी एकाच प्रकारची मराठी भाषा बोलली जात नाही. इथं शब्दांचे अर्थसुद्धा टोकाचे आहेत. कोकणातली भाषा तर अगदी वेगळी आहे. मालवणी भाषा वेगळी आहे. त्यांनी आपल्याशी नातं तोडून टाकलं आहे. त्यांनी स्वतंत्र कोकणी भाषा निर्माण केली असून, त्या भाषेचं लोण साहित्य अकादमीपर्यंत पोचवलं, आणि त्या भाषेला साहित्य अकादमीचा स्वतंत्र दर्जा मिळाला आहे. त्या भाषेचा सन्मान मराठी भाषेबरोबर होत आहे. ती भाषा आमची नाही असं आपण सांगत राहिल्यामुळे गोवा वेगळा काढावा लागला. या संदर्भात माझं असं म्हणणं आहे, की कोकणी भाषा आणि मराठी भाषा यांच्यामध्ये साम्य आहे. तेव्हा, वेगळी साहित्य अकादमी कशासाठी निर्माण करायची? तेव्हा त्यांनी असं सांगितलं, की तुमच्या दिग्गज मराठी लोकांनी आम्हाला विरोध केला.

अशाच पद्धतीनं अहिराणी भाषेच्या बाबतीतसुद्धा होऊ शकेल. अहिराणी भाषा बोलणारे असं म्हणतील, की तुमच्या मराठीशी आमचा काहीही संबंध नाही. आम्ही अहिराणी भाषा बोलतो. तेव्हा अहिराणी भाषा राजभाषा करण्यात यावी, असं त्यांनी सांगितलं तर आपण तसं करणार आहात काय? त्यांच्या भाषेत आज ग्रंथ निर्माण होत आहेत. मालवणी भाषेतून ग्रंथनिर्मिती होत आहे. संपूर्ण राज्यात अशा प्रकारची भावना निर्माण होईल, की उच्चवर्णीयांची भाषा वेगळी आहे आणि आमची भाषा वेगळी आहे.

भटक्या जमातींमध्येसुद्धा वेगवेगळ्या भाषा आहेत. तेव्हा, फक्त तुमच्या भाषेला का पुढे आणायचं? किती लोक ही भाषा बोलतात? ही भाषा बोलणाऱ्यांचं पर्सेन्टेज किती आहे? तुम्ही ज्या लोकांना ही भाषा शिकवता तेवढेच लोक ती भाषा बोलतात का? तेव्हा, ही भाषा तुम्ही का शिकवता, असा माझा प्रश्न आहे. आपण

लोकशाहीकरण कबूल करत नाही, तर ठोकत राहता. हे बरोबर नाही. आम्हाला या बाबतीत काहीच चॉइस नाही.

मी गाढवांच्या मागे जेव्हा फिरत होतो तेव्हा अ म्हणजे अननसाचा असं आम्हाला शिकवण्यात आलं होतं; परंतु अननस कसा असतो हे मला माहीत नव्हतं. बी. ए. झाल्यानंतर एकदा प्राध्यापक पाडगावकर यांच्या घरी मी गेलो होतो. त्यावेळी त्यांच्या मुलानं एका तुकड्याला साखर लावून आणली आणि मला खाण्यासाठी दिली. त्यावेळी मी त्याला विचारलं, की हे काय आहे? तेव्हा त्यानी मला असं सांगितलं, की याला अननस म्हणतात. अननस कसा असतो हे मला तोपर्यंत माहीत नव्हतं. गाढवांच्या मागे फिरत असताना अ म्हणजे अननसाचा असं मला शिकवलेलं होतं; परंतु त्यावेळी मला अननस माहीत नव्हता. ग म्हणजे गणपतीचा असं शिकवलं जातं; परंतु गणपती कुणाच्या घरात बसवला जातो? सर्वांच्या घरात गणपती बसवला जात नाही. ग म्हणजे गाढवाचा किंवा गवताचा असं का शिकवलं जात नाही? गाढवाशी आणि गवताशी आपलं नातं काय? गवताशी व गाढवाशी आपलं काहीही नातं नाही. एकजण जेवला म्हणजे सर्व आळी जेवली असं आपण मानता. हा जो गणपती आहे तो त्यांनी त्यांच्या घरी बसवला, त्यामुळे तो त्यांनाच माहीत. आमच्याकडे काही गणपती बसवत नाहीत, त्यामुळे आम्हाला गणपती माहीतच नाही. केवळ, मास्तर सांगतात म्हणून आम्ही म्हटलं, ग गणपतीचा. त्यांनी ग गवताचा म्हटलं असतं तर आम्हाला अधिक लवकर समजलं असतं; कारण गवत हे सर्वत्र असतं; पण ते त्यांना समजलं नाही.

माणसाला जर ठार मारायचं असेल तर त्याची भाषा हिसकावून घ्या. माणसाला गुलाम करायचं असेल तर प्रथम त्याचे शब्द हिरावून घ्या. बेड्या केवळ लोखंडाच्या, पोलादाच्या असतात असं नाही, तर त्या 'पलीकडच्या'सुद्धा असतात. आणि या बेड्या पिढ्यान्‌पिढ्या गेल्या तरी तुटत नाहीत. आतापर्यंत यांनी काय काढून घेतलं? माणसाच्या मुखातले बोल काढून घ्या, मग जे उरेल त्याला माकड म्हणतात. आम्ही सारे पिढ्यान्‌पिढ्या बोलत होतो; पण आमच्या या बोलण्याला काहीच अर्थ नव्हता; कारण सांगितलेल्या परिभाषेत आम्ही बोलत नव्हतो. परिभाषा कोण सांगतो? ती आम्ही सांगत नाही, तर जे सत्तेवर असतात ते सांगतात. भाषा प्रमाणित कशामुळे होते? या देशात अरबीतून पत्रव्यवहार कशामुळे चालू झाला? कोणत्या कारणामुळे तो सुरू झाला? एके काळी अशी स्पर्धा असे, की ज्याला चांगलं अरबी येतं तो चिटणीस होई; कारण त्यावेळी आमच्यावर राज्य करणाऱ्या राज्यकर्त्यांची भाषा अरबी होती आणि ती अरबी भाषा जो उत्तम बोलू शकतो तो चिटणीस, दिवाण होणार असं जेव्हा ठरलं तेव्हा सगळ्यांना अरबी शिकायची ओढ लागली, त्यात स्पर्धा लागली. म्हणजे, आपल्या पूर्वजांना हे कळलं होतं, की

आलेले राज्यकर्ते अरबीत बोलत आहेत. ते तसं बोलत असतील आणि आपण जर दिवाणजी आहोत तर आपल्याला अरबी आलं पाहिजे. म्हणून त्यासाठी शिकवण्या लावल्या गेल्या.

गुलाम हे असे करता येत नाहीत. गुलाम करण्यासाठी अक्कल चालवावी लागते आणि ही मंडळी अक्कलवान आहेत याबद्दल शंका नाही. जात निर्माण करणारा जो प्राणी असेल त्याच्याशिवाय दुसरा विद्वान माणूस नाही. तो साऱ्या दुनियेत सापडणार नाही. शब्दांच्या, भाषेच्या बंधनानं गुलाम करणारी ही माणसं कोणी साधीसुधी नाहीत. माणसाला लिहिता-बोलता येतं हे जगभरच्या लोकांना कळलं; परंतु इथं आमच्याकडे निरक्षरांचे कळपच्या कळप आहेत. जोपर्यंत या देशात मुस्लीम राज्यकर्ते होते तोपर्यंत यांनी मुसलमानांची चाकरी केली. धर्मात ढवळाढवळ करायची नाही, बाकी पाहिजे ते करा; राणीच्या कलमातलं एक कलम असंच आहे. त्याचा भाषेशी संबंध आहे...

मी या ठिकाणी राजकीय अभिनिवेशानं एकही शब्द बोललो नाही, की राजकीय अभिनिवेश आणला नाही. माझं म्हणणं असं, की ही गोष्ट आपण इतिहासाकडे सोपवली पाहिजे. काही गोष्टी इतिहासाकडे सोडाव्या लागतील. तुमच्या म्हणण्याप्रमाणे गाढवं काय, घोडी काय ती आणली. अजून काही गोष्टी आणायच्या आहेत; कारण या गोष्टींचं गाठोडं परंपरेनं आमच्या वाट्याला आलं आहे. त्याचा थोडा थोडा हिशेब मी चुकता करत आहे.

माझा मुद्दा असा आहे, की राज्यकर्ते आपली भाषा प्रमाण ठरवतात. हे कोणत्या आधारानं मी सांगत होतो? अरबी शिक्षणाचा प्रश्न निर्माण झाला तेव्हा सर्व पंडितांनी संस्कृत भाषेला पहिल्यांदा बासनात गुंडाळून ठेवलं आणि ते अरबी भाषा शिकायला गेले. त्यांनी अरबी शिक्षण घेतलं, दुसऱ्या कुणालाही शिकवलं नाही. आपण अरबी भाषा शिकतो म्हणजे अश्वमेधाचा घोडा. कितीही उधळू द्या. अडवणारे आणि न अडवणारे हेच एकटे. सबंध हिंदुस्थानच्या वतीनं पुढे जाणारे हेच एकटे; कारण त्यांना त्या राज्यकर्त्यांची भाषा अवगत होती. राज्यकर्त्यांची परिभाषा आल्याशिवाय राज्यकर्त्यांबरोबर संपर्क होत नाही. ती परिभाषा आली तर तो राज्यकर्ता त्या माणसाच्या मुठीत राहतो. तेव्हा, राज्य काँग्रेसचं असलं तरी अंतिम सत्ता त्यांची चाले. खेडेगावांत आम्ही काँग्रेसच्या पुढाऱ्यांना सांगतो, की तुम्ही कसलं राज्य करता? आम्ही सचिवांकडे जाऊन काम करवून आणतो, याचा अर्थ काय? त्याला बरोबर समजलेलं असतं, की राजा वेगळा आणि प्रधान वेगळा. प्रधानाची भाषा राजाला कळते आणि राजाची भाषा प्रधानाला कळते. तेव्हा, राजा आणि प्रधान यांचं नातं मी सांगतो. इथं राजभाषा आणायचं कारस्थान चालू आहे, ते एकच आहे. मी काय सांगितलं? मी अरबी शिकायला गेलो, डच शिकलो,

पर्शियन शिकलो, पोर्तुगीज भाषा शिकलो. काही ना काही शिकलो. दुनियेत जे तिथे ते शिकतात. आम्हाला शंभर वर्षांनंतर शिकायला संधी मिळाली. हे कॉम्प्युटर शिकून अमेरिकेत गेले आणि आम्ही अ, ब, क, ड शिकायला लागलो. ही परंपरा फार जुनी आहे.

भाषा ही भाषा असते, ज्याला त्याला समजेल तेवढी ती मोठी व लहान असते. ती छोटी असत नाही, मोठी असत नाही, शुद्ध असत नाही व अशुद्ध असत नाही. भाषा ही केवळ भाषा असते. ज्याच्या त्याच्या वकुबाएवढी असते. म्हणून राजभाषा अशी असली पाहिजे, की ती सगळयांच्या टकुरी गेली पाहिजे. अशी भाषा असल्याशिवाय आपल्याला पुढे जाता येत नाही. सरकारचा जो निर्णय आहे तो मी सांगतो. हे पुरोहितशाहीचं वर्णवर्चस्व टिकवायचं कारस्थान आहे; पण हे एवढं सोपं नाही. केवळ मनात आलं म्हणून हे केलं आहे असं नाही. ते पूर्वी एका मिनिटात करू शकत होते. त्यांची मुलंबाळं इंग्रजीत शिकतात, ते मराठी शिकत नाहीत. कॉन्व्हेन्टमध्ये शिकतात. कॉम्प्युटर शिकतात. त्यांची पोरं थोडीच येड्या मऱ्हाठीच्या मागं लागणार आहेत? आम्हाला येडं करायचं काम ते पिढ्यान्‌पिढ्या करत आले आहेत. आम्ही गाढव एवढे इमानदार की टपली मारली की चाललं पुढे. चाळीस वर्षं एवढाच कार्यक्रम झाला आहे.

भाषेच्या संदर्भात माझं असं म्हणणं आहे, की प्रस्थापितांचा जो वर्ग आहे तो राज्यकर्त्यांची भाषा शिकतो; पण ती इतरांकडे जाऊ देत नाही. इंग्रजी आलं, त्यामुळं इकडं पळापळ झाली. ती कोणाची झाली? आम्ही अजूनही इंग्रजीच्या वाटेला जात नाही. बोटांवर मोजता येतील नाही एवढेच लोक इंग्रजी शिकलेले, म्हणून स्वातंत्र्य मिळाल्यानंतरही आम्ही इंग्रजीचा विचार केला नाही; कारण आमच्या प्राथमिक शिक्षणाचेच वांधे आहेत. आमच्या जमातीच्या जमाती या देशात अनपढ आहेत. अंगठाबहाद्दर आहेत. उलट, पुरोहितांत आणि वैदिकांत एकतरी माणूस अंगठेबहाद्दर दाखवा, आम्ही त्याचा सन्मान करू. त्यांच्याकडे कितीही दारिद्र्य असू द्या; पण ते शिकलेले असतात. आमच्याकडे कितीही विद्वान असू द्या, पंडित असू द्या, तो अंगठाछाप असेल. म्हणून याचं भान पाहिजे, की आपण कोणती भाषा राजभाषा करतो!

तुम्ही आम्हाला शिकू दिलं नाही. भाषेलासुद्धा शोषणाचं हत्यार म्हणून वापरता येतं. या देशाच्या राज्यकर्त्यांनी भाषा हे हत्यार जाती व धर्म यांच्या शोषणासाठी वापरलेलं आहे. केवळ आपल्या राज्याला कोणत्याही प्रकारचा धोका उत्पन्न होऊ नये यासाठी ते हत्यार वापरलं आहे. धोका वाटत असेल तर शब्द हिसकावून घ्या व त्याप्रमाणे आमचे शब्द हिसकावून घेतले आहेत. आमची लिपी हिसकावून घेतली. आम्हाला बोलायला बंदी केली, गावात यायला बंदी केली. माझं काही

म्हणणं नाही. मग डोंगराळ भाषा राजभाषा का करायची नाही? डोंबाऱ्याची भाषा राजभाषा का करायची नाही? मी तुम्हाला प्रादेशिक भाषा सांगितल्या. आदिवासींच्या खूप भाषा आहेत. त्या भाषांमध्ये सर्व व्यवहार उत्तम चालतात. भाषेला सुसंवादाचं साधन म्हणून आपण जर वापरणार असू तर ती भाषा त्या त्या जमातीच्या संपर्काची भाषा असते आणि तिच्यात उत्तम समन्वय साधलेला असतो. एकमेकांबरोबर संवाद होतात. आता, ही भाषा जर आणायची असेल तर जी भाषा तुम्ही आणू म्हणता ती प्रमाण म्हणजे सदाशिव पेठेतल्या स्त्रीची भाषा आहे. तिच्यात शुद्धताच किती?

अध्यक्ष महाराज, आपण, मराठीचे प्राध्यापक आहात. खरं म्हणजे, मी आपल्यासमोर काय बोलावं? पण पुण्यातल्या सदाशिव पेठेतली स्त्री जी मराठी भाषा बोलते ती भाषा शुद्ध. पुरुषाचीसुद्धा नाही. सन्माननीय सदस्य प्रकाश जावडेकर बोलत असतील ती भाषा शुद्ध नाही. त्यांच्या घरातली माणसं जी भाषा बोलत असतील ती भाषा शुद्ध, म्हणजे प्रकाशच्या मंडळींनी काही भाषा बोलली तरी तिला शुद्धता आहे. इतके शुद्धतेचे तापवून, तावून, तावून ... पाणी म्हणजे काय?

उपसभापती समोर असल्यामुळं माझ्यापुढे हाही प्रश्न आहे, की किती-किती बोलावं कसं-कसं बोलावं? पण आपण एका भागातले असल्यामुळे माझी परिभाषा तुम्हाला सगळ्यात चांगली समजेल. पाणी-आम्ही 'पानी' म्हणतो; पण 'पानी' असं लिहिलं 'की मास्तर ते चूक देतात. आम्हाला कळायचं नाही, की पानी, पानी रहता है भाई। आपण 'पानी' लिहितो तर मास्तर चूक का देतो? असा प्रश्न तेव्हा पडत असे. तेव्हा मास्तरांना विचारलं, की मास्तर, आम्ही 'पानी'च लिहिलं आहे. त्यात काय चुकलं आहे? त्यावर ते म्हणाले, की 'पानी' लिहिलं आहे, 'पाणी' लिहिलेलं नाही. म्हणजे नाकातून अनुनासिकेच्या स्वरूपात जे बाहेर पडतं ते पाणी, बाकीचं काय असेल ते तुमचं तुम्ही बघा. काय शिकायचं? पाणी हे शुद्ध. आता काय सांगू? बाहेर असतो तर सांगितलं असतं. जर नाकातून उच्चार बाहेर पडला तर पानी आणि तो पडला नाही तर पाणी नाही. काय शेतकऱ्यांची पोरं रडतील, कामगारांची पोरं रडतील. आमच्या आईबापांना 'पानी' म्हणायला आलं तरी रग्गड झालं. त्यांना पाणी म्हणायला केव्हा यायचं? यांची शुद्ध वाणी आणि आमचं अशुद्ध पाणी. आम्ही 'पानी'सुद्धा बोलू शकत नाही, लिहू शकत नाही. मास्तर चूक देतात. मास्तर का चूक देतात तर त्यांनी नियम केला, की 'ण' बाणाचा असेल तर शुद्ध, नळातला अशुद्ध. अरे गधड्यांनो, पाणी नळातून येतं, नाकातून नाही. त्याला वेगळंच म्हणतात; पण यांना माहीतच नाही. यांची चूक नाही. हे या देशातले नसल्यामुळे त्यांना नेटिव्हांचे प्रश्न कळूच शकत नाहीत हा माझा मूळ मुद्दा आहे. राज्यकर्ते परदेशातून जसजसे येत गेले तसतसं आम्ही त्यांना आमच्यात सामावत गेलो. असं नाही, की आम्ही फॉरेनर आहोत! नो, आम्ही भूमिपुत्र आहोत.

आमची भाषा ही खरी भाषा आहे, ती शुद्ध आहे.

तुम्ही जिला संस्कृत म्हणता अशी संस्कृत भाषा कुठेही नव्हती. संस्कृत भाषा बनली तीसुद्धा प्राकृताच्या रूपातून. संस्कृत भाषा आभाळातून पडली नाही आणि ती देवांची भाषा नाही, बिलकूल नाही. आम्ही हजारो भाषा इथं बोलत होतो, ते वैभव आहे. मला याचा अभिमान वाटतो, की हा देश असा आहे, दुनियेच्या पाठीवर नसतील एवढ्या भाषा या देशात आहेत. हे वैभव आहे. अशी भाषा बोलणारे आम्ही या देशात राहत होतो. तुम्ही काय केलं? तर बाहेरून आलात. कशाला ते सांगू का?

स्व. पंतप्रधान जवाहरलाल नेहरू यांनी लिहिलं आहे म्हणून सांगतो. हे राज्यकर्ते आपली भाषा बदलत असतात, हा माझा मूळ मुद्दा आहे आणि तो मी कुठेही सोडलेला नाही. राज्यकर्ते पहिल्यांदा चोरासारखे, दरोडेखोर म्हणून आले. तेव्हा त्यांच्याकडे संस्कृती नव्हती. त्यांचं काही काही नव्हतं. फक्त जनावरं होती. बायकासुद्धा नव्हत्या, त्यासुद्धा आमच्या नेल्या. पंडित जवाहरलाल नेहरू यांनी 'डिस्कव्हरी ऑफ इंडिया' या पुस्तकात अतिशय उत्तम लिहिलं आहे. ज्या जाणकारांना वाचायचं असेल त्यांनी ते वाचलं पाहिजे. पंडित नेहरूंनी अतिशय उत्तम लिहिलं आहे - ही मंडळी कोणत्या पद्धतीनं आली, बरोबर काय घेऊन आली आणि आल्या आल्या त्यांनी काय काय केलं? अहो, तुम्हाला काय सांगू? आल्यावर काय थोड्या गोष्टी केल्या? जे पहिल्यांदा पाहिले. कारण बाहेरून येताना काहीच घेऊन आले नव्हते. त्यांना इथं जगायचं होतं. गाई पाळायच्या होत्या, गुरं सांभाळायची होती. इथल्या लोकांची भाषा शिकायची होती. म्हणजे, हे लोकांचे राहिले. ज्या भाषा होत्या त्या ते शिकले. आमच्या भाषेतली उत्तम भाषा म्हणून सांगत आहेत ते आहे आमच्या लोकांच्याच भाषेचं मिश्रण. संस्कृत स्वयंभू देवांची भाषा वगैरे काही नाही. ही बंडलबाजी सगळी पुढची, म्हणजे बुवाबाजी हा एक उद्योग आहे. म्हणजे, प्रत्येक गोष्ट आधी करायची आणि बुवाबाजीने त्याला पटवून द्यायची, म्हणजे आपली खुळपी चालत राहते. कशाच्या मुखातून आली? तर म्हणे, देवाच्या मुखातून आली! आता यांना देव कुठे भेटला? मला माहीत नाही.

देव आम्हाला केव्हाच भेटला नाही. भेटला असता तर त्याला विचारलं असतं, की असा पक्षपात का केला? त्यांना संस्कृत दिली आणि आम्हाला प्राकृत आणि आमच्या छोट्या छोट्या आणखी वेगळ्या. हे अजिबात बरोबर नाही. हे राज्यकर्ते आज आम्हाला सगळ्यांना फसवू पाहताहेत. आता, आम्ही तुमच्या बनवेगिरीला, दडपेगिरीला बळी पडू असं जर तुम्हाला वाटत असेल तर तुम्ही खुळ्यांच्या चावडीत बसला आहात. न्याय करायला आता दुनियेच्या खाली तुम्हीच नेलं ज्ञान. चाळीस वर्षं तुम्ही काय केलं? मी माननीय चव्हाणसाहेबांना एकदा रागारागानं

म्हटलं, की तुम्ही काय केलं आमच्यासाठी? तेव्हा चव्हाणसाहेब मला म्हणाले, की हे तू मला विचारायला आलास एवढंच काम केलं असं समज. चाळीस वर्षांत काय केलं असेल तर हे केलं, की सर्वदूर असलेल्या माणसाला बोलायला-लिहायला शिकवलं, माणसांत आणायला शिकवलं आणि हे सर्वांत मोठं काम केलं आहे. त्यामुळे असं वाटतं, की आता तुम्ही बनवाबनवी करू शकत नाही, ठरवलं तरी करू शकत नाही.

इंग्रजी शिकायला गर्दी होते. इंग्रजी शिकतानासुद्धा काय काय केलं, तर मोठ्या गमती आहेत. इंग्रजी शिकताना पहिल्यांदा प्रश्न असा पडला, की म्लेंच्छांची भाषा कशी शिकायची? म्लेंच्छ म्हणजे इंग्रज, जे लोक बाहेरून आले यांची भाषा कशी शिकायची? ती शिकायची तर लोक काय म्हणतील? कारण यांनीच कायदा केला होता, की जर चुकूनमाकून एखादा माणूस कुठल्याही कामासाठी परदेशात गेला तर त्याला बहिष्कृत व्हायची शिक्षा होती. माझ्या माहितीप्रमाणे, ही रूढी आणि परंपरा लोकमान्य टिळकांपर्यंत होती. पंडिता रमाबाई तर आपल्या सगळ्यांना माहीत आहेत. पाश्चिमात्य देशात गेल्यास समुद्रगर्यटन झाल्याबरोबर जातिबहिष्कृत व्हायचं, जात सांगेल तो दंड भरल्यानंतर पुन्हा जातीत यायचं. एवढे सोपस्कार पूर्वी करावे लागत होते. जर हडप्पा, मोहेंजोदडोच्या लोकांसारखा मुक्त व्यापार ठेवला असता आणि आपल्या समाजातल्या लोकांना मुक्त करून टाकलं असतं तर कदाचित ही वेळ आपल्यावर आली नसती. या सगळ्याचा भाषेशी संबंध आहे. माझं म्हणणं असं आहे, की हा एका जातीच्या कळीचा प्रश्न नाही. अगदी ब्राह्मण घरातल्या कन्येलासुद्धा शिकता येत नव्हतं. तिलासुद्धा सांगितलं; शूद्रांनी शिकायचं नाही, तूसुद्धा शिकायचं नाही. अरे वा! आम्हाला म्हटलं तर समजू शकतो. आम्ही परकेच होतो तुमच्या दृष्टीनं; पण तुम्ही ज्या आईच्या पोटी जन्माला येता; बहिणीच्या पाठीवर तुम्ही किंवा ती तुमच्या पाठीवर जन्माला येते, जी तुमच्या मुलाला जन्माला घालते, या स्त्रीलासुद्धा जो दर्जा दिला तो कोणता? हेसुद्धा राज्यकर्तेच करतात.

माझी बायको माझा प्रपंच चालवते आणि खेड्यापाड्यातल्या अशा हजारो बायका भेटतील, तुमच्याकडेसुद्धा विश्वासाने सांगतो, की तुमचा आलेला सगळा पैसा, फरांदेसरांचा सगळा पैसा १०१ टक्के त्यांच्या मंडळींकडे किंवा आईकडे असणार. बरोबर आहे ना?

यांची सगळी पद्धत वेगळी आहे. यांचा पगार चेकनं बँकेत जमा करत असतात. बायकोच्या बँकेत नाही. दे डोन्ट बिलिव्ह. हे घरातल्या स्त्रीवर विश्वास टाकत नाहीत; कारण तिची भाषा अशुद्ध, तिला चेक नीट लिहिता येणार नाही. म्हणजे, तिलादेखील शिकू दिलं नाही. श्रीमती नीला देसाई यांचं लक्ष मी इथं वेधू इच्छितो. स्त्रीला संस्कृत शिकावयास बंदी केली, तिनं संस्कृत शिकायचं नाही,

बाजूला संस्कृतचे पाठ सुरू झाले तर त्या ठिकाणी तिनं थांबायचं नाही. हे बरोबर नाही. काय हे बहाद्दर!

राज्यकर्ते शासनात कोणत्या पद्धतीनं वागतात, दारात कोणत्या पद्धतीनं वागतात आणि राज्यात खुर्चीवर बसल्यावर कोणत्या पद्धतीनं वागतात हे पाहिलं तर भाषा आणि जात यांना राज्यकर्त्यांनी शोषणाची हत्यारं म्हणून सतत वापरलं आहे.

माझा दुसरा मुद्दा असा आहे, की अरबी भाषा शिकण्यासाठी यांची गर्दी झाली, इंग्रजी शिकण्यासाठी यांची गर्दी झाली. आजसुद्धा आमच्या पोरांना परीक्षा नाहीत. मी अगोदर सांगितल्याप्रमाणे हे माणसांना शिकूच देत नाहीत. या ठिकाणी शिक्षणमंत्रीही बसले आहेत. त्यांचंही मी यासंबंधानं लक्ष वेधू इच्छितो. महाराष्ट्रातल्या ग्रामीण भागांत इयत्ता चौथीपर्यंत परीक्षा होत नाहीत. शिक्षणतज्ज्ञांनी सांगितलं, की चौथीपर्यंतच्या पोरांच्या परीक्षा घेऊ नयेत; कारण पोरांना हे मेन्टल बर्डन येतं. म्हणजे, पहिली ते चौथीपर्यंतच्या मुलांवर शिक्षणाचं ओझं असतं; परंतु यांच्या पोरांवर हे मेन्टल बर्डन येत नाही. यांची पोरं के.जी.त घालतात, तिथं पोरांवर ओझं येत नाही. लबाडी किती करावी यालाही काही मर्यादा?

जे तज्ज्ञ आहेत त्यांनी हे सगळं केलं आहे. राज्यकर्ते कोण आहेत याचा काही प्रश्न नाही. हे सगळं तज्ज्ञ लोक करतात. पाणी घालायचं काम तज्ज्ञ लोक करतात. तज्ज्ञांनी सांगितलं, की ओझं होतं. ते सगळ्यांना दंडक आहे.

जिल्हा परिषदेच्या प्राथमिक शाळा सातवीपर्यंत आहेत. नगरपालिकेच्या, महानगरपालिकेच्या शाळा आहेत. त्या ठिकाणी कष्टकरी समाजातली, बहुजन समाजातली मुलं शिकत असतात. तज्ज्ञांनी असाही युक्तिवाद केला आहे, की चौथीपर्यंतच्या मुलांना परीक्षा नाहीत; कारण त्यांच्यावर बर्डन येतं, मुलांची गळती होते. त्यामुळे गळती थांबली की नाही याची मला माहिती नाही. मला सांगायचं आहे, की यात कुठेतरी लबाडी आहे. आम्हाला असं पाहायला मिळतं, की पुण्यामध्ये भावे स्कूल, पेरूगेट या ठिकाणी जून महिन्यात मुलांना घेऊन पालक सात-आठ दिवस रांगा लावून बसलेले असतात; कारण मुलाला के.जी.त प्रवेश घ्यायचा असतो, बालवाडीत प्रवेश घ्यायचा असतो. त्या ठिकाणी दहा-दहा हजार रुपये डोनेशन द्यावं लागतं, अशी परिस्थिती आहे.

बापटसाहेब म्हणत आहेत, मी सांगितलेला आकडा कमी आहे. ठाण्यात पंचवीस हजार रुपये घेतले जातात, असं ते म्हणतात. मी जरा भीतभीतच आकडा सांगितला होता.

भाषेचा आधार घेऊन तुम्ही माणसांचे कोंडवाडे केले आहेत. सत्तेवर तुम्ही आहात की आम्ही आहोत हा प्रश्न नाही. तुम्ही वेगवेगळे कोंडवाडे केल्यामुळे

जिथं शिकणारी मुलं बहुजन समाजाची आहेत ती एका बाजूला, शहरात जिथे बहुसंख्य लोकांची शिकणारी मुलं आहेत त्यांच्यासाठी वेगळा कोंडवाडा, आमच्या मुलांसाठी वेगळा कोंडवाडा, हा प्रकार कशासाठी केला आहे? ज्या लोकांच्या खिशात पैसा आहे, जे राज्यकर्ते आहेत त्यांची मुलं महाबळेश्वरला शिकतात. म्हणजे आमची मुलं एका कोंडवाड्यात आणि त्यांची मुलं एका कोंडवाड्यात असं करून मराठी भाषेचं आपण वाटोळं करून टाकलं आहे. आमच्या शेतकऱ्याला तुमची मराठी भाषा कुठे कळते? त्याला आम्ही सांगितलं, मी विधिमंडळात जातो. तर विधिमंडळ म्हणजे काय, हे त्याला कळत नाही. त्याला फक्त ग्रामपंचायत आणि जिल्हा परिषद काय एवढंच कळतं. दहावी आणि बारावीच्या परीक्षांमध्ये ठाण्याची, मुंबईची आणि पुण्याचीच पोरं गुणवत्तेत का येतात? बाकीच्या भागांतल्या पोरांच्या मेंदूत काय पाणी झालं आहे? कारण, तुम्ही शिक्षणातही भेदभाव केला आहे. मेरिटमध्ये आता लातूरची मुलं येतात म्हणजे चारच पोरं पहिली येतात. त्यांची मुलं पुढे येतात; कारण त्यांचे पालक फार हुशार आहेत. गर्दीच्या शाळांत मुलांना शाळेत जाऊ द्यायचं नाही. त्यांची मुलं ते कॉन्व्हेन्टला पाठवून देतात. तोच प्रकार आज प्राथमिक शाळांच्या बाबतीत होत आहे. म्हणून माझी मागणी आहे, की सर्वांना चौथीपर्यंतचं शिक्षण आणि परीक्षा सक्तीच्या व्हाव्यात.

राज्यकर्ते आपली भाषा कशी वापरतात हे मी आपल्याला सांगतो. इंग्रजांनी आपली कोंडी करून ठेवली होती. पेशव्यांच्या काळात त्यांना इंग्रजांचा कायदा कळत नव्हता. त्यावेळी इंग्रजांनी पेशव्यांच्या ज्या डायऱ्या लिहिल्या आहेत त्या पाहा. त्या वाचण्यासारख्या आहेत. शनिवारवाडा पडल्यानंतर पेशवे इंग्रजांना भेटले. आतापर्यंत ज्यांना भेटायचं नव्हतं ते दारात आल्यावर त्यांना कुठे बसायचं हा प्रश्न पडला. म्हणून त्यांना बाहेरच बसवलं. पुढे काय काय झालं ते मी सांगत नाही; कारण मी भाषेवर बोलत आहे. मी आपल्याला सांगू इच्छितो, की भाषेच्या संदर्भात प्रश्न निर्माण झाल्यावर पुणे इथे लोकांनी संस्कृतसारख्या इंग्रजी शाळा काढल्या आणि आपल्या मुलांनी इंग्रजी शिकावं अशी व्यवस्था केली. महात्मा फुले यांच्यासारख्या माणसाला हंटर कमिशनपुढे असं सांगावं लागलं, की शेतकऱ्यांच्या मुलांना शिकता आलं पाहिजे, त्यासाठी लागणारे पैसे इंग्लंडच्या राणीनं द्यावेत; पण यांनी फक्त आपल्या जातीतील मुलांना इंग्रजी शिकवलं, इतरांना इंग्रजी शिकू दिलं नाही; कारण त्यांना भय होतं. राजाबरोबर पंगतीला बसायचं असेल तर तो राजा असला पाहिजे. राणीनं जाहीरनामा काढताना सांगितलं, की आय. सी. एस. अधिकाऱ्यांची परीक्षा आम्ही घेऊ; पण या आय.सी.एस. परीक्षेला कोण बसणार होतं? आम्ही लोक या परीक्षेला बसणार नव्हतो. जाहीरनाम्यात दुसरं कलम असं होतं, की धर्मात ढवळाढवळ करायची नाही. हे सर्व सांगत असताना पेशव्यांचं वर्णन मी या ठिकाणी

करू इच्छित नाही; कारण त्यामुळे दंगा होईल.

राज्यकर्त्यांची भाषा हीच या ठिकाणी महत्त्वाची आहे. आपण राजभाषा म्हणून कोणती भाषा प्रमाण मानणार? कोणती भाषा लोकांच्या डोक्यावर थापणार? या सगळ्याचं पाप त्यांच्याच डोक्यावर आहे. झाडाझडती त्यांना द्यायची आहे. ही झडती त्यांनी द्यायला पाहिजे. त्यांच्या घरातल्या स्त्रीला त्यांनी का शिकू दिलं नाही? कारण त्यांच्या घरातली स्त्री त्यांची नाही याबद्दल त्यांचा पक्का विश्वास होता. बापानं दिलेलं गोधन आणि स्त्रीधनापलीकडे तिच्याबरोबर काहीही नव्हतं. मागे या संदर्भात एका कायद्यात दुरुस्ती झाली. बापाकडून आणलेलं स्त्रीधन मुलीच्या मालकीचं. त्याच्या पलीकडे तिला यांनी काहीही दिलं नाही. स्वतःच्या स्त्रीला संस्कृत शिकू दिलं नाही. ती जर संस्कृत शिकली तर ती आपल्यामागे भावंडांना शिकवील, म्हणजे आम्हाला शिकवील अशी त्यांची कल्पना होती. प्रत्येक ठिकाणी कप्पेबंद समाजव्यवस्था निर्माण व्हावी अशी यांची व्यवस्था होती. हे सर्व हेतुपुरस्सर केलं गेलं.

७.१२.१९९५

बोच राखीव जागेची

सभापती महोदय, लहानपणी गावामध्ये दवंडी व्हायची. दवंडी यासाठी व्हायची, की आज चूलबंद आवातन आहे. याचा अर्थ असा, की आज गावात कुणीही चूल पेटवायची नाही. सगळ्यांनी पाटलाच्या पोराच्या लग्नाला जेवायला जायचं. कोणताही पाटील असला तरी फरक पडत नाही. तो वंजारी पाटील असला तरी फरक पडत नाही. धनगर पाटील असला तरी फरक पडत नाही, मराठा पाटील असला तरी फरक पडत नाही, आग्री समाजाचा पाटील असला तरी फरक पडत नाही; पण लग्न पाटलाच्या पोराचं असतं. माझा सरळ मुद्दा आहे, की कोणत्याही गावामध्ये ज्या समाजाचे लोक बहुसंख्येनं असतात त्या समाजाचा पाटील हा गावचा प्रमुख असतो. त्या पाटलाच्या पोराचं लग्न असलं की गावामध्ये चूल बंद असते. आम्हा गोरगरीब माणसांना त्यामुळे बरं वाटत असे. पाटलाच्या घरी सगळ्यांनी जेवायला जायचं. जेवायला जायचं म्हणून सगळा गाव खुशीत असतो. गोरगरीब माणसं तर जास्त खुशीत असतात. बरं झालं, एक दिवस पदरात पडला असं त्यांना वाटतं.

त्या दिवशी, आता जेवू-मग जेवू असं करता करता लग्न लागून जातं; परंतु त्यावेळेस खालच्या ओळीतल्या लोकांना जेवायला चला म्हणून बोलवायला कुणी येत नाही; परंतु खालचे गरीब लोक आपली ताटं बरोबर घेऊन जेवायला जाऊ असं म्हणून निघतात. त्यांची अशी समजूत असते, की जेवायला बोलावण्यासाठी पाटलाला कदाचित वेळ झाला नसेल; पण आपण जाऊ. त्या ठिकाणी गेल्यानंतर त्यांच्या असं लक्षात येतं, की लोक आधीपासून जेवायला बसले आहेत, आपण मागे राहिलेलो आहोत. तरीही गरीब माणसं, सकाळपासून भूक लागलेली असते म्हणून चिकाटीनं त्या ठिकाणी बसतात. ही मंडळी उकिरड्याच्या कडेला बसलेली असतात. सगळा गाव मंडपामध्ये जेवत असतो, गावातल्या लोकांच्या जेवणाच्या पंगती उठतच असतात, हे आम्ही पिढ्यान्‌पिढ्या पाहिलेलं आहे. सगळा गाव जेवतो आणि आम्ही त्या पंगती आशाळभूतपणे पाहायच्या असतात. हे आम्ही पाहिलेलं आहे.

माझा मुद्दा एवढाच आहे, की या देशामध्ये दोन स्वरूपाचे कायदे आहेत. एकच कायदा नाही. या देशाची संस्कृतीदेखील हिडीस आहे. तिनं सत्याचेसुद्धा दोन

भाग केले आहेत. दुनियेच्या पाठीवर सत्य हे एक असतं; परंतु या देशामध्ये सत्याचीसुद्धा विभागणी केलेली आहे. इहलोकीचं सत्य वेगळं आणि परलोकीचं सत्य वेगळं. हे सत्यसुद्धा एक नाही. म्हणून माझी पंगत उकिरड्याच्या कडेला आणि गावातल्या देशमुख-पाटलांची, कुलकर्ण्यांची पंगत गावातल्या मंडपामध्ये. हे बाय बर्थ प्रिव्हिलेजेस आहेत की नाही? आम्ही माणसं आहोत, आम्ही या देशाचे नागरिक आहोत, उकिरड्याच्या कडेला का म्हणून बसलो? का म्हणून आमच्या लोकांना घरदार नाही? काय म्हणून आम्ही या देशाच्या इस्टेटीचे वारसदार नाही? का म्हणून आमच्या जमिनींमध्ये आम्हाला हिस्सा नाही? झोळीमध्ये जे पीठ बांधून आलं त्यांनी हा देश खाल्ला. त्यामुळे हा जी. आर. काढल्याचं मला आश्चर्य वाटलं नाही. दि. बा. पाटील यांना का आश्चर्य वाटलं, हे मला कळलं नाही. यांनी पिढ्यान्‌पिढ्या असंच केलं आहे. दाखवायचे दुसरे, हूल द्यायची आणि तपेले उचलायचे, असं हे लोक एक दिवस करत आलेले आहेत काय? यांच्या प्रामाणिकपणाबद्दल मला शंका आहे. माझ्यासारख्याला तर पहिल्यापासून शंका आहे. मी हे सतत बोलतो; परंतु लोक म्हणतात, तुम्ही हे का बोलता? माझं म्हणणं असं आहे, की 'वाढ गं माई' असं म्हणण्याची ज्यांच्यावर पाळी येते, ते हे बोलतात. ज्यांच्यावर 'वाढ गं माई' असं म्हणून कुणाच्या दारात उभं राह्यची पाळी आली नाही ते कशाला बोलतील? चाळीस वर्षांत आमची नोंद डॉ. बाबासाहेब आंबेडकर यांनी घटनेच्या इतिहासात केली आहे. त्यांनी लिहिलेल्या घटनेमुळे ही नोंद झाली आहे. नाहीतर एरवी आम्ही तिर्यक. तिर्यक म्हणजे पशु-पक्षी, प्राणी आणि त्यापेक्षा खालचे लोक. वैदिक वाङ्‌मयात हे लिहिलेलं आहे. यांच्या संस्कृतीप्रमाणे आम्ही सारे तिर्यक. गोपीनाथ मुंडे, अण्णासाहेब डांगे हेसुद्धा तिर्यक. आम्ही आदिवासी म्हणजे या देशाचे भूमिपुत्र, या देशाचे वारस, वतनदार; परंतु यांनी आम्हाला तिर्यक म्हटलं आहे.

हे त्यावेळपासून चालत आलेलं आहे. हे आता चालत नाही. जो वेगळा जी. आर. काढला आहे त्यामागे हेच टाळकं आहे. उगीच मनात आलं आणि केलं असं झालेलं नाही. त्यांना आताच कसं काय वाटलं? डॉ. आंबेडकरांनी लिहिलेल्या घटनेमुळे गावकुसाच्या बाहेर, रानावनात फिरणारा माणूससुद्धा हक्कदार झाल्यामुळे यांच्या पोटात दुखतं. आमचं गाव तिथं यायला लागलं. इंदिराबाईंच्या कृपेमुळे शेड्युल्ड कास्टचं नाव एक क्रमांकावर आलं. त्यांनी १९७० साली जी. आर. काढला. त्यामध्ये त्यांनी सांगितलं, की प्रशासनामधली एक क्रमांकाची जागा भरायचा प्रश्न आला तर शेड्युल्ड कास्टचा उमेदवार भरला जाईल. दुसऱ्या क्रमांकावर आदिवासी उमेदवार असतील. तिसऱ्या नंबरला भटक्या व विमुक्त जाती-जमातीचे लोक असतील. चौथ्या नंबरला ओ. बी.सी. असतील आणि

पाचव्या नंबरला बाकीचे असतील. असा जी. आर. होता. मग आमचा हा पहिला नंबर का बदलला? याचं कारण असं सांगितलं जातं, की आमच्यामध्ये एकही माणूस शिकलेला नाही. आपण त्यांच्या हेतूबद्दल उगीच शंका घेतो; परंतु त्यांचा हा हेतू काही शुद्ध नाही हे मात्र निश्चित. आमचे जन्मजात हक्क आहेत, की आम्ही ज्या जागेवर जन्म घेतला तिथंच आमची राखीव जागा होते. पंचवीस टक्के लोक वर्णश्रेष्ठत्वानं; ब्राह्मण, क्षत्रिय,वैश्य म्हणून जन्माला आले. त्यांच्यासाठी पन्नास टक्के जागा राखीव ठेवल्या आहेत आणि आमची लोकसंख्या जास्त असून आमच्यासाठी कमी जागा राखीव ठेवल्या आहेत. वास्तविक, त्यांची ही लोकसंख्या पंचवीस टक्क्यांपेक्षा कमी आहे. आत्ताच कोणा माननीय सदस्याने सांगितल्यानुसार ती दहा टक्के आहे. म्हणजे दहा टक्के लोकांना पन्नास टक्के रिझर्व्हेशन आहे तरीसुद्धा यांच्या पोटात गोळा उठतो. ज्या समाजाची लोकसंख्या पंचाहत्तर ते ऐंशी टक्के आहे त्या समाजासाठी जागा राखीव ठेवल्या तर यांच्या पोटामध्ये गोळा येतो. आमचं तर असं म्हणणं आहे, की ब्राह्मणांची लोकसंख्या जेवढी आहे तेवढ्या जागा त्यांच्यासाठी राखीव ठेवा, त्यांच्यानंतर क्षत्रियांसाठी तशा जागा राखून ठेवा आणि मग, बाकीच्या जागा आमच्यासाठी खुल्या राहिल्या तरी हरकत नाही. असं आम्ही उलटं का सांगतो, तर आम्ही ज्या राखीव जागा मागतो त्या वास्तविक राखीव जागा नाहीतच; कारण आमच्या लोकसंख्येच्या प्रमाणात त्या आम्हाला मिळत नाहीत.

तेव्हा राखीव जागा कोणाला किती असाव्यात हे ठरवणारे हे टिकुजीराव कोण? यावरून एक दिसतं, की रिझर्व्हेशनची गरज आम्हाला नाही, तर ती त्यांना आहे. म्हणजे, ज्या जनावराला कडबा घालायचा तो त्याला न घालता दुसऱ्यालाच घातला जातो. हे प्रकार आपण सोडून दिले पाहिजेत. शाहू छत्रपतींनी आम्हाला सांगितलं होतं, की तुमचे जे अधिकार आहेत ते तुम्ही घ्या; परंतु हे सरकार ही बाब उलटी करून राहिलं आहे. या ठिकाणी समाजकल्याण मंत्री, आदिवासी कल्याण मंत्री बसलेले आहेत, अण्णासाहेब डांगे बसलेले आहेत, गोपीनाथजी मुंडे बसलेले आहेत. हे सर्वजण आमचे मित्र आहेत. मी यामध्ये राजकारण आणत नाही. राजकीय परिभाषेत बोलत नाही, तर मी सामाजिक परिभाषेत बोलत आहे. तुम्ही पहिल्या नंबरला बसणाऱ्या विमुक्त जातीच्या माणसाला सहा नंबरला बसवलं म्हणजे पुढची पंचवीस वर्षं त्याला संधी मिळणार नाही आणि एकही धनगर माणूस तुमच्या यादीत येणार नाही. तेव्हा, माझं एवढंच म्हणणं आहे, की तुम्ही पूर्वीप्रमाणे एक, दोन, तीन असे नंबर घ्या. तुम्ही सामाजिक समतेसंबंधी बोलता ना! मग पहिल्या नंबरला आमचा माणूस घ्या, नंतर ओ.बी.सी. घ्या आणि हे रिझर्व्हेशन संपलं, की तुम्ही खुल्या जागा घ्या. हजारो वर्षं तुम्ही तुपाचा भात खाल्ला, तरीसुद्धा अजून का बोंबा मारता! आमचा माणूस बोलत नाही, तो मुका आहे. त्या माणसाचं

तुम्ही-आम्ही या ठिकाणी प्रतिनिधित्व करत आहोत. या माणसाला कान असून त्याला ऐकू येत नाही, डोळे असून पाहता येत नाही आणि तोंड असून बोलता येत नाही, अशी त्याची शरपंजरी अवस्था झाली आहे. ह्या माणसांचं नागरिकत्व आपण वर्षानुवर्षं नाकारलं आहे.

माझा प्रश्न असा होता, की आमच्याकरता सामाजिक न्याय प्रस्थापित करण्यासाठी ही विशेष संधी आहे. ही विशेष संधी म्हणजेच या राखीव जागा आहेत. समतेसाठी विशेष संधी द्यायची आणि मागे पडलेली जी माणसं आहेत त्यांना पुढे आणायचं यासाठी ही तरतूद आहे. आमच्यावर केलेली ही मेहेरबानी नाही. आमच्यावर कोणी उपकार करत नाही. आम्ही या देशाचे नागरिक आहोत. भारतीय घटनेप्रमाणे ब्राह्मण आणि भंगी हे दोघंही समान आहेत. कुणी कुठल्या जातीमध्ये जन्म घ्यावा यासंबंधी कुणी अर्ज केलेला नव्हता. जिथं अर्ज केला नव्हता त्याला फायदे मिळतात, आणि मी जिथं जन्म घेतला तिथं तोट्यांशिवाय दुसरं काहीही नाही. अशी परिस्थिती असल्यामुळे हे सांगणं भाग आहे, की आम्ही ज्या ठिकाणी जन्म घेतला आहे त्या ठिकाणच्या समाजासाठी रिझर्व्हेशन आहे आणि घटनेप्रमाणे आलेला हा विशेषाधिकार आहे. आमच्या ज्या राखीव जागा आहेत त्या घटनेनुसार आहेत. ज्यांना ही भारतीय राज्यघटना मान्य नाही त्यांना समतेचं मूल्य मान्य नाही. त्यांच्या डोक्यामध्ये मनूचंच साम्राज्य आहे. लोकांना या पळवाटा काढाव्या लागतात आणि पळवाटा यांच्यासाठीच निघतात. त्यांचं टाळकंसुद्धा असं असतं, की इतरांना कसं डावलायचं हे यांना बरोबर माहीत असतं. पंगतीमध्ये बसलेल्या माणसांच्या अन्नात माती कालवणारे असे हे लोक आहेत. हा जी. आर. बदलणारा जो अधिकारी आहे त्याच्या संदर्भात मला मंत्री बबनराव घोलप यांना असं सांगायचं आहे, की या अधिकाऱ्यानं तुम्हाला विचारलं नाही.

खरं म्हणजे, गोविंदराव चौधरी आणि बबनराव घोलप या दोन सहकारी मित्रांना माझं असं सांगणं आहे, की मित्रहो, तुम्ही भले मंत्री असाल; पण हा जी. आर. काढताना तुम्हाला डावललं आहे. तुम्हाला न सांगता हा जी.आर. निघाला आहे असं तुम्ही तुम्हाला भेटायला आलेल्या शिष्टमंडळाला सांगितलं आहे. जी. आर. निघाला याची आम्हाला माहितीच नाही, असं त्या शिष्टमंडळाला तुम्ही सांगितलं आहे. यांनी स्वत:च्या खात्यातल्या मंत्र्यांना सांगितलं नाही. त्यामुळे हे प्रकरण कॅबिनेटपुढे जाण्याचा प्रश्नच नाही. हे प्रकरण मुख्यमंत्र्यांपर्यंत गेलं किंवा नाही हे मला माहीत नाही. सरकारला बाजूला ठेवून झारीतल्या शुक्राचार्यांनी हा जी.आर. काढला आहे. त्यांना सस्पेंड करा. हा जी. आर. काढताना घटनेप्रमाणे समाजकल्याण मंत्र्यांची मान्यता लागते; पण त्यांची मान्यताच घेतलेली नाही.

मागे वैद्यकीय कॉलेजमधल्या प्रवेशाच्या वेळी अण्णा डांगे आणि मी या

ठिकाणी भांडलो होतो. मला अजूनही आठवते, की मी आणि अण्णा डांगेसाहेब दोघंही एकाच वेळेला भांडलो होतो. आम्ही दोघांनी सरकारच्या हे लक्षात आणून दिलं होतं, की सरकारी अधिकाऱ्यांच्या मुलांच्या सोयीसाठी वैद्यकीय महाविद्यालयातील प्रवेश हे नियम बदलावे.

काम प्रशासनानं केलं होतं हे तुम्हाला आणि आम्हाला सगळ्यांनाच माहीत आहे. त्यामुळे आपण सगळ्यांनी डोळ्यांत तेल घालून राहिलं पाहिजे. हे प्रशासन नावाचं घोडं नाठाळ आहे. ते स्वतःच्या स्वार्थावर जास्त चालत आहे. आपण त्याच्या पाठीवर बसलात की हंटर मारा. नाहीतर ते कुठे फेकून देईल याचा पत्ता लागणार नाही. हे घोडं कायम वरच्या लोकांच्या सोयीनं आणि खालच्या लोकांच्या गैरसोयीनं चालतं. या घोड्यावर तुम्ही बसला आहात. त्यामुळे प्रशासनाचा चाबूक जरा या घोड्याला मारा आणि त्याला शिस्त लावा. ती शिस्त लावली नाही तर ते आम्हाला पुन्हा उकिरड्याकडे ढकलील. आमचं दुःख हे आहे, की आम्हाला ते गावकुसाबाहेर ढकलत आहे. त्यामुळे त्याला दोन हंटर मारा आणि सांगा, की आता भारतीय राज्यघटना हा तुझा बाप आहे. या बापानं जे काही सांगितलं आहे ते तुला मान्य होत नसेल तर दोन ओळींचा राजीनामा दे आणि घरी जा. आता आम्ही प्रशासन करू शकतो. आमची माणसं उत्तम प्रशासक आहेत, उत्तम डॉक्टर आहेत. उत्तम इंजिनिअर आहेत. आता मेरिटमध्ये आमच्या मुलांना ९९ टक्के मार्क्स पडतात. त्यामुळे मेरिटमध्ये आम्ही आता कोणाच्या बापाला भीत नाही, यांच्या स्पर्धेला घाबरत नाही; पण यांच्या पापी-दुष्ट हेतूंना आम्ही घाबरतो; कारण हे कपटी-कारस्थानी लोक हजारो वर्षं दुष्टपणानं आमच्या जिवाशी खेळले आहेत. म्हणून आमचा तळतळाट होतो. आमच्यावरचा अन्याय दूर झाला पाहिजे.

मी या ठिकाणी एकच उदाहरण देतो. आमचा लिंबाराम हातामध्ये धनुष्य घेतो आणि जगातली बक्षिसं घेऊन येतो. म्हणून मी आपल्याला सांगू इच्छितो, की आपण आम्हाला खुलं सोडलं तर दुनियेत या देशाचं नाव आम्ही रोशन केल्याशिवाय राहणार नाही; पण अडचण अशी आहे, की या अतिशय दुष्ट प्रवृत्तीच्या लोकांनी, सबंध बहुजन समाजानं गरीब माणसांचं वाटोळं केलं आहे आणि हा समाज राष्ट्रद्रोही समाज असल्यामुळे माझं असं म्हणणं आहे, की जोपर्यंत त्यांची अशी प्रवृत्ती राहील तोपर्यंत तुम्ही त्या बाकावर, आम्ही या बाकावर अशीच परिस्थिती असेल. आपण समान बाकावर त्याच वेळी असू शकतो, जेव्हा या प्रवृत्तीविरुद्ध तुम्हाला आणि आम्हाला गंभीरपणे लढावं लागेल. मग तुम्ही त्या बाकावर राहत नाही, मी या बाकावर राहत नाही. आपल्यामध्ये फूट पाडायची, गरीब माणसांमध्ये बुद्धिभेद करायचा, त्यांना वाटेल ते सांगायचं. कधी शिवाजीचं नाव घ्यायचं, कधी रामाचं नाव घ्यायचं आणि कधी कृष्णाचं नाव घ्यायचं. बहुजन समाज ज्यांना मानतो

त्यांचं नाव फक्त तोंडी लावायचं आणि बाकी सगळा माल खिशात घालायचा, हा हजारो वर्षांचा उद्योग या दोन जी. आर.नी पुढे केलेला आहे. त्यामुळे माननीय मंत्र्यांना माझं असं सांगणं आहे, की सगळ्या दुबळ्या लोकांच्या कल्याणासाठी तुम्ही हा जी. आर. तत्काळ मागे घ्या. मंत्री अण्णा डांगे यांना मी सांगू इच्छितो, की माझी सदस्यत्वाची मुदत संपत आली आहे. आपण तिथून बाहेर आलात ना, मग माझ्याशी गाठ आहे हे, लक्षात ठेवा. महाराष्ट्रामध्ये तुमच्या गाडीचं चाक फिरू देणार नाही, एवढी ताकद तळातल्या माणसांच्या अंगामध्ये आहे; कारण आता आम्ही एकटे नाही. आम्ही पंचाहत्तर टक्के लोक आहोत. माझं म्हणणं असं आहे, की तुम्हीसुद्धा माझ्याबरोबर असाल; कारण हा काफिला फार मोठा आहे. हा प्रश्न एका माणसाचा नाही; हजारो-लाखो माणसांचा आहे. त्या काफिल्याच्या मोहळावर दगड मारू नका. मी आपल्याला पुन्हा कळकळीची अशी विनंती करतो, की हा जी. आर. ज्यांनी काढला आहे त्यांच्यावर ताबडतोब कारवाई करा. एवढं सांगून माझे दोन शब्द मी पूर्ण करतो.

२१.१२.१९९५

समान नागरी कायदा

अध्यक्ष महाराज, हे जे विधेयक माननीय ग्रामविकास मंत्र्यांनी आणलेलं आहे त्या विधेयकाचं जे स्पिरिट आहे त्यालाच माझा विरोध आहे; कारण या विधेयकाचं स्पिरिट सांगत आहे तसा समान नागरी कायदा आम्हा मंडळींना मुळीच मान्य नाही. समान नागरी कायद्यासाठी ही जी खटपट चालली आहे ती मला मान्य नाही. दैन्य, दुःख, दारिद्र्य, वंचना यांतून पोरं जन्माला येतात हे ज्यांना ठाऊक आहे ते असा प्रश्न करणारच नाहीत. झोपडपट्टीमध्ये आज साऱ्या हिंदूंची संख्या वाढत आहे काय? ती वाढत नाही. मी ज्या समाजामध्ये काम करतो त्या समाजामध्ये एकेकाला बारा-बारा, चौदा-चौदा मुलं आहेत. खुद्द आमचे मंत्री अण्णासाहेब यांनाच सात मुलं आहेत. ते सांगलीचे आणि मी साताऱ्याचा असल्यानं मला याची पक्की माहिती आहे. तेव्हा, आपण कुठल्याही धनगर समाजातील कुटुंबामध्ये जा. त्यांचं प्रबोधन करणं हे मी समजू शकतो. मुलं कमी असली पाहिजेत या आपल्या विचाराला माझा विरोध नाही; परंतु अज्ञानापोटी आणि दारिद्र्यापोटी ज्या गोष्टी घडत आहेत त्यांना कायदा आणून आपण बांधून ठेवत आहोत, हे बरोबर नाही. हे सारं राजकारणातून करत आहात हे मला मान्य नाही. तुम्ही त्यासाठी अन्य काही शिक्षा केली तर ती मी समजू शकतो; पण आजवर ज्या समाजाला जो अधिकार मिळाला नाही त्या समाजाचं प्रतिनिधित्व करणाऱ्या ग्रामविकास मंत्र्यांनीच हे विधेयक आणावं? ज्या समाजाला गावगाड्यामध्ये अधिकार मिळाला नाही त्याचे प्रतिनिधी ग्रामविकास मंत्री आहेत. त्यांनी हे विधेयक आणावं? म्हणजेच, या समाजाकडे अजून जेवायलाच गेलं नाही तोपर्यंत पंगत उठून गेली? कसं जमणार? तुम्हाला करायचं ते नंतर करा. किती धनगर समाजाला याचा तोटा होईल? आमच्या समाजाचं सोडा, आमचा समाज तुमच्या ट्रॅकमध्येसुद्धा आलेला नाही. कालच्या विधेयकामुळे आता कुठे पंचेचाळीस वर्षांनंतर एखाद-दुसरा आला. तोपर्यंत तुम्हाला एवढी घाई झाली काय? कुणाची तळी उचलता? ज्यांना तीन पोरं झाली त्याला अक्कल आली, त्यांना हे सांगाण्याची जरुरी नाही. आपल्या लोकांना जाऊन सांगावं लागेल. सांगण्याची भूमिका मला मान्य आहे; परंतु

त्यासाठी तुम्ही त्यांचे राजकीय हक्क काढून घ्यायला लागलात तर त्याला माझा अजिबात पाठिंबा नाही. त्यासाठी ही शिक्षा मोठी आहे. तुम्ही त्याला उभं कसं राहू देणार? हे कसं चालेल? व्यंकप्पा पत्की यांनी सांगितल्याप्रमाणे कायदेशीर तरतुदीसाठी संसदेमध्ये हा कायदा यायला पाहिजे. समान नागरी कायदा म्हणजे दोन पोरं इतकं हे सोपं नाही. समान नागरी कायदा म्हणजे मुस्लिमांचा द्वेष. आपल्याला समान नागरी कायदा पाहिजे असेल तर आपल्याला टाटा-बिर्लांची संपत्ती ठेवता येणार नाही आणि मला वंचित ठेवता येणार नाही. समान नागरी कायदा म्हणजे केवळ पोरांचा हिशेब काय? पैशाचा का नाही? जमिनीचा का नाही? प्रॉपर्टीचा का नाही? वाह रे, समान नागरी कायदा!

माझा प्रश्न असा आहे, की या देशातल्या पन्नास टक्के लोकांना अजूनही लिहिता-वाचता येत नाही. या देशातल्या लोकांच्या प्राथमिक शिक्षणाची जबाबदारी आपण पुरी करू शकत नाही. त्यांच्यासाठी अन्न-वस्त्र-निवाऱ्याची व्यवस्था करू शकत नाही; ज्या माणसांना तुम्ही दोन वेळा जेवायला घालू शकत नाही त्या लोकांना तुम्ही सांगणार, तुम्हाला पोरं कमी झाली पाहिजेत? ज्यांच्याकडे संपत्ती भरपूर आहे त्यांना कशासाठी सांगायला लागतं? त्यांची गोष्टच वेगळी आहे. आम्ही लोकांनी त्यांची संख्या वाढवण्याचा ठेका घेतला आहे. इकडे 'हिंदू झिंदाबाद' म्हणायचं आणि आम्ही यांची संख्या वाढवायची. हा अन्याय गरीब माणसांवर नाही तर सामाजिकदृष्ट्या मागे पडलेला जो समाज आहे त्याच्यावर आहे. आदिवासींचं आपण काय करणार? आमच्याकडे चार-पाच बायका करण्याची पद्धत आहे, आमचे कायदे वेगळे आहेत. आदिवासी तुमच्या कायद्यात आले नाहीत. त्यांच्या चार-पाच बायका आणि चौदा ते पंधरा मुलं आहेत. त्यांचं तुम्ही काय करणार? तुम्ही कायदा करून त्या लोकांना ग्रामपंचायतीत जाऊ देणार नाही? अरे वा रे! कायदा तुम्हाला विचारून केला की पार्लमेन्टमध्ये बसून केला? तुम्ही त्या ठिकाणी अजून जायचे आहात. तिथं गेल्यावर बघू तुम्हाला त्या ठिकाणी पाठवायचं की नाही ते. आपण जोपर्यंत तिथं जात नाही तोपर्यंत तुम्ही आम्हा सगळ्या लोकांना पंक्तीमध्ये बसू दिलं नाही.

सभापती महोदय, तुम्ही मला पाठिंबा दिला पाहिजे, तिकीट दिलं पाहिजे आणि निवडून आणलं पाहिजे. एवढ्या सर्व गोष्टी केल्यानंतर मी संसदेत जाईन. तेव्हा या विधेयकाच्या स्पिरिटला माझा विरोध आहे. समान नागरी कायद्याचा अर्थ इतका भोंगळ नाही. त्याच्या पाठीमागे भावना तीच आहे; कारण लोकसभेच्या निवडणुका समोर आहेत!

माझं असं म्हणणं आहे, की तुम्ही आम्हाला बाद करण्यासाठी हे केलं आहे, केवळ मुस्लिमांसाठी नाही. तुम्ही केवळ फॅमिली प्लॅनिंग करत असाल, त्याच्यासाठी

काही करत असाल तर त्याला आमचा विरोध नाही. उद्या तुम्ही म्हणाल, की तुम्हाला रेशनिंगचं धान्य कमी देऊ. हे गरीब माणूस समजू शकेल; परंतु तुम्ही त्याला ही शिक्षा दिली, म्हणून या विधेयकाला विरोध करून माझं भाषण मी संपवतो.

२१.१२.१९९५